മഹദ്വനിതകൾ
മഹാസ്വരങ്ങൾ

mahathvanithakal mahaswaranangal

•

editor
manoj maniyoor

•

first edition
september 2012

•

second edition
april 2015

•

published
chintha publishers, thiruvananthapuram

•

typesetting
akshara dtp centre, thiruvananthapuram

•

•

cover
ambeesh

•

വിതരണം

ദേശാഭിമാനി ബുക്ക് ഹൗസ്

H O തിരുവനന്തപുരം-695 035
phone: 0471-2303026, 6063026
www.chinthapublishers.com
chinthapublishers@gmail.com

ബ്രാഞ്ചുകൾ

ഹെഡ്ഡാഫീസ് ബ്രാഞ്ച് കുന്നുകുഴി • സ്റ്റാച്യു തിരുവനന്തപുരം • കെ എസ് ആർ ടി സി ബസ് സ്റ്റേഷൻ ആലപ്പുഴ • കെ എസ് ആർ ടി സി ബസ് സ്റ്റേഷൻ എറണാകുളം • ചിറ്റൂർ റോഡ് എറണാകുളം • മച്ചിങ്ങൽ ലെയ്ൻ തൃശൂർ • ഐ ജി റോഡ് കോഴിക്കോട് • മാവൂർ റോഡ് കോഴിക്കോട് • എൻ ജി ഒ യൂണിയൻ ബിൽഡിങ് കണ്ണൂർ • സെൻട്രൽ ബസ് ടെർമിനൽ കോംപ്ലക്സ് താവക്കര കണ്ണൂർ

CR - 1438 / 3653

മഹദ്വനിതകൾ
മഹാസ്വരങ്ങൾ

എഡിറ്റർ
മനോജ് മണിയൂർ

ചിന്ത പബ്ലിഷേഴ്സ്
തിരുവനന്തപുരം-695 035
വില : ₹ 90

മനോജ് മണിയൂർ

1960 മെയ് 19 ന് കോഴിക്കോട് ജില്ലയിലെ മണിയൂരിൽ ജനനം. പിതാവ്: സി കൃഷ്ണൻ. മാതാവ്: നാരായണി അമ്മ.

ചരിത്രത്തിലും ഇംഗ്ലീഷിലും പോസ്റ്റ് ഗ്രാജുവേഷനും, ബി എഡ് ബിരുദവും.

അധ്യാപക കലാസാഹിത്യവേദിയുടെ 2004-05 വർഷത്തെ ബാലസാഹിത്യത്തിനുള്ള പുരസ്കാരം ലഭിച്ചു. ഇപ്പോൾ മേപ്പയൂർ വൊക്കേഷണൽ ഹയർ സെക്കന്ററി സ്കൂൾ അധ്യാപകനാണ്.

കൊച്ചു കൊച്ചു പരിഭവങ്ങൾ, ആകാശക്കുന്നിലെ പറവകൾ (ബാലസാഹിത്യം) *പരേതാത്മാക്കൾ* (പരിഭാഷ) എന്നിവയാണ് മറ്റ് കൃതികൾ.

ഭാര്യ : പ്രേമ കെ പി
മക്കൾ : വിഷ്ണു മനോജ്, അന്വയ മനോജ്
വിലാസം : തണൽവീട്, മണിയൂർ പി ഒ
പയ്യോളി അങ്ങാടി വഴി
കോഴിക്കോട്

ഉള്ളടക്കം

പ്രസാധകക്കുറിപ്പ്

സ്വന്തം ജീവിതവും പ്രവർത്തനങ്ങളുംകൊണ്ട് ചരിത്രത്തിന് മറക്കാൻ കഴിയാത്ത സംഭാവനകൾ നൽകിയ മഹദ്വനിതകളുടെ പ്രഭാഷണങ്ങളാണ് *മഹദ്വനിതകൾ മഹാസ്വരങ്ങൾ.* തങ്ങളുടെ പ്രവർത്തനങ്ങളിലൂടെ ഓരോ തുറകളിൽ മാനവരാശിക്ക് അവർ നൽകിയ സംഭാവനകളിൽ ഊന്നിയാണ് മനോജ് മണിയൂർ ഈ ഗ്രന്ഥം തയാറാക്കിയിരിക്കുന്നത്.

മദർ തെരേസ, ഹെലൻ കെല്ലർ, സോജനർ ട്രൂത്ത്, മേരി ക്യൂറി, ആങ്സാൻ സ്യൂകി, പേൾ ബക്, ബേനസീർ ഭൂട്ടോ, ഇന്ദിരാഗാന്ധി, സൂസൻ ബി അന്തോണി, ചന്ദ്രിക ബന്ദാരനായകെ, ഷേക് ഹസീന, ഷേർലേ ചിഷോം, ഇലീനർ റൂസ് വെൽറ്റ് എന്നിവരുടെ വിശ്വപ്രസിദ്ധ പ്രഭാഷണങ്ങളും ലഘുജീവിതരേഖയുമാണ് ഈ ഗ്രന്ഥത്തിൽ ഉൾക്കൊള്ളുന്നത്.

ജീവിതസന്ദേശങ്ങൾക്ക് പ്രാമുഖ്യം നൽകി രചിക്കപ്പെട്ട ഈ ഗ്രന്ഥം വായനക്കാരനെ പിടിച്ചിരുത്താൻ പോന്ന തരത്തിൽ ചടുലവും ആശയസമ്പുഷ്ടവുമാണ്.

ഈ ഗ്രന്ഥത്തിന്റെ പ്രാഥമിക പരിശോധന നിർവഹിച്ച രാജൻ തിരുവോത്തിനോട് ഞങ്ങൾക്കുള്ള കൃതജ്ഞത ഇവിടെ രേഖപ്പെടുത്തട്ടെ.

ചിന്ത പബ്ലിഷേഴ്സ്

1

മദർതെരേസ

മദർതെരേസ 1910 ആഗസ്റ്റ് 26-ാം തീയതി യുഗോസ്ലാവിയായിൽ ജനിച്ചു. പതിനെട്ടാം വയസിൽ കന്യാസ്ത്രീയായി മാറി. കൊൽക്കത്തയിലെ ലോറെറ്റോ കോൺവെന്റുകളിൽ പഠിപ്പിക്കുന്നതിനുവേണ്ടിയാണ് അവർ ഇന്ത്യയിലേക്കു വന്നത്.

1950 ൽ വിഖ്യാതമായ 'മിഷനറീസ് ഓഫ് ചാരിറ്റി'യെന്ന സന്യാസിനിസഭ സ്ഥാപിച്ചു. അധികം വൈകാതെ രാജ്യത്തിനകത്തും പുറത്തും സഭയുടെ വകയായി വിദ്യാലയങ്ങളും ആതുരാലയങ്ങളും പ്രവർത്തനമാരംഭിച്ചു. വീടില്ലാത്ത എത്രയോ ആളുകൾക്ക് അഭയസങ്കേതങ്ങൾ നിർമിച്ചുകൊടുത്തു.

സ്നേഹിക്കപ്പെടാത്തവർക്ക് സ്നേഹം പകർന്നു നൽകുന്നതിനായി സ്വജീവിതം ബലിയർപ്പിച്ച മദർതെരേസയെ രാജ്യവും രാജ്യാന്തരലോകവും ബഹുമതികളും സമ്മാനങ്ങളും നൽകി ആദരിക്കുകയുണ്ടായി. എത്ര ഉന്നതമായ ബഹുമതിക്കും അർഹതയുള്ള മഹദ്വ്യക്തിത്വമായിരുന്നു മദറിന്റേത്.

എന്തെങ്കിലും പ്രതിഫലം നൽകി കുറച്ചുകാണാൻ കഴിയുന്ന ഒന്നായിരുന്നില്ല അവരുടെ വിശുദ്ധകർമം. ഈലോകത്തുനിന്ന് വിട പറയുന്ന

തുവരെ അവരത് അക്ഷീണം തുടർന്നു. 1997 സെപ്തംബർ 5-ന് കൊൽക്കത്തയിൽവച്ച് അവർ ഈ ലോകത്തുനിന്ന് വിടവാങ്ങി. മദർ തെരേസ ഒരു ഇന്ത്യാക്കാരിയായി ജീവിക്കുകയും മരിക്കുകയും ചെയ്തതിൽ കൊൽക്കത്തയ്ക്കും ഇന്ത്യക്കും അഭിമാനിക്കാം. അവരുടെ മരണത്തിലൂടെ ഇന്ത്യക്ക് കൃപാമയിയായ ഒരു മാലാഖയെയാണ് നഷ്ടമായത്. ആ വെള്ളിയാഴ്ച ലോകത്തിനൊരു കറുത്തദിനം തന്നെയായിരുന്നു. അവർ തുടങ്ങിവച്ച പ്രവർത്തനം യാതൊരു തടസവുമില്ലാതെ മുന്നോട്ടു കൊണ്ടുപോവുകയാണ് ലോകത്തൊട്ടുക്കുമുള്ള അനുയായികൾ.

1979 ഡിസംബർ 11-ന് നോബൽ സമ്മാനവേദിയിൽ നടത്തിയ പ്രസംഗം

നോബൽസമ്മാനം ലഭിച്ചതിന് ദൈവത്തിനോട് നന്ദിപറയുവാൻ വേണ്ടിയാണ് നാമിന്നിവിടെ സംഗമിച്ചിരിക്കുന്നത്. ഈ സംഗമം എന്നെ എപ്പോഴും അത്ഭുതപ്പെടുത്തിയിട്ടുള്ള അസീസിയിലെ ഫ്രാൻസിസ് പുണ്യവാളന്റെ പ്രാർഥനയോടുകൂടി ആരംഭിക്കുന്നതാണ് ഉത്തമമെന്നെനിക്കു തോന്നുന്നു. നമുക്കെല്ലാവർക്കും പ്രിയങ്കരമായ ഈ പ്രാർഥന എല്ലാ വിശുദ്ധസംഗമവേളകളിലും ആലപിക്കപ്പെടാറുണ്ട്. നാനൂറ്റി അമ്പത് വർഷങ്ങൾക്കുമുമ്പ് നാമിന്നനുഭവിച്ചുകൊണ്ടിരിക്കുന്ന അതേ വൈതരണികളെ നേരിടേണ്ടിവന്ന അവസരത്തിൽ ഫ്രാൻസിസ് പുണ്യവാളൻ ചിട്ടപ്പെടുത്തിയ പ്രാർഥന ഇപ്പോഴും നമുക്ക് പ്രയോജനപ്പെടുത്താൻ കഴിയുന്നുണ്ടെന്നുള്ളത് ഞാൻ അത്ഭുതത്തോടു കൂടിയാണ് നോക്കിക്കാണുന്നത്. നിങ്ങളിൽ ചിലർക്ക് അതറിയാമെന്ന് ഞാൻ വിചാരിക്കുന്നു. അതുകൊണ്ട് നമുക്ക് കൂട്ടായി പ്രാർഥിക്കാം.

ഇന്നിവിടെ ഒത്തുചേരാനവസരം ലഭിച്ചതിന് നമുക്കൊന്നിച്ച് ദൈവത്തോടു നന്ദിപറയാം. ഇപ്പോൾ നാമനുഭവിക്കുന്ന സമാധാനം, നമ്മെ ഓർമപ്പെടുത്തുന്നത് അതിൽ ജീവിക്കുന്നതിനു വേണ്ടിയാണ് നാം സൃഷ്ടിക്കപ്പെട്ടതെന്നാണ്. ആ സദ്‌വാർത്ത ജനങ്ങളെ അറിയിച്ച ആദ്യത്തെ മനുഷ്യൻ യേശുവാണെന്നും അതുനമ്മെ ഓർമപ്പെടുത്തുന്നു. ദൈവപുത്രനായ അവൻ പാപത്തിലൊഴികെ മറ്റെല്ലാക്കാര്യത്തിലും നമ്മെപ്പോലെ തന്നെയാണ്. താൻ ഭൂമിയിലവതരിച്ചത് ആ സദ്‌വാർത്ത എല്ലാവരെയും അറിയിക്കുവാനാണെന്ന് അവൻ ഉച്ചൈസ്തരം ഉദ്ഘോഷിക്കുന്നു. ആ സദ്‌വാർത്ത സന്മനസുള്ളവർക്ക് സമാധാനം എന്നതായിരുന്നു. അതാണ് നമുക്കെല്ലാവർക്കും ഇന്നാവശ്യം - മനസ്സമാധാനം. ദൈവം ലോകത്തെ അത്യധികം സ്നേഹിച്ചതുകൊണ്ടാണ് തന്റെ പുത്രനെ ഭൂമിയിലേക്കയച്ചത്. അതൊരു ദാനം തന്നെയായിരുന്നു. കന്യാമറിയത്തിലൂടെയാണ് ദൈവം അതു നിർവഹിച്ചത്. അവളപ്പോൾ എന്തു ചെയ്തുവെന്നറിയേണ്ടേ?

തന്റെ ശരീരത്തിനുള്ളിലേക്ക് അവൻ പ്രവേശിച്ചയുടൻ തന്നെ ആ വാർത്തയുമായി അവൾ പുറപ്പെട്ടു. ചാർച്ചക്കാരിയായ എലിസബത്തിന്റെ

വീട്ടിലേക്ക് വാർത്തയുമായി കടന്നുചെല്ലവേ, എലിസബത്തിന്റെ വയറിലുണ്ടായിരുന്ന കുട്ടി സന്തോഷംകൊണ്ടു തുള്ളിച്ചാടി. ഭൂമിയിൽ പിറന്നുവീണിട്ടില്ലായിരുന്ന ആ കുട്ടിയായിരുന്നു ദൈവത്തിന്റെ ആദ്യത്തെ സന്ദേശവാഹകൻ. സമാധാനത്തിന്റെ രാജകുമാരനായി അവൻ അംഗീകരിക്കപ്പെട്ടു. നിങ്ങൾക്കും എനിക്കും വേണ്ടിയുള്ള സദ്വാർത്തയുമായിട്ടാണ് യേശു വന്നിട്ടുള്ളതെന്ന് അവൻ തിരിച്ചറിഞ്ഞു. അതൊന്നും പോരാഞ്ഞിട്ട്, തനിക്കു മനുഷ്യരാശിയിലുള്ള വർധിച്ച സ്നേഹം വിളംബരം ചെയ്യുവാനെന്നവണ്ണം അവൻ കുരിശിലേറി. എനിക്കും നിങ്ങൾക്കും വേണ്ടി മാത്രമല്ല, കൊൽക്കത്തയിലും ആഫ്രിക്കയിലും ന്യൂയോർക്കിലും ലണ്ടനിലും ഓസ്കോവിലും ഉടുതുണിയില്ലാതെ അലയുന്ന പട്ടിണിപ്പാവങ്ങൾക്കും കുഷ്ഠരോഗികൾക്കും വേണ്ടിയാണ് യേശു കുരിശിലേറിയത്. അവൻ നമ്മിലോരോരുത്തരെയും സ്നേഹിക്കുന്നതു പോലെ നാം പരസ്പരം സ്നേഹിക്കപ്പെടണമെന്നാണ് യേശു ശഠിച്ചത്. സുവിശേഷത്തിൽ നാം വായിക്കുന്നു: ഞാൻ നിന്നെ സ്നേഹിച്ചതു പോലെ നീ മറ്റുള്ളവരെയും സ്നേഹിക്കുക. പിതാവ് സ്നേഹിച്ചതുപോലെ ഞാൻ നിങ്ങളെ സ്നേഹിക്കുന്നു. പിതാവ് അത്രയും സ്നേഹം കനിഞ്ഞു നൽകിയവനെയാണ് നമുക്കുതന്നത്. പരസ്പരം അത്രയും അഗാധമായി സ്നേഹിക്കപ്പെടണമെങ്കിൽ നാം ചില ത്യാഗങ്ങൾക്ക് തയാറാവേണ്ടതുണ്ട്. ഒരാൾക്കും പറയാൻ കഴിയില്ല; ഞാൻ ദൈവത്തെ സ്നേഹിക്കുന്നു, എന്നാൽ തൊട്ടയൽപ്പക്കത്തുള്ളവനെ സ്നേഹിക്കുന്നില്ലെന്ന്. എന്നും കാണുകയും സ്പർശിക്കുകയും ഒത്തൊരുമിച്ചു ജീവിക്കുകയും ചെയ്യുന്ന അയൽക്കാരനെ സ്നേഹിക്കാൻ കഴിയാത്തൊരാൾക്കെങ്ങനെയാണ് ഒരിക്കലും കാണാൻ കഴിയാത്ത ദൈവത്തെ സ്നേഹിക്കാനാവുക. അതുകൊണ്ട് നാം മനസിലാക്കേണ്ടുന്ന വസ്തുത, ആ സ്നേഹം യാഥാർഥ്യമാക്കുവാൻ പലതും ത്യജിക്കേണ്ടതായിട്ടുണ്ടെന്നതാണ്. നമുക്ക് സ്നേഹം തരാൻ യേശു പീഡനമേറ്റു വാങ്ങി. സ്നേഹം അവന് മുറിപ്പാടുകൾ നൽകി. എന്നിട്ട് ആ സ്നേഹം എന്നെന്നും ഓർമിക്കപ്പെടുന്നുവെന്നുറപ്പിക്കുവാനായി, സ്വജീവൻ തന്നെ ബലിയർപ്പിച്ചു. ദൈവസ്നേഹത്തിനുവേണ്ടി നമുക്ക് വിശക്കുന്നു. കാരണം അവന്റെ ഛായയിലാണ് നാം സൃഷ്ടിക്കപ്പെട്ടിട്ടുള്ളത്. സ്നേഹിക്കുവാനും സ്നേഹിക്കപ്പെടുവാനും വേണ്ടിയാണ് നാം സൃഷ്ടിക്കപ്പെട്ടിട്ടുള്ളത്. നമുക്കിടയിൽ അതുറപ്പാക്കാൻ അവൻ മനുഷ്യനായി ഭൂമിയിൽ അവതരിച്ചു. വിശക്കുന്നവനെയും, ഉടുവസ്ത്രമില്ലാത്തവനെയും ഭവനരഹിതനെയും രോഗാതുരനെയും തടവുകാരനെയും ഏകാകിയെയും അനാഥനെയും സൃഷ്ടിച്ചത് അവൻ തന്നെയാണ്. എന്നിട്ടു പറഞ്ഞു: നിനക്കുവേണ്ടി ഞാനതു ചെയ്തു. നമ്മുടെ സഹോദരങ്ങൾക്ക് ഏറ്റവും കൂടുതൽ ആവശ്യമുള്ളത് സ്നേഹമാണ്. അതിനുവേണ്ടിയുള്ള വിശപ്പാണ്, നമ്മുടെ ഭവനങ്ങളിലടക്കം ഞാനും നിങ്ങളും തിരിച്ചറിയേണ്ടത്.

ഒരിക്കൽ ഒരു ഭവനം സന്ദർശിക്കുവാൻ കിട്ടിയ അവസരം ഞാനൊ

രിക്കലും മറക്കുകയില്ല. മക്കളെല്ലാം കൂടിച്ചേർന്നു തങ്ങളുടെ വൃദ്ധമാതാക്കളെ കൊണ്ടു ചെന്നാക്കിയതിനുശേഷം, ഒരുപക്ഷേ, മറന്നുകളഞ്ഞ ഒരു സ്ഥാപനമായിരുന്നു അത്. ഞാനവിടെ ചെന്നപ്പോൾ നിരവധി മനോഹരമായ വസ്തുക്കളടക്കം അവർക്കു വേണ്ടതെല്ലാം കണ്ടു. എന്നാൽ അവരെല്ലാം വാതിൽപ്പടിയിലേക്ക് നോക്കിയിരിക്കുകയായിരുന്നു. പുഞ്ചിരി പ്രസാദമുള്ള ഒരുമുഖംപോലും കാണാൻ കഴിഞ്ഞില്ല. ഞാൻ അവിടെയുണ്ടായിരുന്ന കന്യാസ്ത്രീയോടു ചോദിച്ചു: എന്താണിങ്ങനെ? ഇവിടെയെല്ലാമുണ്ടായിരുന്നിട്ടും അവരെന്തേ വാതിൽപ്പടിയിലേക്ക് നോക്കിയിരിക്കുന്നു? ഒന്നു പുഞ്ചിരിക്കുകപോലും ചെയ്യാത്തതെന്തുകൊണ്ടാണ്?... ഞാൻ ഒന്നു പുഞ്ചിരിക്കുകപോലും ചെയ്യാത്ത മുഖങ്ങളെ ഒരിക്കലും കണ്ടിട്ടില്ല; അവശരായിരിക്കുന്നവരുടെയിടയിൽപ്പോലും. അപ്പോൾ കന്യാസ്ത്രീ പറഞ്ഞു: മകനോ മകളോ, ആരെങ്കിലും ഒരു കൂട്ടർ തങ്ങളെ കാണാൻ വരുമെന്ന് ചിന്തിച്ച് ഓരോ ദിവസവും പ്രത്യാശയോടെ കാത്തിരിക്കുകയാണ് ആ മനുഷ്യർ. മക്കളുടെ മറവി അവരെ മുറിപ്പെടുത്തുന്നു. നോക്കൂ - ഇവിടെയാണ് സ്നേഹം കടന്നുവരേണ്ടത്. സ്നേഹം നിഷേധിക്കപ്പെടുമ്പോൾ ഈ ദാരിദ്ര്യം നമ്മുടെ വീട്ടിലും കടന്നുവരാം. നമ്മുടെ കുടുംബത്തിൽ തന്നെയുണ്ടാകും, രോഗപീഡയനുഭവിക്കുന്നവരും ഉൽക്കണ്ഠയുള്ളവരുമൊക്കെ. അതനുഭവിക്കുന്നവരുടെ ബുദ്ധിമുട്ടുകൾ മറ്റുള്ളവർക്ക് എളുപ്പം മനസിലാവുകയില്ല. മക്കളെ പരിചരിക്കുന്ന അമ്മമാരെപ്പോലെ, ആ സന്ദർഭത്തിൽ ഇത്തരക്കാരെ സമാശ്വസിപ്പിക്കുവാൻ നാമുണ്ടാകുമോ?

പാശ്ചാത്യലോകത്ത് ധാരാളം യുവതീയുവാക്കൾ മദ്യത്തിനടിമകളാണെന്ന വാർത്ത എന്നെ ഞെട്ടിപ്പിച്ചിട്ടുണ്ട്. ഞാനതിന്റെ കാരണം അന്വേഷിച്ചപ്പോൾ കിട്ടിയ ഉത്തരം ഇതായിരുന്നു: അവരെ പരിഗണിക്കുവാൻ കുടുംബത്തിലാരുമില്ല. മാതാപിതാക്കൾ തിരക്കിലാണ്; അവർക്കൊന്നിനും സമയമില്ല. അല്ലെങ്കിൽ ചെറുപ്പക്കാരായ മാതാപിതാക്കൾ വേറെയിടങ്ങളിൽ തൊഴിൽ ചെയ്യുകയാണ്; അതുകൊണ്ടവരുടെ കുട്ടികൾ തെരുവുകളിലേക്കിറങ്ങി ഇഷ്ടമുള്ള പ്രവൃത്തികളിൽ മുഴുകുകയാണ്. നാം സമാധാനത്തെപ്പറ്റി സംസാരിക്കുന്നു. സമാധാനം ഇല്ലാതാക്കുന്ന ഇത്തരം വസ്തുതകളെ കണ്ടില്ലെന്നു നടിക്കുന്നു. എനിക്കു തോന്നുന്നത് ഈ കൂട്ടത്തിൽ ഏറ്റവും വർജ്യമായത് ഗർഭഛിദ്രമാണെന്നാണ്. കാരണം അത് നേരിട്ടുള്ള യുദ്ധമാണ്. കണ്ടുകൊണ്ടുള്ള കൊലപാതകമാണ്. പെറ്റമ്മമാർ നടത്തുന്ന ക്രൂരതയാണ്. നാം വിശുദ്ധഗ്രന്ഥത്തിൽ വായിക്കുന്നു: ഒരമ്മയ്ക്ക് സ്വന്തം കുഞ്ഞിനെ മറക്കാൻ കഴിഞ്ഞാലും - ഞാൻ നിന്നെ മറക്കില്ല - എന്റെ ഉള്ളംകൈയിൽ നിന്നാണ് നിന്നെ സൃഷ്ടിച്ചത്. നമ്മളെല്ലാം അവന്റെ ഉള്ളംകൈയിൽ നിന്ന് സൃഷ്ടിക്കപ്പെട്ടതാണ്. അതുകൊണ്ട് പിറക്കാൻ പോകുന്ന കുഞ്ഞുങ്ങൾ ദൈവസാന്നിധ്യം അടുത്തനുഭവിക്കുന്നവരാണ്. വിശുദ്ധഗ്രന്ഥത്തിൽ എന്റെ ഉള്ളിൽ തട്ടിയ വാചകത്തിന്റെ തുടക്കമിതാണ്. ഒരമ്മയ്ക്ക് മറക്കാനസാധ്യമായത് സാധ്യമാ

യാൽപ്പോലും - ഞാൻ നിന്നെ മറക്കില്ല. എന്നാലിന്ന് സമാധാനമില്ലാതാക്കുന്ന ഏറ്റവും വലിയ പാപമായി ഗർഭഛിദ്രം മാറിയിരിക്കുന്നു. നാമിന്നിവിടെ എത്തിച്ചേർന്നവരെല്ലാം മാതാപിതാക്കൾക്ക് വേണ്ടപ്പെട്ടവരാണ്. അവർ ഇതുചെയ്തിരുന്നുവെങ്കിൽ നാമിന്നിവിടെ ഉണ്ടാകുമായിരുന്നില്ല. നമുക്ക് കുട്ടികളെ ആവശ്യമുണ്ട്. അവർ സ്നേഹിക്കപ്പെട്ടേ മതിയാവൂ. എന്നാലിന്ന് ഈ ഭൂമിയിലെ ആയിരക്കണക്കിന് കുരുന്നുകളുടെ സ്ഥിതിയെന്താണ്? പലയാളുകളും ഇന്ത്യയിലെയും ആഫ്രിക്കയിലെയും കുട്ടികളുടെ കാര്യത്തിൽ വലിയ താൽപ്പര്യം കാണിക്കുന്നുണ്ട്. ഇവിടങ്ങളിൽ കുറെ കുട്ടികൾ ദാരിദ്ര്യം മൂലമോ പോഷണക്കുറവുകൊണ്ടോ മരണപ്പെടുന്നുമുണ്ട്. എന്നാൽ ആയിരങ്ങൾ അമ്മമാരാൽ കൊല ചെയ്യപ്പെട്ടുകൊണ്ടിരിക്കുന്നു. അമ്മമാരുടെ ഈ ദുഷ്കർമമാണ് സമാധാനം തകർത്തു കളയുന്നത്. ഒരമ്മയ്ക്ക് സ്വന്തം കുഞ്ഞിനെ കൊല്ലാൻ സാധിക്കുമെങ്കിൽ പിന്നെ നിങ്ങളെന്നെ കൊല്ലുന്നതിലും ഞാൻ നിങ്ങളെ കൊല്ലുന്നതിലും എന്താണ് തെറ്റ്? — അവിടെ വകതിരിവുകളൊന്നും പ്രസക്തമല്ല. ഇന്ത്യയിലായിരുന്നാലും മറ്റെവിടെയായിരുന്നാലും എന്റെ അപേക്ഷയിതാണ്: നമുക്ക് കുട്ടികളെ സംരക്ഷിക്കാം. ഈ വർഷം ശിശുവർഷമായിട്ടാണാചരിക്കുന്നത്. കുട്ടികൾക്കുവേണ്ടി നാം എന്താണ് ചെയ്തിട്ടുള്ളത്? ഞാൻ ലോകത്തെല്ലായിടത്തും ഓടിനടന്ന് വർഷത്തിന്റെ തുടക്കത്തിൽ തന്നെ പറഞ്ഞു: ഈ വർഷം ജനിച്ചതും ജനിക്കാൻ പോകുന്നതുമായ എല്ലാ കുട്ടികളെയും നമുക്ക് വേണ്ടപ്പെട്ടവരായി വളർത്താം. ഇപ്പോൾ വർഷാവസാനമായിരിക്കുന്നു. അങ്ങനെ ചെയ്യാൻ നമുക്ക് സാധിച്ചിട്ടുണ്ടോ? മറ്റൊരുകാര്യം നിങ്ങളുടെ ശ്രദ്ധയിൽപ്പെടുത്താൻ ആഗ്രഹിക്കുന്നു. ഞങ്ങൾ ദത്തെടുക്കലിനെ ഗർഭഛിദ്രത്തിനെതിരെയുള്ള മുഖ്യ ആയുധമായി ഉപയോഗപ്പെടുത്തിക്കൊണ്ടിരിക്കുകയാണ്. ആയിരക്കണക്കിനു കുട്ടികൾക്കാണ് അതുവഴി ജീവിക്കാനുള്ള അവസരം പ്രദാനം ചെയ്യപ്പെട്ടത്. ആശുപത്രികളിലേക്കും പൊലീസ് സ്റ്റേഷനുകളിലേക്കുമൊക്കെ ഞങ്ങൾ ഇതുസംബന്ധിച്ചൊരു സന്ദേശം അയച്ചിട്ടുണ്ട്: കുട്ടികളെ നശിപ്പിക്കരുത്, ഞങ്ങൾ സ്വീകരിച്ചോളാം, എന്നാണതിൽ അഭ്യർഥിച്ചത്. അവിവാഹിതകളായ അമ്മമാരിൽനിന്നും രാവും പകലുമെന്നില്ലാതെ പ്രതീക്ഷാനിർഭരമായ മറുപടികൾ ലഭിച്ചുകൊണ്ടിരുന്നു. ഇതുമായി ബന്ധപ്പെട്ട് മറ്റുചില കാര്യങ്ങൾകൂടി ഞങ്ങൾ ചെയ്യുന്നുണ്ട്. നമ്മുടെ യാചകന്മാർ, ചേരിനിവാസികൾ, തെരുവുമനുഷ്യർ എന്നിവരെയെല്ലാം സ്വാഭാവികമായ കുടുംബാസൂത്രണ മാർഗങ്ങളെക്കുറിച്ച് അവബോധമുള്ളവരാക്കി മാറ്റുന്നതിനുള്ള പ്രവർത്തനമാണത്.

സ്വയം നിയന്ത്രണത്തിലൂടെയും പരസ്പരസ്നേഹത്തിലൂടെയും നടപ്പിലാക്കാവുന്ന സ്വാഭാവികമായ കുടുംബാസൂത്രണ മാർഗങ്ങൾ വ്യാപകമായി സ്വീകരിക്കപ്പെട്ടതിന്റെ ഫലമായി കഴിഞ്ഞ ആറുവർഷത്തിനുള്ളിൽ ഞങ്ങൾക്ക് സംരക്ഷിക്കേണ്ടിവന്ന കുട്ടികളുടെ എണ്ണം 61,273 മാത്രമാണ്. സ്വാഭാവികമായ കുടുംബാസൂത്രണമാർഗങ്ങളെ സംബന്ധിച്ച്

ഞങ്ങൾ വളരെ വ്യക്തമായി വിശദീകരിച്ചു കൊടുത്തതിന്റെ ഫലമാണിത്. ആ സന്ദർഭത്തിൽ ആളുകൾ പറഞ്ഞതെന്താണെന്നോ? ഞങ്ങളുടെ കുടുംബം ശക്തിപ്പെട്ടു, കൂടുതൽ ഐക്യപ്പെട്ടു. ആവശ്യമുള്ളപ്പോൾ മതി കുട്ടികളെന്ന് ബോധ്യപ്പെട്ടു, എന്ന്. ഒരു കാര്യം വ്യക്തമാണ്, യാചകന്മാർക്കും തെരുവാധാരമായവർക്കുമെല്ലാം ഇതൊക്കെ ബോധ്യമാവുന്നുണ്ടെങ്കിൽ, ഈ മാർഗങ്ങളവലംബിച്ചുകൊണ്ട് ദൈവഹിതത്തിനെതിരായ പ്രവർത്തനത്തിൽ നിന്നും വിട്ടുനിൽക്കാൻ നമുക്കും തീർച്ചയായും കഴിയും.

പാവപ്പെട്ട ജനങ്ങൾ എത്രയോ മഹത്വമുള്ളവരാണ്. അവർക്ക് പല പാഠങ്ങളും നമ്മെ പഠിപ്പിക്കാൻ കഴിയും. അവരിലൊരാൾ കഴിഞ്ഞൊരു ദിവസം കാണാൻ വന്നപ്പോൾ പറഞ്ഞു: കുടുംബാസൂത്രണം ഞങ്ങളെ പഠിപ്പിക്കുവാൻ ഏറ്റവും അനുയോജ്യർ വിവാഹ ജീവിതം ഉപേക്ഷിച്ച നിങ്ങൾ തന്നെയാണ്. കാരണം, അതിന് സ്വയം നിയന്ത്രണവും സ്നേഹവുമല്ലാതെ മറ്റൊന്നും ആവശ്യമില്ല. ആ പറഞ്ഞതിൽ മഹത്തായൊരു പാഠമുണ്ടെന്ന് എനിക്കു തോന്നി. ഭക്ഷണം കഴിക്കാൻ വകയും തലചായ്ക്കാനിടവുമില്ലാത്ത പാവങ്ങളാണവരൊക്കെ. എന്നാൽ അവരാണ് മഹാത്മാക്കൾ, അത്ഭുതങ്ങൾ സൃഷ്ടിക്കുന്നവർ. ഒരു സായന്തനത്തിൽ തെരുവിലേക്കിറങ്ങിയ അവസരത്തിൽ ഞങ്ങൾക്കു നാലുപേരെ കിട്ടി. ഒരാളുടെ സ്ഥിതി പരമദയനീയമായിരുന്നു. അതുകൊണ്ട് ഞാൻ ആ കന്യാസ്ത്രീകളോടു പറഞ്ഞു: നിങ്ങൾ മറ്റു മൂന്നുപേരെ പരിചരിച്ചുകൊള്ളുക. ഇവളുടെ സ്ഥിതി വളരെ മോശമാണ്, ഞാനവളെ ശുശ്രൂഷിക്കട്ടെ. സ്നേഹംകൊണ്ടു സാധ്യമായതെല്ലാം ഞാനയാൾക്ക് പകർന്നു കൊടുത്തു. ഒരു മെത്തയിൽ കിടത്തിയപ്പോൾ ആ മുഖത്തു വിരിഞ്ഞ മന്ദഹാസം മറക്കാനാവില്ല. എന്റെ കരം ഗ്രഹിച്ചുകൊണ്ട് അവൾ ഒരു വാക്ക് മാത്രം മൊഴിഞ്ഞു: നന്ദിയുണ്ട്-പിന്നെ കണ്ണടച്ചു.

നിസ്സഹായയായിപ്പോയ ആ നിമിഷത്തിൽ അവളുടെ സ്ഥാനത്തു ഞാനായിരുന്നുവെങ്കിൽ എന്തു പറയുമായിരുന്നുവെന്നു സങ്കൽപ്പിച്ചു നോക്കി. ഉത്തരം വളരെ ലളിതമാണ്. വിശക്കുന്നെന്നും ഞാൻ മരിക്കാൻ പോവുകയാണെന്നും അതു താ, ഇതു താ എന്നൊക്കെ പറഞ്ഞ് എനിക്കുനേരെ മറ്റുള്ളവരുടെ നിരന്തര ശ്രദ്ധയാകർഷിക്കാൻ ശ്രമിക്കും. അവളെനിക്കു സ്നേഹമാണ് തന്നത്. മുഖത്തു വിടർന്നൊരു പുഞ്ചിരിയുമായി വിട കൊള്ളുകയാണ് ചെയ്തത്. ഓടയിൽ നിന്നു കണ്ടെത്തിയ പുഴുവരിച്ച മറ്റൊരു മനുഷ്യനെയും ഞങ്ങൾ വീട്ടിലേക്കു കൊണ്ടുവന്നിരുന്നു. ആ മനുഷ്യനും പറഞ്ഞത് അയാൾ തെരുവുകളിൽ മൃഗതുല്യനായിട്ടാണ് ജീവിച്ചതെന്നും ഒരു മാലാഖയായി മാറിയതിനു ശേഷമാണ് മരിക്കുന്നതെന്നുമാണ്. അങ്ങനെ സംസാരിക്കുമ്പോഴുള്ള അയാളുടെ മഹത്വം എന്നെ ആശ്ചര്യപ്പെടുത്താതിരുന്നില്ല. ആരെയും കുറ്റപ്പെടുത്താതെ, ശപിക്കാതെ, താരതമ്യം ചെയ്യാതെ അയാൾ ഈ ലോകത്തോടു വിട പറഞ്ഞു. മാലാഖയെപോലെ തന്നെ - ഇതാണ് പാവപ്പെട്ടവരുടെ മഹത്വം.

അതുകൊണ്ടാണ് യേശു നമ്മളോടു പറഞ്ഞത്: “എനിക്കു വിശക്കുന്നുണ്ടായിരുന്നു, ഞാൻ നഗ്നനായിരുന്നു - ഞാൻ അഭയമില്ലാത്തവനായിരുന്നു - ഞാൻ വേണ്ടപ്പെട്ടവനും സ്നേഹിക്കപ്പെട്ടവനും സംരക്ഷിക്കപ്പെട്ടവനുമായിരുന്നില്ല. നീയെനിക്കതു തന്നു.”

നമ്മളൊന്നും യഥാർഥ സാമൂഹ്യപ്രവർത്തകരല്ലെന്നാണ് ഞാൻ വിശ്വസിക്കുന്നത്. മറ്റുള്ളവർ കാണുന്നതിനുവേണ്ടിയുള്ള സാമൂഹ്യപ്രവർത്തനമാണ് നാം നടത്തുന്നത്. എന്നാൽ ലോകത്തിന്റെ മുമ്പിൽ നാം ധ്യാനനിരതരായിരിക്കുകയാണ്. കാരണം ഇരുപത്തിനാലു മണിക്കൂറും യേശുനാഥന്റെ സാന്നിധ്യമനുഭവിക്കുന്നവരാണ് നമ്മളെല്ലാവരും. ആ സാന്നിധ്യം നിങ്ങളോടൊപ്പം ജീവിക്കുകയും പ്രാർഥിക്കുകയും ചെയ്യുന്ന കുടുംബാംഗങ്ങൾക്കും അനുഭവവേദ്യമാകണം. ഞാൻ വിചാരിക്കുന്നത് നമ്മുടെ കുടുംബങ്ങളിൽ ശാന്തിയും സമാധാനവും ഉണ്ടാക്കുവാനും ഇല്ലാതാക്കുവാനും ബോംബുകളും തോക്കുകളും ആവശ്യമില്ലെന്നാണ്. ഒന്നുകൂടിയിരിക്കുക, പരസ്പരം സ്നേഹിക്കുക, ഓരോരുത്തരും അവരവരുടെ ഭവനങ്ങളിലെ ശക്തമായ സാന്നിധ്യമായിരിക്കുക-അതാണാവശ്യം. അതിലൂടെ ലോകത്തിലെ തിന്മകളെ തോൽപ്പിക്കുവാൻ നമുക്ക് സാധിക്കും.

ക്ലേശങ്ങളും വെറുപ്പും ദുരിതങ്ങളും എങ്ങും കൊടികുത്തി വാഴുമ്പോൾ, ആത്മാർപ്പണത്തിലൂടെയും പ്രാർഥനയിലൂടെയും ഒരു നല്ല തുടക്കം വീടുകളിൽ നിന്നാണുണ്ടാവേണ്ടത്. സ്നേഹം നട്ടുമുളയ്ക്കേണ്ടത് വീടുകളിൽവെച്ചുതന്നെയാണ്. സ്നേഹത്തിനു വേണ്ടി നാമെന്തു മാത്രം ചെയ്യുന്നുവെന്നല്ല, നാം ചെയ്യുന്ന കാര്യങ്ങൾ സ്നേഹപൂർവമാണോയെന്നതാണ് പ്രധാനം. സർവശക്തനായ ദൈവത്തിന് നാം എന്തുമാത്രം ചെയ്യുന്നുവെന്നത് പ്രധാനമല്ല. കാരണം അവൻ കാലാതീതനാണ്. നമ്മുടെ ഓരോ പ്രവർത്തനവും സ്നേഹം വിതറുന്നതാവണം. ദൈവത്തിനുവേണ്ടി അതെത്രമാത്രം ചെയ്യാൻ കഴിയുന്നുവോ, അതാണ് യഥാർഥ സേവനം.

കൊൽക്കത്തെയിൽ കുറച്ചുകാലം മുമ്പ് പഞ്ചസാരയ്ക്ക് വലിയ ക്ഷാമമനുഭവപ്പെട്ടിരുന്നു. കുട്ടികൾ എങ്ങനെയാണ് ആ വാർത്തയറിഞ്ഞെതെന്നറിയില്ല. നാലു വയസുകാരനായ ഒരു ഹിന്ദു കുട്ടി വീട്ടിൽപ്പോയി അവന്റെ അമ്മയോടു പറഞ്ഞു. എനിക്കു മൂന്നു ദിവസത്തേക്കു പഞ്ചസാര വേണ്ട. ആ പഞ്ചസാര ഞാൻ മദർതെരേസയുടെ കുട്ടികൾക്ക് നൽകും. രണ്ടുമൂന്നു ദിവസത്തിനുശേഷം മാതാപിതാക്കൾ അവനെ ഞങ്ങളുടെ ഭവനത്തിലേക്കു കൊണ്ടുവന്നു. എനിക്കവരെ മുമ്പ് കണ്ടുപരിചയം ഉണ്ടായിരുന്നില്ല. എന്റെ പേര് ശരിക്കുച്ചരിക്കാൻ ആ കുട്ടിക്കു കഴിയുമായിരുന്നില്ലെങ്കിലും വന്നത് എന്തിനെന്ന് വ്യക്തമായി പറയാൻ അവന് സാധിച്ചു. സ്നേഹം പങ്കുവയ്ക്കാനാണ് വന്നതെന്ന് അവനറിയാമായിരുന്നു.

അങ്ങനെ നിങ്ങളിൽ നിന്നെല്ലാം അകമഴിഞ്ഞ സ്നേഹം ഞാനനുഭവിച്ചു. ഇവിടെയെത്തിച്ചേർന്ന നിമിഷം മുതൽ ഞാൻ സ്നേഹസാഗര

ത്തിൻ നടുവിലാണ്. ഉള്ളറിഞ്ഞുറയുന്ന യഥാർഥ സ്നേഹമാണത്. ഇന്ത്യയിലും ആഫ്രിക്കയിലുമൊക്കെയുള്ള ഓരോരുത്തരോടും നിങ്ങൾക്കെന്തോ പ്രത്യേക സ്നേഹമുള്ളതുപോലെ തോന്നി. നമ്മുടെ ഭവനത്തിലെത്തിയതുപോലുണ്ടല്ലോ എന്നു ഞാൻ സഹോദരിയോടു പറഞ്ഞു. ഇതും എന്റെ വീടുതന്നെയാണ്, ഇതാ ഇവിടെ തന്നെ.

നിങ്ങളുടെ വീട്ടിൽ തന്നെയുള്ളവർക്ക് ആദ്യം സ്നേഹം പകർന്നുകൊടുക്കണമെന്നാണ് ഞാനിവിടെയിന്ന് നിങ്ങളോടു പറയാനുദ്ദേശിക്കുന്ന പ്രധാനപ്പെട്ട കാര്യം. ആ സദ്വാർത്ത ആദ്യം അവരറിയട്ടെ. പിന്നെ നിങ്ങളുടെ തൊട്ടയൽപ്പക്കത്തുള്ളവരറിയട്ടെ. അവർ എങ്ങനെയുള്ളവരാണെന്ന് നിങ്ങൾക്കറിയാമോ? എനിക്ക് എട്ടുകുട്ടികളുള്ള ഒരു ഹിന്ദുകുടുംബത്തിൽ നിന്നുണ്ടായ അനുഭവം പറയാം. ഒരു ദിവസം ഒരു മനുഷ്യൻ വന്നെന്നോടുപറഞ്ഞു: മദർതെരേസ, ഇവിടെയടുത്ത് എട്ടു കുട്ടികളുള്ള ഒരു കുടുംബം താമസിക്കുന്നുണ്ട്. അവർ ഭക്ഷണം കഴിച്ചിട്ട് കാലമേറെയായി. എന്തെങ്കിലും ചെയ്യണം. ഞാനുടനെ കുറച്ച് അരിയുമായി പുറപ്പെട്ടു. അവിടെ ചെന്നപ്പോൾ എന്താണ് കണ്ടത്? മുഖം വാടി കണ്ണും മിഴിച്ചിരിക്കുന്ന കുറെ കുട്ടികൾ. വിശപ്പിന്റെ ഇതുപോലുള്ള മുഖങ്ങൾ ഞാനൊത്തിരി കണ്ടിട്ടുണ്ട്. നിങ്ങളോ? അരി നൽകിയ ഉടനെ അവൾ അത് രണ്ടായി ഓഹരിവെച്ചു. ഒരു പകുതിയുമായി പുറത്തേക്കു പോയി. തിരിച്ചു വന്നപ്പോൾ ഞാൻ ചോദിച്ചു: നിങ്ങളെങ്ങോട്ടാണ് പകുതിയുമായി പോയത്? അവൾ ലളിതമായി പറഞ്ഞു; അപ്പുറത്ത്, അവരും പട്ടിണിയിലാണ്. എന്റെ ഉള്ളിൽത്തട്ടിയ കാര്യം അവൾക്ക് തന്റെ അയൽക്കാരെക്കുറിച്ച് - അതൊരു മുസ്ലിം കുടുംബമായിരുന്നു - അത്ര നന്നായറിയാമെന്നതായിരുന്നു. ആ സായന്തനത്തിൽ കൂടുതൽ അരി കൊണ്ടുവരാൻ ഞാൻ ശ്രമിച്ചില്ല. സ്നേഹംനിറഞ്ഞ ജീവിതം പങ്കുവയ്ക്കുമ്പോഴുണ്ടാകുന്ന സുഖം അവരനുഭവിക്കട്ടെയെന്നു കരുതി. ആ കുട്ടികൾ സ്നേഹസമ്പന്നയായ അമ്മയുമൊന്നിച്ച് ആഹ്ലാദിക്കുന്നത് കാണാൻ എനിക്കന്നു സാധിച്ചു. നിങ്ങളറിയണം, എവിടെയെല്ലാമാണ് യഥാർഥസ്നേഹം കളിയാടുന്നതെന്ന്. ഇവിടെയെനിക്ക് നിങ്ങൾ പകർന്നു തന്ന സ്നേഹത്തിന് ഞാൻ കടപ്പെട്ടിരിക്കുന്നു. അതും നല്ലൊരനുഭവമായിരുന്നു. ആ അനുഭവമായിട്ടാണ് ഞാൻ ഇന്ത്യയിലേക്കു തിരിച്ചുപോകുന്നത്. അടുത്ത പതിനഞ്ചോടുകൂടി, നിങ്ങളുടെ സ്നേഹാദരങ്ങൾ നെഞ്ചേറ്റി തിരിച്ചുപോകാമെന്നാണ് പ്രതീക്ഷ.

നിങ്ങളുടെ സമൃദ്ധികളിൽ നിന്നെന്തെങ്കിലുമൊന്നു ത്യജിക്കുവാൻ ഇതുവരെ തയാറായിട്ടുണ്ടാവില്ലെന്നാണ് എനിക്കു തോന്നുന്നത്. ഞാൻ നേരത്തെ പറഞ്ഞ കുട്ടികൾക്ക് വലിയ ആഹ്ലാദമുണ്ടായതിനു കാരണം അവർ വിശപ്പനുഭവിച്ചുവെന്നതാണ്. കുട്ടികൾക്ക് സ്നേഹവും അനുകമ്പയും സംരക്ഷണവും ആവശ്യമുണ്ട്, അത് രക്ഷിതാക്കളിൽ നിന്നുതന്നെ കിട്ടണം. അതു ബോധ്യപ്പെടുത്തിത്തന്ന ഈ അവസരം നമുക്ക് ലഭ്യമാക്കിയതിനു ദൈവത്തെ സ്തുതിക്കാം. ഇത്തരം അറിവുകളാണ് നമ്മെ

ഐക്യപ്പെടുത്തുന്നത്. ഇന്ത്യയിലെയും ആഫ്രിക്കയിലെയും കുട്ടികളെ മാത്രമല്ല, ലോകത്തെല്ലായിടത്തുമുള്ള കുട്ടികളെ സ്നേഹത്തിലൂടെ രക്ഷപ്പെടുത്താൻ നമുക്ക് സാധിക്കണം. ലോകത്തെല്ലായിടത്തും ഞങ്ങളുടെ സഹോദരിമാർ ചെയ്യുന്നത് അതാണ്. ഈ സമ്മാനം, സ്നേഹത്തിനുള്ള സമ്മാനമായി ഞാൻ സ്വീകരിക്കുന്നു. വീടില്ലാത്ത പാവങ്ങൾക്ക് വീടു നിർമിച്ചു കൊടുക്കാൻ ഞാനിത് ഉപയോഗിക്കും. പാവപ്പെട്ടവർക്ക് അഭയസങ്കേതങ്ങൾ ഉണ്ടാകുമ്പോൾ സ്നേഹം തടസ്സങ്ങളില്ലാതെ നിറഞ്ഞൊഴുകുമെന്ന് ഞാൻ വിശ്വസിക്കുന്നു. സ്നേഹം സമാധാനമാണെന്ന മഹത്സത്യം അതുവഴി പാവങ്ങളിലുമെത്തിക്കാൻ നമുക്ക് സാധിക്കും. കുടുംബത്തിൽ നിന്നും രാഷ്ട്രത്തിലേക്ക്, രാഷ്ട്രത്തിൽ നിന്നും ലോകത്തിലേക്ക് സ്നേഹം പടർന്നു പന്തലിക്കട്ടെ.

നമുക്കും ഞങ്ങളുടെ സഹോദരിമാർക്കും ഇത് പ്രാവർത്തികമാക്കണമെങ്കിൽ നമ്മുടെ ജീവിതം പ്രാർഥനാനിർഭരമായിരിക്കണം. യേശുവിലൂടെ പരസ്പരം മനസിലാക്കുവാനും പങ്കുവെയ്ക്കാനും സാധിക്കണം. അത്രയും കഷ്ടതകളാണ് നമുക്ക് ചുറ്റും കാണുന്നത്. യേശുവിന്റെ ജീവത്യാഗം ലോകത്തെ ദുരിതക്കയത്തിൽ നിന്നും മോചിപ്പിക്കുന്നതിനു വേണ്ടിയായിരുന്നു. അതും പങ്കുവയ്ക്കാനാണ് നാമിന്നിവിടെ ഒത്തുചേർന്നിരിക്കുന്നത്. ലോകജനതയുടെ കഷ്ടപ്പാടുകളും പങ്കുവയ്ക്കപ്പെടണം. ദരിദ്രരാഷ്ട്രങ്ങളിൽ മാത്രമല്ല, പാശ്ചാത്യ രാഷ്ട്രങ്ങളിലും പട്ടിണിയുണ്ട്. തെരുവിൽ കാണപ്പെടുന്ന വിശന്നു വലയുന്നൊരാൾക്ക് അൽപ്പം അന്നം നൽകാൻ കഴിഞ്ഞാൽ ഞാൻ സംതൃപ്തയാകും. അയാളുടെ വിശപ്പടക്കാൻ സാധിച്ചല്ലോ എന്നാൽ കൂട്ടിലടയ്ക്കപ്പെട്ട, ആർക്കും വേണ്ടാത്ത, ആരാലും സ്നേഹിക്കപ്പെടാത്ത, സമൂഹത്തിൽനിന്നും ബഹിഷ്കൃതരായ ജനതയുടെ വിശപ്പുമാറ്റാൻ അത്രയെളുപ്പം കഴിയില്ല. പടിഞ്ഞാറ്, അത്തരക്കാർക്കിടയിലാണ് ഞങ്ങളുടെ സഹോദരിമാർ പ്രവർത്തിക്കുന്നത്. സ്നേഹം അവർക്കിടയിലേക്കും പ്രസരിപ്പിക്കുവാനുള്ള അവരുടെ ഉദ്യമങ്ങൾ വിജയത്തിലെത്തിക്കുന്നതിന് നിങ്ങളും പ്രവർത്തിക്കണമെന്ന് അപേക്ഷിക്കുന്നു. നിങ്ങളുടെ രാജ്യത്ത് നിങ്ങളാണ് അതിനു വേണ്ടി യത്നിക്കേണ്ടത്. അപ്പോൾ മാത്രമേ സഹോദരിമാരുടെ പരിശ്രമം സമ്പൂർണമാവുകയുള്ളൂ. യഥാർഥ ദാരിദ്ര്യം എവിടെയാണെന്ന് കണ്ടെത്തണം. ഒരുപക്ഷേ, ഭൗതിക സാഹചര്യങ്ങൾ വേണ്ടത്ര ലഭ്യമായിരുന്നിരിക്കാം. എന്നാൽ അവരുടെ വീടുകളിലേക്കൊന്നു നോക്കൂ. ആരുടെയും മുഖത്ത് ഒരു മന്ദഹാസംപോലുമില്ല. അതെപ്പോഴാണുണ്ടാകുന്നത്, അപ്പോഴവിടെയാണ് സ്നേഹത്തിനു തുടക്കമാവുന്നത്.

എല്ലാവരെയും ഒരു പുഞ്ചിരിയോടുകൂടി അഭിമുഖീകരിക്കുക. അതു സൗഹൃദത്തിനുള്ള തയാറെടുപ്പാണ്. പരസ്പര സൗഹൃദത്തിലൂടെ മാത്രമെ നമുക്കെന്തെങ്കിലും ചെയ്യാൻ സാധിക്കുകയുള്ളൂ. എനിക്കുവേണ്ടിയും ലോകം മുഴുവൻ പ്രവർത്തിക്കുന്ന ഞങ്ങളുടെ സഹോദരിമാർ, സഹോദരന്മാർ, സഹപ്രവർത്തകർ എന്നിവർക്കൊക്കെവേണ്ടിയും നിങ്ങ

ളോരോരുത്തരും പ്രാർഥിക്കണം. ദൈവം നമുക്ക് തന്ന വിശേഷ സൗഭാഗ്യമായ സ്നേഹം അവനെ പ്രകീർത്തിച്ചുകൊണ്ട് നമുക്ക് പങ്കുവയ്ക്കാം. നിങ്ങളുടെ സമ്പാദ്യങ്ങളിൽനിന്ന് എന്തെങ്കിലും ദാനമായ് കിട്ടുന്നതിലല്ല, സ്നേഹത്തിനുവേണ്ടി മനസറിഞ്ഞു നടത്തുന്ന ത്യാഗത്തിലാണ് ഞാൻ ആനന്ദം കൊള്ളുന്നത്.

കഴിഞ്ഞദിവസം, ഇരുപതു വർഷമായി കിടപ്പിലായിപ്പോയ ഒരാൾ എനിക്കു പതിനഞ്ചുഡോളർ അയച്ചുതന്നിരുന്നു. അയാൾക്കു ചലിപ്പിക്കുവാൻ പറ്റുന്ന ശരീരത്തിലെ ഏകഭാഗം വലതുകൈ മാത്രമാണ്, സന്തത സഹചാരി പുകവലിയും. ആ മനുഷ്യൻ എന്നോടു പറഞ്ഞു: ഞാനൊരാഴ്ച പുകവലിക്കാനുദ്ദേശിക്കുന്നില്ല. ആ പണമാണ് അയച്ചുതരുന്നത്. അയാളെ സംബന്ധിച്ചിടത്തോളം അതൊരു വലിയ ത്യാഗം തന്നെയായിരുന്നു. ആ സംഭാവനയുപയോഗിച്ച് ബ്രഡ് വാങ്ങി ആരുടെയെങ്കിലും വിശപ്പടക്കാൻ കഴിയുന്നത് എത്ര പുണ്യകരമാണ്. അയാൾ പണം തന്നതും അതുപയോഗിച്ചു വിശപ്പടക്കാൻ കഴിഞ്ഞതും- രണ്ടും സന്തോഷകരം തന്നെ. ദൈവകൃപ കൊണ്ടാണ് നമ്മുടെ സ്നേഹം മറ്റുള്ളവരുമായി പങ്കുവയ്ക്കാൻ കഴിയുന്നത്. യേശുവിനെ മഹത്വപ്പെടുത്തലാണത്. അവൻ നമ്മെ സ്നേഹിച്ചതുപോലെ നമുക്ക് പരസ്പരം സ്നേഹിക്കാം. അവനെ സ്നേഹിക്കുന്നതിലൂടെയുള്ള സന്തോഷവും പരസ്പരം സ്നേഹിക്കുന്നതിലൂടെയുള്ള സന്തോഷവും ക്രിസ്തുമസ് അടുത്തുവരുന്ന ഈ സന്ദർഭത്തിൽ നമുക്ക് പങ്കുവെക്കാം. യേശുവിനെ സ്നേഹിക്കുന്നതിലൂടെ പകർന്നുകിട്ടുന്ന സന്തോഷം മനസിൽ സൂക്ഷിക്കണം. നാം കണ്ടുമുട്ടുന്ന ഓരോരുത്തർക്കും അതു പകർന്നു നൽകണം. അപ്പോഴുണ്ടാകുന്ന പ്രഭ പരത്തുന്ന ആനന്ദമാണ് യഥാർഥം. യേശു നമ്മളോടൊപ്പമില്ലെന്ന് ഒരിക്കലും കരുതേണ്ടതില്ല. നാം കണ്ടുമുട്ടുന്ന പാവങ്ങളുടെയിടയിൽ, കൈമാറുന്ന പുഞ്ചിരിയിൽ നമുക്ക് കിട്ടുന്ന പുഞ്ചിരിയിൽ എല്ലാം അവനിരിക്കുന്നു. നമുക്ക് ഇങ്ങനെ സംക്ഷേപിക്കാം: ആർക്കും വേണ്ടാത്തവനായിട്ട് ഒരു കുട്ടിപോലും ജനിക്കരുത്, അതുപോലെ ആരെയായാലും പരസ്പരം കണ്ടുമുട്ടുമ്പോൾ സ്നേഹം പങ്കുവെക്കാൻ മറക്കരുത്.

കുറച്ചുകാലം മുമ്പ് ഐക്യനാടുകളിലെ വ്യത്യസ്ത യൂണിവേഴ്സിറ്റികളിൽ നിന്നുള്ള പതിനാല് പ്രൊഫസർമാർ സന്ദർശിക്കുവാൻ വന്നത് മറക്കാനാകില്ല. കൊൽക്കത്തയിലെത്തിയ അവർ ഞങ്ങളുടെ ഭവനത്തിലേക്ക് വരികയായിരുന്നു. അതിനിടയിൽ മരണാസന്നരായവർക്കു വേണ്ടിയുള്ള മറ്റൊരു ഭവനത്തിൽ കുറെനേരം ചെലവഴിച്ചുവെന്നവർ പറഞ്ഞിരുന്നു. കൊൽക്കത്തയിലെ തെരുവുകളിൽ നിന്നു കണ്ടെത്തിയ 36000 ത്തോളം വരുന്ന മരണാസന്നരായ ആളുകൾ താമസിച്ചിരുന്ന ആ ഭവനം ഞങ്ങളുടേതു തന്നെയായിരുന്നു. ആ വലിയ സംഖ്യയിൽ 18000ത്തോളം പേർ സന്തോഷത്തോടുകൂടി മരണത്തിനു കീഴടങ്ങി. അവർ ദൈവത്തിന്റെ ആ ഭവനം സന്ദർശിച്ചതിനുശേഷം ഞങ്ങളുടേതിലേക്കു വന്നതാണ്. അവിടെവച്ചു സ്നേഹത്തെപ്പറ്റിയും സഹാനുഭൂതിയെക്കുറിച്ചും സംസാരിച്ചു

കൊണ്ടിരിക്കവെ, അവരിലൊരാൾ എന്നോടു ചോദിച്ചു: മദർ, ഞങ്ങൾക്ക് എന്നും ഓർമിക്കത്തക്കതായി എന്തെങ്കിലും പറയാമോ? ഞാൻ പറഞ്ഞു: പരസ്പരം പുഞ്ചിരിക്കുക, കുടുംബത്തിലെ ഓരോ അംഗവുമായും ഇട പഴകാൻ സമയം കണ്ടെത്തുക. അപ്പോൾ വേറൊരാൾ ചോദിച്ചു: വിവാഹം കഴിച്ചിട്ടുണ്ടോ? ഞാൻ പറഞ്ഞു: കഴിച്ചു, യേശുവിനോട് ഒന്നു ചിരിക്കാൻ പോലും സാധിക്കാറില്ല. അതിനു വലിയ ക്ഷമയും കാത്തിരിപ്പും അത്യാവശ്യമാണ്. അത് യാഥാർഥ്യം തന്നെയായിരുന്നു. എപ്പോഴാണോ സ്നേഹം ജനിക്കുന്നത്, അതപ്പോഴാണ്, ആ കാത്തിരിപ്പിലാണ്. എന്നിട്ട്, സന്തോഷത്തോടുകൂടി അതു നമുക്കവന് തിരിച്ചുനൽകാം. ഇന്നു ഞാൻ നിങ്ങളോടു പറഞ്ഞതുപോലെ അവരോടും പറഞ്ഞിട്ടുണ്ട്. മറ്റൊന്നിനുംവേണ്ടി സ്വർഗത്തിലേക്കു പോകുന്നില്ലെങ്കിലും, പ്രസിദ്ധിക്കു വേണ്ടിയെങ്കിലും ഞാനങ്ങോട്ടുപോകും. കാരണം എന്നെ വിശുദ്ധയാക്കിയതും സമർപ്പിക്കപ്പെട്ടവളാക്കി മാറ്റിയതും അവനാണ്. സ്വർഗപ്രവേശനത്തിന് യോഗ്യതയുള്ളവളാക്കി മാറ്റിയതും അവനാണ്. എന്റേത് ചെറിയകാര്യം. യേശു നമ്മുടെ കൂടെയുള്ളപ്പോൾ, നമ്മെ സ്നേഹിക്കുമ്പോൾ, നമുക്ക് സുന്ദരമായി ജീവിക്കാം. ദൈവം എന്നെ സ്നേഹിക്കുന്നു, അവൻ എന്നെ സ്നേഹിക്കുന്നതു പോലെ, മറ്റുള്ളവരെ സ്നേഹിക്കാൻ എനിക്കവസരം തരുന്നു, വലിയകാര്യങ്ങൾ ചെയ്യുന്നതിലൂടെയല്ല, ചെറിയ കാര്യങ്ങളിലൂടെയാണ് സ്നേഹം സൃഷ്ടിക്കപ്പെടുന്നതെന്നെല്ലാം ഓരോരുത്തരുമോർമിക്കുമെങ്കിൽ നോർവെ ഒരു സ്നേഹസാമ്രാജ്യമായി പരിണമിക്കുന്നതാണ്. ലോകത്ത് സമാധാനം പരത്തുന്നതിനുള്ള ഒരുകേന്ദ്രമായി ഇതു മാറുമെങ്കിൽ, എല്ലാവരുടെയും ജീവിതത്തിൽ സന്തോഷം പുലരുന്നതിനുള്ള പ്രോത്സാഹന കേന്ദ്രമായിത്തീർന്നാൽ എത്ര നന്നാകുമായിരുന്നു. ലോകസമാധാനത്തിനു വേണ്ടിയുള്ള ഒരു വഴിച്ചൂട്ടുകറ്റയായി നിങ്ങൾ മാറുമെങ്കിൽ, നോബൽ സമ്മാനം എന്റെ പ്രവർത്തനങ്ങൾക്ക് നോർവെയിലെ ജനങ്ങൾ തന്ന സമ്മാനമായി ഞാൻ കരുതിക്കോളാം.

ദൈവം നിങ്ങളെ അനുഗ്രഹിക്കട്ടെ!

2

ഹെലൻ കെലർ

ഹെലൻ കെലർ ടുസ്കംബിയയിൽ 1880 ജൂൺ 27 ന് ഭൂജാതയായി. അവരുടെ യഥാർഥ ജീവിതം ആരംഭിക്കുന്നത് 1887 മാർച്ചിൽ ഏതാണ്ട് ഏഴുവയസ്സ് പൂർത്തിയാകുന്ന ആ ഒരു ദിവസം മുതൽക്കാണ്.

ജീവിതത്തിൽ ഓർത്തുവയ്ക്കേണ്ട ഒരു സുപ്രധാനദിവസം എന്നാണ് ആ ദിനത്തെപ്പറ്റി അവർ എപ്പോഴും പറയാറുള്ളത്. അന്നാണ്, അന്ധർക്കുവേണ്ടിയുള്ള പാർക്കിൻസൺസ് സ്കൂളിൽ നിന്നും ബിരുദം നേടിയ, ഇരുപതുവയസുള്ള ആനി സുള്ളിവനെന്ന സ്ത്രീ, അധ്യാപികയായി അവരുടെ ജീവിതത്തിലേക്ക് കടന്നുവന്നത്. 1936 ൽ ആനി മരിക്കുന്നതുവരെ ഒരു ശക്തിക്കും വേർപെടുത്താൻ കഴിയാത്ത വിധം ആ ബന്ധം തുടർന്നു.

കൊച്ചുകുട്ടിയായിരിക്കുമ്പോൾപ്പോലും കോളേജിൽ പോകുവാൻ ഹെലൻ ആഗ്രഹം പ്രകടിപ്പിച്ചിരുന്നു. 1900-ൽ റാഡ്ക്ലിഫ് കോളേജിൽ ചേർന്നു. 1904-ൽ അവിടെനിന്ന് ബിരുദം നേടി. ഈ കോളേജിൽ നിന്നും ബിരുദം നേടുന്ന ആദ്യത്തെ അന്ധ-ബധിര വിദ്യാർഥിയായിരുന്നു അവർ.

ഈ വർഷങ്ങളിലെല്ലാം, ആനി സുള്ളിവൻ, അത്യധ്വാനത്തിലൂടെ തന്റെ പ്രിയശിഷ്യക്ക് പുസ്തകങ്ങളിലുള്ള വിജ്ഞാനശകലങ്ങൾ പകർന്നു നൽകിക്കൊണ്ടിരുന്നു.

1936 ൽ ഹെലൻ കെലർ കണക്റ്റിക്കട്ടിലെ വെസ്റ്റ് പോർട്ടിലേക്ക് പോകുകയും 87 ാം വയസിൽ 1968 ജൂൺ 1-ന് മരിക്കുന്നതുവരെ അവിടെ ജീവിക്കുകയും ചെയ്തു. മരണാനന്തരച്ചടങ്ങിൽ നടത്തിയ പ്രസംഗത്തിൽ സെനറ്റർ ലിസ്മർ ഹിൽ അവരെപ്പറ്റി പറഞ്ഞു:

> മരിക്കുവാൻ വേണ്ടി ജനിച്ചിട്ടില്ലാത്ത കുറച്ച് അനശ്വര നാമധേയ ങ്ങളിലൊന്നായ ഹെലൻ കെലർ തുടർന്നും ജീവിച്ചുകൊണ്ടേയി രിക്കും. മനുഷ്യന് വായന സാധ്യമാകുന്ന കാലത്തോളം, ധൈര്യ ത്തിനും ഉറച്ച വിശ്വാസത്തിനും അതിർവരമ്പുകളില്ലെന്ന് ലോക ത്തിന് കാണിച്ചുകൊടുത്ത വനിതകളുടെ കഥ പറയാൻ കഴിയുന്ന കാലത്തോളം അവരുടെ ചേതന നശിച്ചുപോകാതെയിരിക്കും.

യുദ്ധത്തിനെതിരെ പോരാടുക

1916 ജനുവരി 5-ന് ന്യൂയോർക്കിലെ കാർണീജി ഹാളിൽ നട ത്തിയ വിഖ്യാതമായ പ്രസംഗം

എന്നോട് അലിവുതോന്നിയിട്ടുള്ള നല്ലവരായ സുഹൃത്തുക്കൾ, പത്രാധിപന്മാർ, മറ്റുള്ളവർ എന്നിവരോടെല്ലാം തുടക്കത്തിൽത്തന്നെ ഒരു വാക്ക് പറയാനുണ്ട്. കുറെയാളുകൾ എന്നെയോർത്തു വ്യാകുലപ്പെടാൻ കാരണം, ഞാൻ മനഃസാക്ഷിക്കുത്തില്ലാത്ത ചിലരുടെ കൈകളിൽ അക പ്പെട്ടുപോയെന്നും ഈയാളുകൾ അവരുടെ ജനവിരുദ്ധ നടപടികളെ പിന്തു ണയ്ക്കുവാൻ പ്രേരിപ്പിക്കുകവഴി എന്നെ, അവരുടെ ജനപ്രീതിക്കുള്ള മുഖാവരണമാക്കി മാറ്റുകയും ചെയ്തുവെന്നുള്ള ധാരണയാണ്. ആദ്യവും അവസാനവുമായി എനിക്കൊരു കാര്യം പറയുവാനുള്ളത് എനിക്കാരു ടെയും അനുകമ്പ ആവശ്യമില്ലെന്നും അത്തരക്കാരിലൊരാളുമായും ഞാൻ വേദി പങ്കിടുകയില്ലെന്നുമാണ്. എനിക്ക്, എന്തിനെപ്പറ്റിയാണ് സംസാരി ക്കേണ്ടതെന്ന് വ്യക്തമായ ധാരണയുണ്ട്. മറ്റാർക്കുമുള്ളതുപോലുള്ള അറി വിന്റെ നല്ലതും വിശ്വസനീയവുമായ സ്രോതസുകൾ എനിക്കും ലഭ്യമാ ണ്. ഇംഗ്ലണ്ട്, ഫ്രാൻസ്, ജർമനി, ആസ്ത്രിയ എന്നിവിടങ്ങളിൽ നിന്നെല്ലാം സ്വന്തമായി വായിക്കാൻ സാധിക്കുന്ന പത്രങ്ങളും മാസികകളും എനിക്ക് കിട്ടുന്നുണ്ട്. ഞാൻ കണ്ടുമുട്ടാറുള്ള പല പത്രാധിപന്മാർക്കും ഇത്രയും സംഘടിപ്പിക്കാൻ സാധ്യമല്ല. അന്യനുപയോഗിച്ചുകഴിഞ്ഞ ഫ്രഞ്ച്, ജർമൻ വായനാസാമഗ്രികളെയാണ് അവരിൽ ചിലർക്കെങ്കിലും ആശ്രയിക്കേണ്ടി വരുന്നത്. ഞാൻ പത്രാധിപ സുഹൃത്തുക്കളെ വിലകുറച്ച് കാണുകയല്ല. നല്ല അധ്വാനശീലമുള്ള അവർ തെറ്റിദ്ധരിപ്പിക്കപ്പെട്ട ഒരുവിഭാഗമാണ്. എനി ക്കവരുടെ സിഗററ്റുതുമ്പിലെ തീ കാണാനാവില്ലെന്നതുപോലെ, അവരി ലൊരാൾക്കുപോലും ഇരുട്ടത്ത് ഒരു സൂചിത്തുളയിലൂടെ നൂൽകോർത്തെ

ടുക്കാനാവില്ലെന്ന സത്യം അവരോർത്തുവയ്ക്കണം. സുഹൃത്തുക്കളേ, ഞാനാഗ്രഹിക്കുന്നത് കാപട്യലേശമില്ലാത്ത പ്രവർത്തന പന്ഥാവിനെയാണ്, അലിവുതോന്നുന്ന മനസുകളെയല്ല. നാമിപ്പോൾ പിന്തുടരുന്ന സാമ്പത്തികനയങ്ങൾക്കും പൊരുത്തപ്പെടുത്തലുകൾക്കുമെതിരെ ഞാനും യുദ്ധരംഗത്ത് പ്രവേശിച്ചുകഴിഞ്ഞു. അക്രമരഹിതമായ ആ പോരാട്ടം ലക്ഷ്യം നേടുന്നതുവരെ ഞാൻ തുടരുന്നതാണ്.

അമേരിക്കയുടെ കൈകളിലാണിനി ലോകത്തിന്റെ പ്രതീക്ഷ മുഴുവൻ. അമേരിക്കയുടേതാകട്ടെ, 80,000,000ത്തോളം വരുന്ന തൊഴിൽ ചെയ്യുന്ന സ്ത്രീകളും പുരുഷന്മാരും അവരുടെ കുട്ടികളുമടങ്ങുന്ന ജനസഞ്ചയത്തിന്റെ കൈകളിലുമാണ്. നാമിപ്പോൾ രാഷ്ട്രീയജീവിതത്തിൽ അതീവഗുരുതരമായൊരു പ്രതിസന്ധിയെ അഭിമുഖീകരിക്കുകയാണ്. ജനകോടികളുടെ അധ്വാനഫലത്തിന്റെ ഗുണഭോക്താക്കളായ കുറച്ചാളുകൾക്ക്, മുതലാളിമാരുടെ താൽപ്പര്യസംരക്ഷണാർഥം തൊഴിലാളികളെ ചേർത്ത് ഒരു പ്രത്യേക സൈനികവിഭാഗം രൂപീകരിക്കുവാൻ താൽപ്പര്യമുണ്ട്. ഇപ്പോൾത്തന്നെ പടക്കപ്പലുകളും മാരകായുധങ്ങളും ധാരാളമുള്ള ഒരു വലിയ സൈന്യത്തിന്റെ ഭാരം പേറുന്ന നമ്മളോട് മറ്റൊന്നിനെക്കൂടി പേറാനാവശ്യപ്പെടുകയാണ്. യുദ്ധായുധങ്ങൾ ചുമലിലേറ്റാൻ ഇനിയില്ലെന്ന് പറയുവാനുള്ള ചങ്കൂറ്റം നിങ്ങളാണ് കാണിക്കേണ്ടത്. വലിയ ഒച്ചപ്പാടുണ്ടാക്കി ചെയ്യേണ്ടുന്ന ഒരു കാര്യമല്ലത്. നമ്മുടെ സ്രഷ്ടാക്കൾ കാണിച്ച ശാന്തഭാവത്തോടും അന്തസ്സോടുംകൂടി യുദ്ധത്തെയും, യുദ്ധം അനിവാര്യമാക്കിത്തീർക്കുന്ന സ്വാർഥതയുടെയും ചൂഷണത്തിന്റെയും വ്യവസ്ഥകളെയും ഉന്മൂലനം ചെയ്യാൻ നിങ്ങൾക്ക് സാധിക്കും. ഈ മഹത്തായ വിപ്ലവത്തിനുവേണ്ടി കഠിനപ്രയത്നം ചെയ്യുകയാണ് നിങ്ങൾ ചെയ്യേണ്ടത്.

നാം നമ്മുടെ രാഷ്ട്രത്തെ പ്രതിരോധിക്കാൻ തയാറെടുക്കുകയല്ല. കോൺഗ്രസ് അംഗമായ ഗാർഡനർ പറയുന്നതുപോലെ, നിസ്സഹായാവസ്ഥയിലായിരിക്കുമ്പോൾപ്പോലും അമേരിക്കയെ ആക്രമിക്കുകയെന്ന സാഹസത്തിന് മുതിരാൻ സാധ്യതയുള്ള ഒരു ശത്രു നമുക്കില്ല. ജർമനിയിൽനിന്നും ജപ്പാനിൽ നിന്നും ആക്രമണമുണ്ടാകുമെന്ന വർത്തമാനങ്ങളും യുക്തിക്ക് നിരക്കുന്നതല്ല. തലമുറകളോളം ചെയ്താലും തീരാത്ത പ്രശ്നങ്ങൾ, യൂറോപ്പിൽ നടന്ന യുദ്ധത്തിനുശേഷം ആ രാജ്യത്തിലുണ്ട്.

അറ്റ്ലാന്റിക് സമുദ്രത്തിലും മധ്യധരണ്യാഴിയിലും മേധാവിത്വമുണ്ടായിരുന്നിട്ടും ഗള്ളിപോളിയിൽ തുർക്കികളെ കീഴടക്കുവാനാവശ്യമായ സൈന്യത്തെയിറക്കുവാൻ സഖ്യകക്ഷികൾക്ക് സാധിച്ചില്ല. അതുപോലെ സെർബിയയുടെ മേലുള്ള ബൾഗേറിയൻ കടന്നുകയറ്റം ചെറുക്കാൻ വേണ്ട സൈന്യത്തെ സലോണിക്കയിലും അണിനിരത്തുവാൻ അവർക്കായില്ല. കടലിലൂടെ അമേരിക്ക കീഴടക്കപ്പെടുമെന്നത് വിവരമില്ലാത്തവർക്കും നേവി ലീഗിലെ അംഗങ്ങൾക്കും മാത്രമുണ്ടായ ദുഃസ്വപ്നമാണ്.

എങ്കിലും ആയുധീകരണത്തെ സംബന്ധിച്ച വിവാദം പോലെ എങ്ങും ഭീതി വളർന്നുവരികയാണ്. ഇതുകാണുമ്പോൾ മുമ്പ് വായിച്ചൊരു

കെട്ടുകഥയാണോർമ വരുന്നത്. ഒരിക്കലൊരു മനുഷ്യന് ഒരു കുതിരലാടം കിട്ടി. അയാളുടെ അയൽക്കാരൻ ഉടനെ ഉറക്കെ കരഞ്ഞ് മുറവിളി കൂട്ടാൻ തുടങ്ങി. കാരണമായി അയൽക്കാരൻ ചൂണ്ടിക്കാണിച്ച ന്യായമിതാണ്. കുതിരലാടം കണ്ടെത്തിയ ആൾ ഒരുദിവസം ഒരുകുതിരയെയും കണ്ടെത്തും. അയാളുടെ കുട്ടി ഒരുദിവസം കുതിരയുടെ അടുത്തേക്കെത്തിപ്പെടാനും കുതിരയുടെ തൊഴിയേറ്റ് മരണപ്പെടാനും ഇടയുണ്ട്. സംശയലേശമെന്യേ ഇത് രണ്ടുകുടുംബങ്ങളെയും കലഹത്തിലേക്കും കലാപത്തിലേക്കും തള്ളിവിടും. കുതിരലാടം കണ്ടുകിട്ടിയതുവഴി നിരവധി മരണങ്ങൾ സംഭവിക്കും. കഴിഞ്ഞവർഷം തികച്ചും ആകസ്മികമായി ശാന്തസമുദ്രത്തിലെ ചില ദ്വീപുകളുടെ സംരക്ഷണമേറ്റെടുക്കേണ്ടിവന്നത് എന്നെങ്കിലും നമ്മളും ജപ്പാനും തമ്മിലുള്ള ഒരു യുദ്ധത്തിൽ കൊണ്ടുചെന്നെത്തിച്ചേക്കാം. അവയെ സംരക്ഷിച്ച് ഒരു യുദ്ധം ക്ഷണിച്ചുവരുത്തുന്നതിനെക്കാൾ നല്ലത് ഇപ്പോൾത്തന്നെ ആ ബാന്ധവം ഉപേക്ഷിക്കുകയും അതിനെപ്പറ്റി വാദിക്കുകയും ചെയ്യുന്നതാണെന്ന് എനിക്കുതോന്നുന്നു. നിങ്ങൾക്കോ?

ഐക്യനാടുകളിലെ ജനങ്ങളെ സംരക്ഷിക്കുന്നതിന് കോൺഗ്രസ് യാതൊന്നും ചെയ്യുന്നില്ല. അമേരിക്കൻ ഊഹക്കച്ചവടക്കാരെയും മെക്സിക്കോവിലും തെക്കനെമേരിക്കയിലും ചീനയിലും ഫിലിപ്പൈൻ ദ്വീപുകളിലും പണമിറക്കിയവരെയും സംരക്ഷിക്കുവാനാണ് തയാറെടുപ്പുകൾ നടത്തുന്നത്. ആനുഷാംഗികമായി, ഈ തയാറെടുപ്പുകൾ യുദ്ധായുധനിർമാതാക്കൾക്ക് നേട്ടമുണ്ടാക്കിക്കൊടുക്കുകയാണ് ചെയ്യുന്നത്.

തൊഴിലാളികളിൽനിന്നും ലഭിക്കുന്ന പണത്തിന് ഈയടുത്തകാലം വരെ അമേരിക്കയിൽ പല ഉപയോഗങ്ങളുമുണ്ടായിരുന്നു. എന്നാലിന്ന് അമേരിക്കൻ തൊഴിലാളി അതിരില്ലാത്ത ചൂഷണത്തിന്റെ ഇരകളാണ്. നമ്മുടെ ദേശീയ വിഭവങ്ങളെല്ലാം അപഹരിക്കപ്പെട്ടുകൊണ്ടിരിക്കുന്നു. പല മേഖലകളിൽ നിന്നും പ്രവഹിച്ചുകൊണ്ടിരിക്കുന്ന ലാഭം പുതിയപുതിയ നിക്ഷേപങ്ങളെ ആകർഷിക്കുന്നു. തഴച്ചുവളർന്നുകൊണ്ടിരിക്കുന്ന യുദ്ധായുധവ്യവസായങ്ങൾ ന്യൂയോർക്കിലെ ബാങ്കുകളുടെ നിലവറകൾ സ്വർണംകൊണ്ട് നിറയ്ക്കുകയാണ്. ഏതെങ്കിലും തരത്തിൽ മനുഷ്യരെ ചൂഷണം ചെയ്യുവാനല്ലാതെ വിനിയോഗിക്കപ്പെടുന്ന ഒരു ചില്ലിക്കാശുപോലും മുതലാളിത്തവ്യവസ്ഥയിൽ അതിന്റെ ലക്ഷ്യം നേടുന്നില്ല: ആ പണംകൂടി തെന്നമേരിക്കയിലും മെക്സിക്കോയിലും ചീനയിലും ഫിലിപ്പൈൻസിലും നിക്ഷേപിക്കുന്നതാവും നല്ലത്.

ബ്യൂനസ് അയേഴ്സിൽ ബാങ്ക് ഓഫ് ന്യൂയോർക്കിന്റെ ഒരു ശാഖ സ്ഥാപിതമാക്കുന്ന അവസരത്തിൽത്തന്നെ നാഷണൽ ലീഗിനും പ്രാമുഖ്യം കൂടിവന്നത് ആകസ്മികമല്ല. ജെ പി മോർഗന്റെ ആറു ബിസിനസ് പങ്കാളികൾ ഒരേസമയം പ്രതിരോധ സഖ്യത്തിലെ ഉദ്യോഗസ്ഥരായി കയറിയതും യാദൃച്ഛികമല്ല. മേയർ റിച്ചൽ ഐക്യനാടുകളിലെ സമ്പന്നരിൽ അഞ്ചാംസ്ഥാനക്കാരായ ആയിരംപേരെ തന്റെ സുരക്ഷാകമ്മിറ്റിയിൽ

ഉൾപ്പെടുത്താൻ തീരുമാനിച്ചത് ബോധപൂർവമല്ലാതല്ല. ഈ മനുഷ്യർക്കെല്ലാം അവരുടെ വിദേശനിക്ഷേപങ്ങൾ സംരക്ഷിക്കപ്പെടേണ്ടതുണ്ട്.

ആധുനികയുഗത്തിലെ എല്ലാ യുദ്ധങ്ങളുടെയും ലക്ഷ്യം ചൂഷണമായിരുന്നു. അമേരിക്കൻ ആഭ്യന്തരയുദ്ധത്തിൽ തീരുമാനിക്കപ്പെടേണ്ടിയിരുന്നത് ദക്ഷിണദേശത്തെ അടിമമുതലാളിമാരാണോ അതോ ഉത്തരദേശത്തെ മുതലാളിമാരാണോ പാശ്ചാത്യലോകത്തെ ചൂഷണം ചെയ്യേണ്ടതെന്നാണ്. അമേരിക്ക തന്നെയാണ് ക്യൂബയെയും ഫിലിപ്പൈൻസിനെയും ചൂഷണം ചെയ്യേണ്ടതെന്നാണ് സ്പെയിൻ-അമേരിക്കൻ യുദ്ധം തീരുമാനിച്ചുറപ്പിച്ചത്. ദക്ഷിണാഫ്രിക്കൻയുദ്ധത്തിന്റെ അനന്തരഫലമായിരുന്നു അവിടത്തെ വജ്രസമ്പത്ത് ചൂഷണം ചെയ്യാൻ ബ്രിട്ടീഷുകാർക്ക് ലഭിച്ച അവകാശം. റഷ്യ-ജപ്പാൻ യുദ്ധത്തിന്റെ ഫലമായി കൊറിയയെ ചൂഷണം ചെയ്യാൻ ജപ്പാന് അവസരം കിട്ടി. ബാൾക്കൻ രാജ്യങ്ങൾ, പേർഷ്യ, തുർക്കി, ഈജിപ്ത്, ഇന്ത്യ, ചൈന, ആഫ്രിക്ക എന്നീ പ്രദേശങ്ങളെ ആര് ചൂഷണം ചെയ്യണമെന്ന് തീരുമാനിക്കുവാനുള്ളതാണ് ഇപ്പോൾ നടന്നുകൊണ്ടിരിക്കുന്ന യുദ്ധങ്ങൾ. നാമിപ്പോൾ കൊള്ളമുതലുകൾ നമുക്കിടയിൽ പങ്കുവയ്ക്കപ്പെടുന്നതിനെതിരെ ശക്തമായ പ്രതിഷേധത്തിലാണ്. തൊഴിലാളികൾക്ക് ആർക്കും ബലാൽക്കാരമായി പിടിച്ചെടുത്ത സമ്പത്തിൽ താൽപ്പര്യമില്ല; അവർക്കിതിലൊരുപങ്കും കിട്ടാൻ പോകുന്നില്ലെങ്കിൽക്കൂടി.

ഈ ആശയഗതിയുടെ പ്രചാരകന്മാർക്ക് മറ്റൊരു പ്രധാന ലക്ഷ്യം കൂടിയുണ്ട്. ജനങ്ങൾക്ക്, ഇപ്പോൾത്തന്നെ അകപ്പെട്ടിരിക്കുന്ന അസുഖകരമായ സാഹചര്യങ്ങളിലിരുന്ന് ചിന്തിക്കുവാൻ മറ്റൊരു കാര്യംകൂടി നൽകുകയെന്നതാണത്. അതായത്, ജീവിതച്ചെലവുകൾ കൂടുകയാണ്, ലഭിക്കുന്ന വേതനമാകട്ടെ തീരെ കുറവും. തൊഴിൽരംഗത്തെ അനിശ്ചിതത്വവും വലിയ പ്രശ്നമായിത്തീർന്നിരിക്കുന്നു. യൂറോപ്പിൽ നിന്നുള്ള യുദ്ധായുദ്ധങ്ങൾക്കുള്ള ആവശ്യവും നിലച്ചുപോയാൽപ്പിന്നെ ഇതൊക്കെ വർധിക്കുകയേ ഉള്ളൂ. വിശ്രമം പോലുമില്ലാതെ എത്ര കഠിനമായി ജോലി ചെയ്താൽപ്പോലും അവർക്ക് ജീവിതാവശ്യങ്ങൾ നിറവേറ്റാൻ കഴിയുന്നില്ല. അധികം പേർക്കും അത്യാവശ്യങ്ങൾ പോലും നടത്തിക്കൊണ്ടുപോകാനാവുന്നില്ല.

ഈ പ്രചാരണത്തിന് ബലമേകുന്ന തരത്തിൽ കുറച്ചുദിവസം കൂടുമ്പോൾ നമുക്കിടയിലേക്ക് യുദ്ധഭീതി കടന്നുവരുന്നു. ലൂസിറ്റാനിയ, ഗൾഫ്‌ലൈറ്റ്, അങ്കോണ തുടങ്ങിയവയുമായി ബന്ധപ്പെട്ട പ്രശ്നങ്ങളെച്ചൊല്ലി ഏത് സമയവും യുദ്ധം പൊട്ടിപ്പുറപ്പെടാമെന്ന് അവർ നമ്മെ ധരിപ്പിക്കുന്നു. പേർഷ്യയെ മുക്കിയ കാര്യം പറഞ്ഞ് അധ്വാനിക്കുന്ന വിഭാഗത്തെ ഉത്തേജിപ്പിക്കുവാൻ ശ്രമിക്കുന്നു. ഈ കപ്പലുകളുടെ കാര്യത്തിലൊന്നും തൊഴിൽചെയ്യുന്നവർക്ക് യാതൊരു താൽപ്പര്യവുമില്ല. അറ്റ്ലാന്റിക് സമുദ്രത്തിലും മധ്യധരണ്യാഴിയിലുമുള്ള എല്ലാ കപ്പലുകളെയും മുക്കിക്കളഞ്ഞാലും അതിലുള്ള എല്ലാ അമേരിക്കക്കാരെയും

കൊന്നുകളഞ്ഞാലും ജർമനിക്കെതിരെ യുദ്ധത്തിന് പോകേണ്ട ആവശ്യം അധ്വാനിക്കുന്ന ജനതയ്ക്കില്ല.

ഭരണയന്ത്രം പരിപൂർണമായും പ്രവർത്തനക്ഷമമാണ്. തൊഴിലെടുക്കുന്നവരുടെ പരാതികൾക്കും പരിദേവനങ്ങൾക്കും മീതെ അധികാരത്തിന്റെ ശബ്ദം ഉയർന്നുകേൾക്കുകയാണ്.

അതിങ്ങനെ പറയുന്നു: "സുഹൃത്തുക്കളേ, സഹപ്രവർത്തകരേ, രാജ്യസ്നേഹികളേ, നിങ്ങളുടെ രാഷ്ട്രം അപകടത്തിലാണ്. നിങ്ങളുടെ രാഷ്ട്രം ശത്രുക്കളുടെ നടുവിലാണ്. നിങ്ങൾക്കും ശത്രുക്കൾക്കുമിടയിൽ അറ്റ്ലാന്റിക് സമുദ്രവും ശാന്തസമുദ്രവുമല്ലാതെ മറ്റൊന്നുമില്ല. ബെൽജിയത്തിൽ എന്താണ് സംഭവിച്ചതെന്ന് നോക്കൂ. സെർബിയയുടെ ഭാവിയെപ്പറ്റി ചിന്തിച്ചു നോക്കൂ. നമ്മുടെ രാഷ്ട്രവും സ്വാതന്ത്ര്യവും അന്യാധീനപ്പെടാനായിട്ടും നിങ്ങൾ കുറഞ്ഞ വേതനത്തിന്റെ പരാതിയും പറഞ്ഞിരിക്കുകയാണോ? ജർമൻ സൈന്യം വിജയികളായി നമ്മുടെ നേരെ ചീറിയടുത്താലുള്ള അപമാനവുമായി താരതമ്യം ചെയ്യുമ്പോൾ നിങ്ങൾ സഹിക്കുന്നുവെന്ന് പറയുന്ന കഷ്ടപ്പാടുകൾ എത്ര നിസ്സാരമാണ്? പരാതികളെല്ലാം പറിച്ചുകളയുക. രാജ്യത്തിനുവേണ്ടി പൊരുതാൻ തയാറെടുക്കുക. ദേശാഭിമാനികളായി ശത്രുവിനെ നേരിടാനൊരുങ്ങുക."

തൊഴിലാളികൾ വീണ്ടും ഈ ചതിക്കുഴിയിൽ വീണുപോകുമോ? അവർ വീണ്ടും വിഡ്ഢികളാക്കപ്പെടുമോ? ഞാൻ അങ്ങനെ ചിന്തിച്ചു പോകുന്നു. ഇത്തരം ഗീർവാണ പ്രസംഗങ്ങൾ കൊണ്ട് മാറ്റാവുന്ന മനസാണവരുടേത്. തൊഴിലാളികൾക്ക് അസ്സലായറിയാം അവർക്ക് അവരുടെ യജമാനന്മാരല്ലാത്ത ശത്രുക്കളില്ലെന്ന്. അതുപോലെ രാഷ്ട്രത്തിന്റെ പൗരത്വം അവർക്കും കുടുംബങ്ങൾക്കും സുരക്ഷിതത്വം ഉറപ്പുനൽകുമെന്നും അവർ ധരിച്ചുവയ്ക്കുന്നില്ല. വർഷങ്ങളായി ഒഴുക്കിക്കൊണ്ടിരിക്കുന്ന വിയർപ്പും, കഠിനാധ്വാനവും പോരാട്ടങ്ങളും മനസിൽ സൂക്ഷിക്കുവാൻ തക്കതായി ഒന്നും തിരിച്ചുതന്നിട്ടില്ലെന്നും അതുകൊണ്ടുതന്നെ യുദ്ധത്തിനിറങ്ങേണ്ടുന്ന ഒരു സാഹചര്യം ഇപ്പോൾ സംജാതമായിട്ടില്ലെന്നും അവർ വിശ്വസിക്കുന്നു. എന്നിട്ടും അവരുടെ ഹൃദയത്തിന്റെ അഗാധതലങ്ങളിലൊരു മാതൃഭൂമിയുണ്ട്... അടിമകളുടെ വെറും പൊങ്ങച്ചം!

തൊഴിലാളികളെല്ലാം എത്ര കഥയില്ലാത്തവരും നിസ്സഹായരുമാണെന്ന് ഉന്നതസ്ഥാനങ്ങളിലെ സൂത്രക്കാർക്ക് നന്നായിട്ടറിയാം. കാക്കിയണിയിച്ച് കൈയിലൊരു തോക്കും കൊടുത്ത് പോകാൻ പറഞ്ഞാൽ അതു ശിരസ്സാവഹിച്ച് ഈ മനുഷ്യർ ശത്രുക്കൾക്കെതിരെ ധീരമായി പോരടിച്ചുകൊള്ളുമെന്നും അവർക്കറിയാം. ധീരന്മാർ നാടിനുവേണ്ടി പൊരുതിമരിക്കണമെന്നാണ് പറയുന്നത്. യാഥാർഥ്യത്തിൽ നിന്ന് അടർത്തിമാറ്റുന്നതിനുള്ള പ്രതിഫലം! – ജീവൻ ബലിയർപ്പിക്കേണ്ടിവന്ന ലക്ഷക്കണക്കിന് യുവാക്കൾ, അംഗഭംഗം വരുത്തപ്പെട്ടവർ, അന്ധത ബാധിച്ചവർ, കാണാതായവർ എന്തിന്, ഒരുനിമിഷനേരം കൊണ്ട് തകർത്തെറിയുന്ന തലമുറകളുടെ നേട്ടങ്ങൾ – ഈ വക ദുരിതങ്ങൾകൊണ്ട് ആർക്കും

ഗുണം പിടിച്ചിട്ടില്ല. ആവശ്യമായ ഭക്ഷണവും വസ്ത്രവും വീടും ജീവിതോപാധിയും കുട്ടികൾക്കെല്ലാം വിദ്യാഭ്യാസവും പ്രോത്സാഹനങ്ങളും രാഷ്ട്രം പ്രദാനം ചെയ്യുന്നുവെങ്കിൽ ഈ അതുല്യമായ ബലിദാനം ന്യായീകരിക്കത്തക്കതുതന്നെ. മനുഷ്യരിൽ ഏറ്റവും നിസ്വാർഥരായവർ അധ്വാനിക്കുന്നവർ തന്നെയാണെന്ന് എനിക്ക് തോന്നുന്നു. മറ്റുചിലരുടെ രാഷ്ട്രത്തിനുവേണ്ടി, മനോധർമത്തിനുവേണ്ടി, സ്വാതന്ത്ര്യത്തിനുവേണ്ടി, സന്തോഷത്തിനുവേണ്ടി അവർ കഠിനാധ്വാനം ചെയ്യുന്നു. ഒരുദിവസം എട്ടോ, പത്തോ, പന്ത്രണ്ടോ മണിക്കൂർ ജോലി ചെയ്യുവാൻ നിർബന്ധിക്കപ്പെടുമ്പോൾ അവർ ഒരിക്കലും സ്വതന്ത്രരാവുന്നില്ല. തളർന്നുവീഴുന്നതുവരെ പണി ചെയ്തിട്ടും വേതനം നാമമാത്രമാകുമ്പോൾ അവർ സ്വതന്ത്രരാവുന്നില്ല. കുട്ടികൾ ഖനികളിലും മില്ലുകളിലും വ്യവസായ ശാലകളിലും പണിയെടുക്കുകയോ പട്ടിണി കിടക്കുകയോ ചെയ്യുമ്പോൾ, ജീവിതം കഴിച്ചുകൂട്ടാൻ നാരിമാർക്ക് മാനം വിൽക്കേണ്ടി വരുമ്പോൾ, അവർ സ്വതന്ത്രരാവുന്നില്ല. വേതനവർധനവിനും മനുഷ്യരെന്ന നിലയിലുള്ള സാമാന്യ നീതിക്കും വേണ്ടിയുള്ള പോരാട്ടത്തിലേർപ്പെട്ടതിന് തടവറയിലടയ്ക്കുകയോ പീഡിപ്പിക്കുകയോ ചെയ്യപ്പെടുമ്പോൾ അവർ സ്വതന്ത്രരാകുന്നില്ല.

നിയമങ്ങൾ നിർമിക്കുകയും നടപ്പിലാക്കുകയും ചെയ്യുന്നവർ ജനങ്ങളുടെ ഉത്തമ താൽപ്പര്യത്തെ പ്രതിനിധാനം ചെയ്യുന്നവരായിരിക്കണം. അവർക്ക് മറ്റൊരു താൽപ്പര്യവും ഇല്ലാതിരിക്കുമ്പോൾ മാത്രമേ നാം പൂർണമായും സ്വതന്ത്രരാവുന്നുള്ളൂ. അടിമവേല ചെയ്യുന്നൊരു തൊഴിലാളിയെ വോട്ടിലൂടെ സ്വതന്ത്രനാക്കാൻ കഴിയില്ല. അങ്ങനെയൊരു സ്വാതന്ത്ര്യവും ജനാധിപത്യപരവുമായ രാഷ്ട്രം ലോകത്തിതുവരെ ഉണ്ടായിട്ടില്ല. അധികാരത്തിന്റെയും സമ്പത്തിന്റെയും ശക്തികളെ ചിരപുരാതനകാലം മുതൽക്കേ ആളുകൾ അനുസരിച്ചിരുന്നു. സ്വസഹോദരങ്ങളുടെ ശവശരീരങ്ങൾ കൊണ്ട് യുദ്ധക്കളങ്ങൾ നിറയുമ്പോഴും അവർ ഭരിക്കുന്നവർക്കുവേണ്ടി നിലമുഴുതുമറിക്കുകയും, സ്വന്തം അധ്വാനഫലം കൊള്ളയടിക്കപ്പെടുന്നതിന് സാക്ഷികളായിരിക്കുകയും ചെയ്തു. അവർ കൊട്ടാരങ്ങളും പിരമിഡുകളും അമ്പലങ്ങളും പള്ളികളും സ്ഥാപിച്ചു. പക്ഷേ, ഇതൊന്നും സ്വാതന്ത്ര്യത്തിന്റെ കളിവീടുകളായിരുന്നില്ല.

മനുഷ്യസംസ്കാരം വളർന്നുപന്തലിച്ച് കൂടുതൽ സങ്കീർണത കൈവരിക്കാൻ തുടങ്ങിയപ്പോൾ തൊഴിലാളികൾ കൂടുതൽക്കൂടുതൽ അടിമകളാക്കപ്പെടുന്ന അവസ്ഥയാണുണ്ടായത്. തൊഴിൽശാലകളിൽ പ്രവർത്തിച്ചുകൊണ്ടിരിക്കുന്ന യന്ത്രം കണക്കെയായിരുന്നു ഇന്നുവരെ അവർ. ദിവസവും റെയിൽ, റോഡ്, പാലം, കൂറ്റൻ കെട്ടിടങ്ങൾ, ഓഹരിക്കമ്പോളങ്ങൾ, ചങ്ങാടങ്ങൾ എന്നുവേണ്ട എല്ലായിടങ്ങളിൽ നിന്നും അവർക്ക് അപകടങ്ങളെ നേരിടേണ്ടി വരുന്നു. കപ്പൽശാലകളിലും, റെയിൽ റോഡുകളിലും ഭൂമിക്കടിയിലും കടലിന് മീതെയുമെല്ലാം നമുക്ക് ജീവിക്കുന്നതിനാവശ്യമായ സാധനങ്ങളുമായി അയാൾ തലങ്ങും

വിലങ്ങും നടന്നുതളരുന്നു. എന്താണവർക്ക് പ്രതിഫലം ലഭിക്കുന്നത്? തുച്ഛമായ വേതനം, ദാരിദ്ര്യം, വാടക, നികുതി, കൈമടക്ക്, യുദ്ധത്തിന്റെ കെടുതികൾ.

അവരുടെ ജീവിതം മൊത്തമായി പുനരാവിഷ്കരിക്കുകയും പുനഃക്രമീകരിക്കുകയും ചെയ്തുകൊണ്ടുള്ള ഒരുതരം പൊരുത്തപ്പെടുത്തലാണ് തൊഴിലാളികൾക്ക് ഇന്നാവശ്യം. ഏതെങ്കിലും സർക്കാരുകളോ ഭരണാധികാരികളോ അതിനൊരിക്കലും തയാറായിട്ടില്ല. ചേരിനിവാസികളിൽനിന്ന് കഴിവുറ്റ സൈനികരെ കണ്ടെത്താൻ കഴിയില്ലെന്ന് വർഷങ്ങൾക്കുമുമ്പ് മനസിലാക്കിയ ജർമൻകാർ ചേരികളെല്ലാം തകർത്തു തരിപ്പണമാക്കി. മോശമല്ലാത്ത താമസസൗകര്യങ്ങൾ, വൃത്തിയുള്ള ചുറ്റുപാടുകൾ, നേരത്തിനുള്ള ഭക്ഷണം, ആരോഗ്യകേന്ദ്രങ്ങൾ, തൊഴിൽസ്ഥലങ്ങളിലെ മുൻകരുതലുകൾ തുടങ്ങിയ നാഗരികതയുടെ അടിസ്ഥാന സൂചികകൾ ജനങ്ങൾക്കുണ്ടായിരിക്കണമെന്ന് അവർക്ക് മനസിലായി. സാമൂഹ്യജീവിതത്തിൽ വളരെ അത്യാവശ്യമായിട്ടുണ്ടായിരിക്കേണ്ട സൗകര്യങ്ങളിൽ ചുരുക്കം ചിലതാണവയെല്ലാം. പക്ഷേ, ശരിയായ ദിശയിലേക്കൊന്ന് പിച്ചവയ്ക്കുമ്പോഴേക്കും ജർമനിക്ക് എല്ലാം മതിയായി! മറ്റുപ്രദേശങ്ങൾ കീഴടക്കിക്കൊണ്ട് സൈനികർ വർധിച്ച വീര്യത്തോടെ മുന്നേറുമ്പോഴും പടയേറ്റങ്ങളൊന്നുമില്ലാതെ സ്വയം സംരക്ഷിക്കുവാൻ ജർമനിക്ക് സാധിച്ചു. ഈവിധ പരിഷ്കാരങ്ങൾ ഇവിടെയും നടപ്പിലാക്കപ്പെടുവാൻ ഭരണകൂടത്തിൽ സമ്മർദം ചെലുത്തേണ്ടത് നിങ്ങളാണ്. ഒരു സർക്കാരിന് ഇതൊക്കെ ചെയ്യുവാൻ സാധിക്കുമോയെന്ന ചർച്ചകൾ അവിടെയിരിക്കട്ടെ. യുദ്ധത്തിലേർപ്പെട്ടിരിക്കുന്ന രാഷ്ട്രങ്ങൾപോലും എല്ലാ കോലാഹലങ്ങൾക്കിടയിലും ഈ സൗകര്യങ്ങളൊക്കെ ഏർപ്പെടുത്താൻ ശ്രമിക്കുന്നുണ്ട്. എല്ലാ അടിസ്ഥാനവ്യവസായങ്ങളും അവിടങ്ങളിൽ, സ്വകാര്യ കോർപ്പറേഷനുകളെക്കാൾ നന്നായി സർക്കാരുകൾ തന്നെയാണ് കൈകാര്യം ചെയ്യുന്നത്.

മൗലികമായ പരിഷ്കാരങ്ങൾക്കുവേണ്ടി ഭരണകൂടത്തെ തുടർന്നും നിർബന്ധിക്കേണ്ട കർത്തവ്യം നിങ്ങൾക്കുണ്ട്. വ്യവസായ സ്ഥാപനങ്ങളിലും ഖനികളിലും സംഭരണശാലകളിലും ബാലവേലകൾ നടക്കുന്നില്ലെന്നും ഒരാൾപോലും അപകടത്തിൽപ്പെടുകയോ രോഗപീഡകൾക്കടിമപ്പെടുകയോ ചെയ്യുന്നില്ലെന്നും നിങ്ങളാണ് ഉറപ്പാക്കേണ്ടത്. പുകയും പൊടിയും ഗതാഗതത്തിരക്കുകളുമില്ലാത്ത വൃത്തിയുള്ള നഗരങ്ങൾക്കുവേണ്ടി സമ്മർദം ചെലുത്തേണ്ടതും നിങ്ങളാണ്. ജീവിക്കുവാനാവശ്യമായ വേതനം ലഭിക്കുന്നുണ്ടെന്ന് ഉറപ്പാക്കപ്പെടണം. നല്ല സാഹചര്യങ്ങളിൽ ജനിക്കുവാനും നന്നായി പരിചരിക്കപ്പെടുവാനും ശരിയായ ദിശയിലുള്ള വിദ്യാഭ്യാസം നേടി, ബുദ്ധിവികാസമാർജിച്ച് രാഷ്ട്രത്തെ ഏതുസമയവും സേവിക്കുവാൻ ഓരോരുത്തർക്കും അവസരം കൊടുക്കുവാൻ സർക്കാരിന് കഴിയേണ്ടതുണ്ട്. അതിനുവേണ്ട തയാറെടുപ്പുകൾ സർക്കാരിന്റെ ഓരോ വകുപ്പിലും നടത്തുന്നുണ്ടെന്ന് ഉറപ്പാക്കേണ്ടതും നിങ്ങൾ തന്നെയാണ്.

യുദ്ധം സൃഷ്ടിക്കുന്ന അരുംകൊലയ്ക്കെതിരെ ആഞ്ഞടിക്കുക. സമാധാനത്തെ കശാപ്പുചെയ്യുന്ന നിയമങ്ങൾക്കും കൽപ്പനകൾക്കും സ്ഥാപനങ്ങൾക്കുമെതിരെ ആഞ്ഞടിക്കുക. യുദ്ധത്തിനെതിരെ പോരാടുക; നിങ്ങളില്ലാതെ ഒരു യുദ്ധവും ചെയ്യാൻ കഴിയില്ല. രാസായുധങ്ങളും ബോംബുകളും പോലുള്ള മാരകായുധങ്ങൾ നിർമിക്കുന്നതിനെതിരെ ആഞ്ഞടിക്കുക. ജനസമൂഹത്തിന് മരണവും ദുരിതവും വിതറുന്ന സന്നാഹങ്ങൾക്കെതിരെ ആഞ്ഞടിക്കുക. സർവനാശത്തിന്റെ വഴിയിൽ മൗനം ഭജിക്കാതിരിക്കുക, അടിമകളായനുസരിക്കാതിരിക്കുക. നന്മയുടെ പട്ടാളത്തിന്റെ നായകന്മാരാവുക.

3

സോജനർ ട്രൂത്ത്

സോജനർ ട്രൂത്ത് (1797-1883), അമേരിക്കയിലെ കറുത്ത വർഗക്കാരിയായ സ്വാതന്ത്ര്യപോരാളിയും പ്രഭാഷകയുമായിരുന്നു. ന്യൂയോർക്കിലെ ഉൾസ്റ്റർ കൗണ്ടിയിലുൾപ്പെട്ട ഇസബെല്ലയിൽ ആഫ്രിക്കക്കാരനായ ബോംഫ്രീ (അയാളുടെ ഡച്ചുകാരനായ യജമാനന്റെ നാമം) യുടെയും എലിസബത്തിന്റെയും മകളായി ജനിച്ചു. ഒമ്പതുവയസ്സ് പ്രായമുള്ളപ്പോൾ ഒരു ഇംഗ്ലീഷുകാരനായ ജോൺ നീലിക്ക് അവരെ ലേലത്തിൽ കിട്ടി. നീലി ദമ്പതികൾക്ക് സോജനരുടെ ഡച്ച് അസ്പഷ്ട ഭാഷണം മനസിലാകാത്തത് അകാരണമായി ശിക്ഷിക്കപ്പെടുന്നതിനിടയാക്കി. ഒടുവിൽ അവർ അവളെ കിങ്സ്റ്റണിലെ സത്രമുടമയായ ഒരു മീൻപിടുത്തക്കാരന് വിറ്റു. ഇവിടെവച്ചാണ് തന്റെ ശ്രദ്ധയാകർഷിച്ച ഭാഷാശൈലികൾ സോജനർ സ്വായത്തമാക്കിയത്. ഒരു പ്ലാന്റേഷൻ ഉടമയായ ജോൺ-ജെ-ഡ്യൂമോണ്ട് ആണ് പിന്നീട് അവരെ വിലയ്ക്കുവാങ്ങിയത്. ഇക്കാലത്ത് വിവാഹിതയാവുകയും അഞ്ചുകുട്ടികൾക്ക് ജന്മം നൽകുകയും ചെയ്തു. 1827-ൽ ന്യൂയോർക്കിൽ അടിമകളെ സ്വതന്ത്രരാക്കുവാനുള്ള നിയമം പാസാക്കപ്പെട്ടതിനെ തുടർന്ന് കുടുംബസമേതം പോകുവാൻ അവർ തയാറെടുത്തു. പക്ഷേ, ഡ്യൂമോണ്ട് അതിന് അനു

കൂലമായിരുന്നില്ല. അങ്ങനെ ഏറ്റവും ഇളയ കുട്ടിയുമായി സോജനർ ഓടിപ്പോയി. പിന്നീട് ന്യൂയോർക്ക് കേന്ദ്രീകരിച്ച് വീടുപണി ചെയ്തുവരുമ്പോൾ സുഹൃത്തുക്കളുടെ പ്രേരണയാൽ ഒരു മതഭ്രാന്തന്റെ-മത്തിയാസിന്റെ-സ്വാധീനത്തിൽപ്പെടുകയും ചെയ്തു.

അമേരിക്കയിലെ ആഭ്യന്തരയുദ്ധകാലത്ത് പ്രസംഗങ്ങൾ വഴി കിട്ടിയ പണം പടയാളികൾക്ക് ദാനമായും പടയാളികൾക്ക് ജോലി നേടുവാനും വീടുവെക്കാനും വേണ്ടിയും ചെലവഴിച്ചു. യുദ്ധത്തിനുശേഷം വർഗപരമായ അനീതിക്കെതിരെ സമരം നയിക്കുകയും അവസാനം ആരോഗ്യം ക്ഷയിച്ച് ബാറ്റിൽക്രിക്കിലെ ആരോഗ്യമന്ദിരത്തിനു ചുറ്റുമായി അവരുടെ പ്രവർത്തനങ്ങൾ ചുരുക്കപ്പെടുകയും ചെയ്തു. അവിടെ 1883 നവംബർ 26-ന് അവർ മരിച്ചു.

ഞാനുമൊരു സ്ത്രീയല്ലേ?

ഓഹിയോവിലെ ആക്രൺ വനിതാ കൺവെൻഷനിൽ 1851 ഡിസംബറിൽ നടത്തിയ പ്രസിദ്ധമായ പ്രസംഗം.

നല്ലത്, കുട്ടികളേ, എവിടെയാണോ വലിയ കോലാഹലങ്ങൾ നടക്കുന്നത് അവിടെ ചില താളപ്പിഴകൾ എന്തായാലും ഉണ്ടായിരിക്കും. ദക്ഷിണദേശത്തെ നീഗ്രോവംശജർക്കും ഉത്തരദേശത്തെ സ്ത്രീജനങ്ങൾക്കുമിടയിൽ എല്ലാവരും അവകാശങ്ങളെക്കുറിച്ച് സംസാരിച്ചുകൊണ്ടിരിക്കുന്നു. ഞാൻ ചിന്തിക്കുകയാണ് വെള്ളക്കാരായ പുരുഷന്മാരുടെ സ്ഥിതി അങ്കലാപ്പിലാണ്. പക്ഷേ, എന്തിനെപ്പറ്റിയാണ് ഇവിടെയെല്ലാവരും സംസാരിച്ചു കൊണ്ടിരിക്കുന്നത്? പുരുഷന്മാർ എല്ലായിടത്തും പറയുന്നു സ്ത്രീകൾ വാഹനങ്ങളിൽ സഹായിക്കപ്പെടണമെന്ന്, പതനങ്ങളിൽ നിന്നുയർത്തപ്പെടണമെന്ന്, അവർക്ക് ഏറ്റവും നല്ല സ്ഥാനം ഉണ്ടാവേണ്ടതുണ്ടെന്ന്.

ആരും എന്നെ വാഹനങ്ങളിൽ സഹായിക്കുന്നില്ല, ചെളിക്കളങ്ങളിൽ സഹായിക്കുന്നില്ല, ഇനി ഏറ്റവും നല്ല സ്ഥാനം നൽകുന്നില്ല! ഞാനുമൊരു സ്ത്രീയല്ലേ? എന്നെ നോക്കൂ ! ഈ കൈകൾ നോക്കൂ! ഞാൻ ഉഴുതിട്ടുണ്ട്, വിതച്ചിട്ടുണ്ട്, പത്തായപ്പുര നിറച്ചിട്ടുണ്ട്. എനിക്കു വഴി കാണിച്ചുതരാൻ ഒരുപുരുഷനും സാധിച്ചില്ല. ഞാനുമൊരു സ്ത്രീയല്ലേ?

ഒരുപുരുഷനെപ്പോലെ ഭക്ഷിക്കാനും ജോലി ചെയ്യാനും എനിക്കു സാധിച്ചിരുന്നു - അത് കിട്ടിയിരുന്നപ്പോൾ - മുറപോലെ ചാട്ടയടിയും സഹിക്കണം. ഞാനുമൊരു സ്ത്രീയല്ലേ? ഞാൻ പതിമൂന്നുമക്കൾക്ക് ജന്മം നൽകിയിട്ടുണ്ട്. അവരിലധികവും അടിമകളാക്കി വിൽക്കപ്പെട്ടു. മാതൃദുഃഖത്താൽ ഞാൻ വിലപിച്ചപ്പോഴും ആരും കേട്ടില്ല; യേശുവൊഴികെ! ഞാനുമൊരു സ്ത്രീയല്ലേ?

എന്നിട്ടും അവർ ഇക്കാര്യത്തെപ്പറ്റി തന്നെ പറഞ്ഞുകൊണ്ടിരിക്കുന്നു. എന്താണവരിതിന് പറയുന്നത്? (ശ്രോതാക്കളിലൊരാൾ മന്ത്രിക്കുന്നു 'ബുദ്ധിശക്തി') അതു തന്നെ. വനിതകളുടെ അവകാശങ്ങൾ

അല്ലെങ്കിൽ നീഗ്രോവംശജരുടെ അവകാശങ്ങൾ അനുവദിക്കപ്പെടാത്തത് എന്തുകൊണ്ടാണ്? എന്റെ പാത്രത്തിൽ ഒരൽപ്പം മാത്രമുണ്ടായിരിക്കുകയും നിന്റെ പാത്രത്തിൽ കൂടുതൽ ഉണ്ടായിരിക്കുകയും ചെയ്യുമ്പോൾ എന്റേതിൽ ബാക്കി നിറയ്ക്കുവാനല്ലേ നിങ്ങൾ ശ്രമിക്കേണ്ടത്?

അപ്പോൾ കറുപ്പിനുള്ളിലെ ആ കുറിയ മനുഷ്യൻ പറയുന്നു സ്ത്രീകൾക്ക് പുരുഷനെപോലെ അവകാശം സാധ്യമല്ലെന്ന്. കാരണം യേശു ഒരു വനിതയായിരുന്നില്ലെന്ന്! നിങ്ങളുടെ യേശു വന്നതെവിടെ നിന്നാണ്?

ദൈവത്തിൽ നിന്നും ഒരുനാരിയിൽ നിന്നും! പുരുഷന്മാർക്ക് അവന്റെ കാര്യത്തിൽ യാതൊന്നുമില്ല. ആദ്യത്തെ നാരീദൈവത്തിന് ഈ ലോകത്തെ കീഴ്മേൽ മറിക്കാൻ കഴിഞ്ഞിട്ടുണ്ടെങ്കിൽ അത് തിരിച്ചു വയ്ക്കാൻ ഈ വനിതകളാകെ ബാധ്യതപ്പെട്ടിരിക്കുന്നു. അത് വീണ്ടും ശരിയായ ദിശയിൽ സ്ഥാപിക്കാൻ അവർ ആഗ്രഹിക്കുന്നു. പുരുഷന്മാർ അതിന് അനുവദിക്കുകയാണ് നല്ലത്. ഞാൻ പറയുന്നത് കേട്ടതിന് നിങ്ങളോട് കടപ്പെട്ടിരിക്കുന്നുവെന്നല്ലാതെ ഈ വൃദ്ധയായ സോജനറിന് കൂടുതലായൊന്നും പറയാനില്ല.

4

മേരി ക്യൂറി

ആയിരത്തി എണ്ണൂറ്റി അറുപത്തിയേഴ് നവംബർ ഏഴിന് പോളണ്ടിൽ ജനിച്ച മേരിക്യൂറി 1934 ജൂലൈ നാലിന് അന്തരിച്ചു. ഭർത്താവ് പിയറിക്യൂറിയും അവരും ചേർന്ന് നടത്തിയ റേഡിയോ ആക്ടീവതയുള്ള റേഡിയം, പൊളോണിയം എന്നിവയുടെ കണ്ടുപിടിത്തം ആധുനിക ശാസ്ത്രചരിത്രത്തിലെ അവിസ്മരണീയമായ ഏടുകളിലൊന്നാണ്. അതിനുള്ള അംഗീകാരമായി 1901-ലെ ഊർജതന്ത്രത്തിനുള്ള നോബൽ സമ്മാനം രണ്ടുപേർക്കുംകൂടി ലഭിച്ചു. ശുദ്ധമായ റേഡിയം വേർതിരിച്ചെടുക്കാനും അതിന്റെ അറ്റോമിക ഭാരം നിശ്ചയിക്കാനും കഴിഞ്ഞതിന് 1911-ൽ രണ്ടാമതൊരിക്കൽക്കൂടി (രസതന്ത്രത്തിനുള്ള) നോബൽസമ്മാനം നൽകി അവരെ ആദരിച്ചു.

പോളണ്ടിലെ വാഴ്സയിൽ ജനിച്ച മറിയ (മേരി) സ്ക്ലോഡോവ്സ്ക -ക്യൂറി ലോകത്താകമാനം അറിയപ്പെടുന്ന ആദ്യത്തെ സ്ത്രീശാസ്ത്രജ്ഞരിൽ ഒരുവളും പോയനൂറ്റാണ്ടിലെ ഏറ്റവും പ്രഗത്ഭരായ ശാസ്ത്രജ്ഞരിൽ അദ്വിതീയയുമാണ്.

റേഡിയോ ആക്റ്റീവതയുള്ള മൂലകങ്ങളായ റേഡിയവും പൊളോണിയവും കണ്ടുപിടിച്ചവരെന്ന നിലയിലും രണ്ടുതവണ നോബൽ സമ്മാനം നേടുന്ന ആദ്യവനിതയെന്ന നിലയിലുമാണ് അവർ ഏറ്റവും കൂടുതലായി അറിയപ്പെടുന്നത്.

ഭർത്താവുമൊന്നിച്ച് നടത്തിയ പരീക്ഷണങ്ങളിലൂടെ റേഡിയവും പൊളോണിയവും വേർതിരിച്ചെടുത്ത അവർ, അവ പുറത്തുവിടുന്ന എക്സ്-കിരണങ്ങളെക്കുറിച്ച് പഠനം നടത്തുകയും ആ കിരണങ്ങൾക്ക് മനുഷ്യശരീരത്തിലെ മുഴകളെ കരിച്ചുകളയാൻ ശേഷിയുണ്ടെന്ന് കണ്ടെത്തുകയും ചെയ്തു.

റേഡിയത്തിന്റെ കഥ

റേഡിയത്തിന്റെ കണ്ടുപിടിത്തത്തെപ്പറ്റി 1921 മെയ് 14-ന് ന്യൂയോർക്കിലെ പോഗ്കീപ്സി വാസ്സർ കോളേജിൽ നടത്തിയ സുപ്രസിദ്ധമായ പ്രസംഗം.

റേഡിയോ ആക്ടീവതയെക്കുറിച്ചും റേഡിയത്തെപ്പറ്റിയും എനിക്കു നിങ്ങളോടു പറയാൻ ഒത്തിരിയുണ്ട്, എന്നാൽ അതിനു ഒരുപാടുകാലം വേണ്ടിവരും. അതു സാധ്യമല്ലാത്തതിനാൽ റേഡിയത്തെ കുറിച്ചുള്ള ആദ്യകാല അനുഭവങ്ങൾ ഞാൻ നിങ്ങൾക്കു പറഞ്ഞുതരാം. റേഡിയം ഇനിയുമൊരു കുഞ്ഞല്ല, ഇരുപതിലധികം പ്രായമായി, എന്നാൽ അതിന്റെ കണ്ടുപിടിത്തത്തിലേക്ക് നയിച്ച സാഹചര്യങ്ങൾ ഏറെക്കുറെ വിചിത്രമാണ്, അതുകൊണ്ടുതന്നെ ഓർമിക്കാനും വിശദീകരിക്കാനും വളരെ രസകരവുമാണ്.

നമുക്ക് 1897-ലേക്ക് തിരിച്ചുപോകാം. അക്കാലത്ത് പ്രൊഫസർ ക്യൂറി അധ്യാപനം നടത്തിയിരുന്ന ഊർജതന്ത്രത്തിന്റെയും രസതന്ത്രത്തിന്റെയും വിദ്യാലയത്തിലെ പരീക്ഷണശാലയിൽ അദ്ദേഹവും ഞാനും ചില പരീക്ഷണ പ്രവർത്തനങ്ങൾ നടത്തുമായിരുന്നു. പ്രൊഫസർ ബെക്കറൽ രണ്ടുവർഷങ്ങൾക്കു മുമ്പ് കണ്ടുപിടിച്ച യുറേനിയം രശ്മികളെപ്പറ്റിയുള്ള പഠനപ്രവർത്തനങ്ങളിൽ പ്രത്യേകിച്ചും ഏർപ്പെട്ടിരിക്കുകയായിരുന്നു ഞാൻ.

കുറച്ചുകാലം യുറേനിയം കിരണങ്ങളുടെ അളവ് തിട്ടപ്പെടുത്തുവാനുള്ള മാർഗങ്ങളെ സംബന്ധിച്ചുള്ള പഠനങ്ങളിൽ മുഴുകിയതിനുശേഷം അതേ തരത്തിലുള്ള രശ്മികൾ പുറത്തുവിടുന്ന മറ്റേതെങ്കിലും മൂലകങ്ങളുണ്ടോ എന്നറിയേണ്ടത് ഒരാവശ്യമായിത്തീർന്നു. അതുകൊണ്ട് അറിയപ്പെട്ട എല്ലാ മൂലകങ്ങളെയും അവയുടെ സംയുക്തങ്ങളെയും സംബന്ധിച്ച് പഠിക്കാനുള്ള ഒരുപ്രവർത്തനം ഞാൻ ഏറ്റെടുത്തു. അതിൽനിന്ന് യുറേനിയം സംയുക്തങ്ങളും തോറിയം സംയുക്തങ്ങളും സക്രിയമാണെന്നും (ആക്ടീവ്) എന്നാൽ മറ്റുള്ളവയും അവയുടെ സംയുക്തങ്ങളും അത്രത്തോളം സക്രിയമല്ലെന്നും കണ്ടെത്തി. യുറേനിയത്തിന്റെയും തോറിയത്തിന്റെയും സംയുക്തങ്ങളുമായി ബന്ധപ്പെട്ട് അവയുടെ യുറേനിയം

തോറിയം ഉള്ളടക്കത്തിന്റെ അനുപാതത്തിനനുസരിച്ചാണ് അവ സക്രിയമാകുന്നതെന്ന് മനസിലാക്കുവാൻ സാധിച്ചു. തോറിയമാണോ യുറേനിയമാണോ ഏതാണ് കൂടുതലുള്ളത്, അതിനനുസരിച്ച് ക്രിയാശേഷിയിലും വ്യത്യാസമുണ്ടായിരിക്കും. അതാണ് യുറേനിയം, തോറിയം മൂലകങ്ങളുടെ അറ്റോമിക സ്വഭാവമായിതീരുന്നത്.

പിന്നീട് ധാതുക്കളുടെ അളവുകൾ പരിഗണിച്ചപ്പോൾ യുറേനിയം, തോറിയം ഇവയിലേതെങ്കിലുമൊന്നോ അല്ലെങ്കിൽ രണ്ടും ഉൾപ്പെട്ടതോ ആയവ സക്രിയങ്ങളാണെന്ന് കണ്ടുപിടിച്ചു. അവയുടെ പ്രവർത്തനം ഞാൻ ഊഹിച്ചതു പോലെയല്ല, യുറേനിയം, തോറിയം മൂലകങ്ങളാൽ സമ്പുഷ്ടമായ ഓക്സൈഡു പോലുള്ള സംയുക്തങ്ങളെക്കാൾ വളരെ ശക്തിയേറിയ ഒന്നായിരുന്നു.

അപ്പോൾ യുറേനിയം, തോറിയം എന്നിവയെക്കാൾ ശക്തിയേറിയ റേഡിയോ ആക്ടീവതയുള്ള അറിയപ്പെടാത്തൊരു മൂലകം ധാതുക്കളിൽ തീർച്ചയായും അടങ്ങിയിട്ടുണ്ടാവും. അതിനെ കണ്ടെത്താനും വേർതിരിച്ചെടുക്കാനും വേണ്ടി പ്രൊഫസർ ക്യൂറിയോടൊന്നിച്ച് ഞാൻ ശ്രമമാരംഭിച്ചു. കുറച്ചധികം ആഴ്ചകൾക്കുള്ളിലോ മാസങ്ങൾക്കുള്ളിലോ ലക്ഷ്യത്തിലെത്താമെന്നാണ് വിചാരിച്ചിരുന്നതെങ്കിലും അതുണ്ടായില്ല. വർഷങ്ങളുടെ കഠിനപ്രയത്നം ആവശ്യമായിരുന്നു. ഒരു പുതിയ ഘടകം ആയിരുന്നില്ല. നിരവധി എണ്ണം വേർതിരിഞ്ഞു വന്നു. അവയിലൊന്നായിരുന്നു റേഡിയം. റേഡിയം ശുദ്ധമായി വേർതിരിച്ചെടുക്കാനും സാധിക്കുമായിരുന്നു.

അന്നുമുതൽ യുറേനിയം കിരണങ്ങളെക്കാൾ ദശലക്ഷക്കണക്കിന് മടങ് തീവ്രതയേറിയ രശ്മികൾ പുറത്തുവിടുന്ന മൂലകമെന്ന നിലയിൽ റേഡിയത്തോട് പ്രത്യേക താൽപ്പര്യം ഉണ്ടാകാൻ തുടങ്ങി. ഈ രശ്മികളുടെ പ്രഭാവമാണ് റേഡിയത്തിന്റെ പ്രാധാന്യത്തിന്റെ അടിസ്ഥാനം. പ്രായോഗിക തലത്തിൽ പരിശോധിക്കുമ്പോൾ അവയുടെ ഏറ്റവും പ്രധാനസ്വഭാവം മനുഷ്യകോശങ്ങളിൽ ശരീരശാസ്ത്രപരമായ മാറ്റങ്ങൾ സൃഷ്ടിക്കാൻ കഴിയുമെന്നതാണ്. പല കേസുകളിലും നല്ലഫലങ്ങൾ ഉണ്ടാക്കാൻ സാധിച്ചു. ക്യാൻസർ ചികിത്സയ്ക്കാണ് ഇതിന്റെ ഗുണം പ്രത്യേകിച്ചും ഉപയോഗപ്പെടുത്താവുന്നത്. ചികിത്സ സംബന്ധിയായ ഉപയോഗം ഉള്ളതിനാൽ ഈ മൂലകം വേണ്ടത്ര അളവിൽ ലഭ്യമാകേണ്ടതുണ്ട്. ഒരു തുടക്കമെന്നോണം റേഡിയം ഉൽപ്പാദിപ്പിക്കുന്ന ഒരു വ്യവസായശാല ഫ്രാൻസിൽ ആരംഭിച്ചു. പിന്നീട് കാർനോറ്റിറ്റ് എന്ന അയിര് സുലഭമായ അമേരിക്കയിലും വ്യവസായശാല സ്ഥാപിതമായി. അമേരിക്ക ഓരോവർഷവും ഗ്രാം കണക്കിന് റേഡിയം ഉൽപ്പാദിപ്പിക്കുന്നുണ്ട്. പക്ഷേ, അയിരിൽനിന്ന് വളരെക്കുറച്ചു മാത്രമേ ലഭ്യമാകുന്നുള്ളുവെന്നതിനാൽ വില ഉയർന്ന നിലയിലാണ്. സ്വർണത്തെക്കാൾ ഒരു നൂറായിരം മടങ് പ്രിയപ്പെട്ടതാണ് റേഡിയം.

എന്നാൽ റേഡിയം കണ്ടുപിടിച്ചപ്പോൾ അതിന് ആശുപത്രികളിൽ ഉപയോഗമുണ്ടാകുമെന്ന് ആർക്കും അറിയില്ലായിരുന്നു. ശുദ്ധമായ ശാസ്ത്രത്തിന്റെ പണിയാണത്. ശാസ്ത്രസംബന്ധിയായ പ്രവർത്തനങ്ങൾ അതിന്റെ പ്രത്യക്ഷ പ്രയോജനത്തിന്റെ അടിസ്ഥാനത്തിലല്ല പരിഗണിക്കപ്പെടേണ്ടത് എന്നതിന്റെ തെളിവാണത്. ശാസ്ത്രത്തിന്റെ അഴകിനു വേണ്ടി, അത് അതിനുവേണ്ടി മാത്രം ചെയ്യപ്പെടുമ്പോൾ ശാസ്ത്രകണ്ടുപിടിത്തങ്ങൾ റേഡിയത്തെപോലെ മനുഷ്യരാശിക്ക് ഗുണകരമായി ഭവിക്കും.

റേഡിയത്തിന്റെ ശാസ്ത്രസംബന്ധിയായ ചരിത്രം മനോഹരമാണ്. റേഡിയം കിരണങ്ങളുടെ സ്വഭാവം വളരെ സൂക്ഷ്മമായ പഠനത്തിന് വിധേയമാക്കപ്പെട്ടിട്ടുണ്ട്. നമുക്കറിയാം റേഡിയം കണങ്ങൾ പ്രകാശത്തിന്റേതിനടുത്ത വേഗതയിൽ പുറന്തള്ളപ്പെടുന്നു. ഈ കണികാ നിഷ്കാസനം റേഡിയം ആറ്റങ്ങളുടെ നാശത്തിന് കാരണമാകുന്നുവെന്നും അതിൽ ചിലത് ഹീലിയത്തിന്റെ ആറ്റമായി പരിണമിക്കുന്നുവെന്നും നമുക്കറിയാം. അങ്ങനെ റേഡിയോ ആക്ടീവതയുള്ള മൂലകങ്ങൾ സ്ഥിരമായി ശിഥിലമാക്കപ്പെടുകയും അന്ത്യത്തിൽ സാധാരണ മൂലകങ്ങൾ - പ്രധാനമായും ഹീലിയവും ഈയവും - മാറ്റപ്പെടുകയും ചെയ്യുന്നു. അതായത് നിങ്ങൾ കണ്ടതുപോലെ അസ്ഥിരമായ ആറ്റങ്ങളുടെ രൂപാന്തരീകരണത്തിന്റെ ഒരു പ്രമാണം നിരന്തരമായ മാറ്റങ്ങൾക്ക് വിധേയമാക്കപ്പെടുന്നുവെന്നതാണ്.

റേഡിയത്തിനു മാത്രമല്ല ഈ പ്രഭാവ സവിശേഷതകളുള്ളത്. പൊളോണിയം, മെസോതോറിയം, റേഡിയോ തോറിയം, ആക്റ്റിനിയം തുടങ്ങി റേഡിയോ ആക്ടീവതയുള്ള കുറെയധികം മൂലകങ്ങൾ ഇപ്പോൾത്തന്നെ അറിയപ്പെടുന്നവയാണ്. ഇമാനേഷൻസ് എന്നു പേരായ റേഡിയോ ആക്ടീവതയുള്ള വാതകങ്ങളെപ്പറ്റിയും നമുക്ക് അറിവുണ്ട്. റേഡിയോ ആക്ടീവതയിൽ വളരെ വൈവിധ്യമാർന്ന ജഡപദാർഥങ്ങളും പ്രഭാവങ്ങളും അടങ്ങിയിരിക്കുന്നു. ഇനിയും പരീക്ഷണങ്ങൾ നടത്താവുന്ന ഒരു ബൃഹത്തായ മേഖല ഒഴിവായി കിടക്കുകയാണ്. വരും നാളുകളിൽ ഈ മേഖലയിൽ നല്ല പുരോഗതിയുണ്ടാകുമെന്ന് ഞാൻ പ്രത്യാശിക്കുന്നു. ശാസ്ത്രത്തിന് ഒരു സ്ഥായിയായ സംഭാവനയർപ്പിക്കുവാനുള്ള ഉറച്ചതീരുമാനത്തോടും ഉൽക്കർഷേഛയോടുംകൂടി നിങ്ങളിലാരെങ്കിലും ഈ ശാസ്ത്രപ്രവർത്തനങ്ങൾ ഏറ്റെടുത്തു നടത്തണമെന്നതാണ് എന്റെ അചഞ്ചലമായ ആഗ്രഹം.

5

ആങ്സാൻ സ്യൂകി

ബർമയിലെ മനുഷ്യാവകാശ പ്രവർത്തക

ആങ്സാൻ സ്യൂകി 1945 ജൂൺ 19 ന് ബർമയിലെ റംഗൂണിൽ (ഇപ്പോൾ മ്യാൻമാറിലെ യാംഗൂൺ) ജനിച്ചു. മ്യാൻമാറിലെ പ്രതിപക്ഷനേതാവായ അവർ ആങ്സാനിന്റെയും (രക്തസാക്ഷിയായ ദേശീയ നായകൻ) കിൻ കി (ബർമയിലെ പ്രമുഖ നയതന്ത്രജ്ഞ)യുടെയും പുത്രിയുമാണ്. 1960 വരെ ബർമയിലുള്ള വിദ്യാലയങ്ങളിൽ പഠിച്ചു. അക്കാലത്ത് അവരുടെ അമ്മ ഇന്ത്യയിൽ സ്ഥാനപതിയായി പ്രവർത്തിക്കുകയായിരുന്നു.

ഇന്ത്യയിലെ തുടർപഠനത്തിനുശേഷം ഓക്സ്ഫോഡ് യൂണിവേഴ്സിറ്റിയിൽ ചേർന്നു. അവിടെ വച്ചാണ് സ്യൂകി തന്റെ ഭാവി ഭർത്താവിനെ കണ്ടുമുട്ടിയത്. രണ്ട് മക്കളുള്ള അവർ 1988 ൽ രോഗബാധിതയായി കിടക്കുകയായിരുന്ന അമ്മയെ ശുശ്രൂഷിക്കുവാനായി ബർമയിലേക്ക് തിരിച്ചുവരുന്നതുവരെ ശാന്തമായ ജീവിതമാണ് നയിച്ചിരുന്നത്.

1989 ജൂലായിൽ പുതുതായി നാമകരണം ചെയ്യപ്പെട്ട യൂണിയൻ ഓഫ് മ്യാൻമാറിലെ പട്ടാളസർക്കാർ ആങ്സാൻ

സ്യൂകിയെ വീട്ടുതടങ്കലിലാക്കുകയും പിന്നീട് ഏകാന്തതടവിലിടുകയും ചെയ്തു. മ്യാൻമാർ വിട്ടുപോകുകയാണെങ്കിൽ സ്വതന്ത്രയാക്കാമെന്ന പട്ടാളത്തിന്റെ വാഗ്ദാനം, രാജ്യത്ത് പൊതുജനങ്ങളാൽ തിരഞ്ഞെടുക്കപ്പെടുന്ന സർക്കാർ ഉണ്ടാകുന്നതുവരെയും രാഷ്ട്രീയ തടവുകാരെ വിട്ടയയ്ക്കുന്നതുവരെയും സ്വീകരിക്കാൻ സാധ്യമല്ലെന്ന് പ്രഖ്യാപിച്ച് അവർ തള്ളിക്കളഞ്ഞു.

ആങ്സാൻ സ്യൂകി ഓക്സ്ഫോഡ് യൂണിവേഴ്സിറ്റിയിലെ ഒരു വിശിഷ്ട വ്യക്തിയാണ്. 1991-ൽ അവർക്ക് സമാധാനത്തിനുള്ള നൊബേൽ സമ്മാനം നൽകപ്പെട്ടു. *ഭയത്തിൽ നിന്നുള്ള മോചനം, പ്രത്യാശയുടെ നാദം* തുടങ്ങി ധാരാളം പുസ്തകങ്ങൾ എഴുതിയിട്ടുണ്ട്. 2010 നവംബർ 13ന് സ്യൂകി വീട്ടുതടങ്കലിൽ നിന്നും മോചിതയായി.

സ്ത്രീ സ്വാതന്ത്ര്യം

1995 ആഗസ്ത് 31-ന് ചൈനയിലെ ബീജിങ്ങിൽ നടന്ന സ്ത്രീകളുടെ എൻ ജി ഒ ഫോറത്തിൽ വീഡിയോവിലൂടെ വായിക്കപ്പെട്ട മുഖ്യ പ്രഭാഷണം.

ഈ ഭൂമുഖത്ത് വനിതകൾക്കുവേണ്ടി സംഘടിപ്പിച്ചിട്ടുള്ളതിൽ വച്ച് ഏറ്റവും ബൃഹത്തായ ഈ ഒത്തുചേരലിന്റെ - കുറച്ച് ധൈര്യശാലികളായ പുരുഷന്മാരുടെയും! ഉദ്ഘാടനവേളയിൽ നിങ്ങളോട് അൽപ്പനേരം സംസാരിക്കുകയെന്നത് ശ്രമകരമായ ഒരു ദൗത്യമായിട്ട് എനിക്ക് തോന്നുന്നു. ഞാൻ നിങ്ങളുമായി പങ്കുവയ്ക്കാനുദ്ദേശിക്കുന്നത്, എല്ലാ വൈവിധ്യങ്ങൾക്കിടയിലും നമ്മെയെല്ലാം കൂട്ടിയിണക്കുന്ന പൊതുവായ ചില പ്രത്യാശകളാണ്.

തുടക്കത്തിൽത്തന്നെ, നിങ്ങളുടെ കൂടെ ഈ സമ്മേളനത്തിലിരിക്കാൻ എനിക്കു കഴിയാതെ പോയതിന്റെ കാരണം ബോധിപ്പിക്കുവാൻ ഞാനാഗ്രഹിക്കുന്നു. ആറുവർഷത്തോളം നീണ്ട വീട്ടുതടങ്കലിൽ നിന്ന് കഴിഞ്ഞമാസമാണ് ഞാൻ സ്വതന്ത്രയായത്. എനിക്ക് തിരിച്ചുകിട്ടിയിരിക്കുന്ന സ്വാതന്ത്ര്യം, ഏറെ ദുരിതങ്ങൾ സഹിച്ചിട്ടുള്ള, ഇപ്പോഴും സഹിച്ചുകൊണ്ടിരിക്കുന്ന എന്റെ രാഷ്ട്രത്തിലെ ജനാവലിക്ക് സ്വാതന്ത്ര്യം നേടിക്കൊടുക്കുകയെന്ന ഭാരിച്ച ഉത്തരവാദിത്വം എന്റെ ചുമലിലിട്ടിരിക്കുകയാണ്. ഈ കർത്തവ്യത്തിൽ മുഴുകിയിരിക്കുന്നതുകൊണ്ടാണ് എനിക്കിന്നുവരാൻ സാധിക്കാതിരുന്നത്. നിങ്ങൾ കേട്ടുകൊണ്ടിരിക്കുന്ന ഈ സന്ദേശംപോലും കൈമാറുന്നത് വൈഷമ്യങ്ങളില്ലാതെയല്ല. എന്നാൽ സൗഹൃദത്തിലും അഭിപ്രായസ്വാതന്ത്ര്യത്തിലും വിശ്വസിക്കുന്നവരുടെ സഹായത്താൽ വിഷമതകളെ അതിജീവിക്കുവാൻ എനിക്ക് സാധിച്ചു. സ്വന്തം ഭാവിയെ കരുപ്പിടിപ്പിക്കുന്നതിനും ആഗോള സമൂഹത്തിന്റെ ഭാവിയെ സ്വാധീനിക്കുന്നതിനും വേണ്ടിയുള്ള സ്ത്രീകളുടെ പോരാട്ടത്തിന്റെ ഈ മഹത്തായ ആഘോഷവേളയിലേക്ക് ചെറിയൊരു സംഭാവന ചെയ്യുവാൻ കഴിഞ്ഞതും ആ സഹായം കൊണ്ടാണ്. എല്ലാവരും

സന്നിഹിതരായിരിക്കുന്ന ഈ ഫോറത്തിന്റെ തുടക്കത്തിൽത്തന്നെ, ഇരുപത്തിയൊന്നാം നൂറ്റാണ്ടിനെ സമീപിക്കുമ്പോൾ ആഗോള സമൂഹം പൊതുവെയും സ്ത്രീകൾ പ്രത്യേകിച്ചും അഭിമുഖീകരിച്ചുകൊണ്ടിരിക്കുന്ന വെല്ലുവിളികളെയും മനുഷ്യജീവിത നിലവാരത്തെ സ്വാധീനിക്കുന്ന ആഗോളശക്തികളെയും പറ്റി ഒരു വിഹഗവീക്ഷണം നിങ്ങൾക്ക് ലഭിക്കുന്നുണ്ടാവും. എന്നിരുന്നാലും, സ്ത്രീസഹജമായ ധാരണയോടുകൂടി, ഈ ഫോറത്തിന്റെ കൺവീനർ എന്നോട് നിർദേശിക്കുകയുണ്ടായി, ഈ ആഗോളശക്തികൾക്കിടയിലും വെല്ലുവിളികൾക്കിടയിലും താഴെപ്പറയുന്ന വിഷയങ്ങൾക്ക് ഞാൻ ഊന്നൽ കൊടുക്കണമെന്ന്. അവ സമാധാനവും സുരക്ഷിതത്വും മനുഷ്യാവകാശങ്ങളും ജനാധിപത്യവുമാണ്. രാഷ്ട്രീയത്തിലും ഭരണത്തിലും സ്ത്രീകളുടെ പങ്കാളിത്തവുമായി ബന്ധപ്പെട്ട പ്രത്യേക പ്രശ്നങ്ങളാണ് ഞാൻ ചർച്ചചെയ്യാൻ ഉദ്ദേശിക്കുന്നത്.

സഹസ്രാബ്ദങ്ങളായി സ്ത്രീകൾ പരിലാളനത്തിനും സംരക്ഷണത്തിനും കുട്ടികളുടെയും പ്രായമുള്ളവരുടെയും പ്രത്യേക പരിചരണത്തിനുംവേണ്ടി സ്വയം സമർപ്പിക്കുകയും ജീവിതത്തിന് മൊത്തം ഗുണകരമായ ശാന്തിക്കും സമാധാനത്തിനുംവേണ്ടി അധ്വാനിക്കുകയും ചെയ്യുകയാണ്. ഇതിന്റെകൂടെ കൂട്ടിച്ചേർക്കേണ്ട വസ്തുതയെന്തെന്നാൽ, എന്റെ അറിവിൽ യാതൊരു യുദ്ധവും സ്ത്രീകളാൽ ആരംഭം കുറിക്കപ്പെട്ടിട്ടില്ലെന്നതാണ്. എന്നാൽ സംഘർഷസാഹചര്യങ്ങളിൽ സ്ത്രീകളും കുട്ടികളുമാണ് ഏറ്റവും കൂടുതൽ കഷ്ടതകളനുഭവിക്കുന്നത്. വീടും കുടിയുമായി ബന്ധപ്പെട്ട് ജീവിതത്തെ പോഷിപ്പിക്കുകയെന്ന പ്രാഥമികവും ചരിത്രപരവുമായ പങ്കിൽ നമുക്ക് സർവനിയന്ത്രണങ്ങളും സാധ്യമായിരിക്കുന്ന സന്ദർഭത്തിൽ അങ്ങനെ, ആയിരക്കണക്കിന് സംവത്സരങ്ങളിലൂടെ സ്വായത്തമാക്കിയിട്ടുള്ള അറിവും അനുഭവവും ലോകത്തിന്റെ വ്യത്യസ്തങ്ങളായ മേഖലകളിൽ പ്രയോഗിക്കുവാനുള്ള അവസരംകൂടി കൈവന്നിരിക്കുന്നു. ലോകത്താകമാനമുള്ള സ്ത്രീകളുടെ വിദ്യാഭ്യാസവും ശാക്തീകരണവും കൂടുതൽ പരിചരണാത്മകവും സഹിഷ്ണുതാപരവും നീതിപൂർവകവും സമാധാനപരവുമായ ജീവിതം എല്ലാവർക്കും അനുഭവവേദ്യമാക്കുന്നതിന് യാതൊരു തടസവും സൃഷ്ടിക്കുന്നില്ല.

ശീതയുദ്ധത്തിന്റെ അവസാനത്തോടുകൂടി മനുഷ്യവികസനത്തിനായി മുന്നോട്ടുവയ്ക്കപ്പെട്ടിട്ടുള്ള "വിരക്തമാക്കപ്പെട്ട സമാധാന"ത്തോടൊപ്പം വർധിച്ചുവരുന്ന സ്ത്രീവിമോചന പ്രവർത്തനങ്ങളുടെ സാർവജനീനമായ ഗുണഫലങ്ങൾ കൂട്ടിച്ചേർക്കാവുന്നതാണ്. യുദ്ധപ്പാവകൾക്കുവേണ്ടി വളരെ കുറച്ചു പണവും മനുഷ്യരാശിക്ക് വേണ്ടിയുള്ള അടിയന്തരാവശ്യങ്ങൾക്ക് കൂടുതൽ പണവും ചെലവഴിക്കുന്നതിലൂടെ അടുത്ത സഹസ്രാബ്ദം മനുഷ്യചരിത്രത്തിൽ ഒരിടത്തും രേഖപ്പെടുത്തപ്പെട്ടിട്ടില്ലാത്ത തരത്തിലുള്ള ഒരു കാലമായി മാറ്റപ്പെടുമെന്ന കാര്യം തീർച്ചയാണ്. എന്നാൽ ഈ ലക്ഷ്യം നേടിയെടുക്കുന്നതിന് മുന്നിൽ പല പ്രതിബന്ധ

ങ്ങളുമുണ്ട്. അവയിൽ തീരെ ചെറുതല്ലാത്തതാണ് അസഹിഷ്ണുതയും സുരക്ഷിതത്വമില്ലായ്മയും.

ഈ വർഷം അന്താരാഷ്ട്ര സഹിഷ്ണുതാവർഷമായിട്ടാണ് ആചരിക്കപ്പെടുന്നത്. സഹിഷ്ണുതയും മനുഷ്യാവകാശങ്ങളും ജനാധിപത്യവും സമാധാനവുമെല്ലാം പരസ്പരം ബന്ധപ്പെട്ടവയാണെന്ന് ഐക്യരാഷ്ട്ര സംഘടന അംഗീകരിച്ചിട്ടുണ്ട്. സഹിഷ്ണുതയില്ലാതെ ജനാധിപത്യത്തിന്റെ അടിത്തറയും മനുഷ്യാവകാശങ്ങളോടുള്ള ബഹുമാനവും ശക്തിപ്പെടുത്താനാകില്ല. സമാധാനം നമ്മുടെ കൈയിൽനിന്നും തെന്നിമാറിപ്പോകും. ബർമയിലെ ജനാധിപത്യ പ്രസ്ഥാനത്തിൽ മുഴുകിയിരിക്കുന്ന അവസരങ്ങളിൽ എനിക്കുണ്ടായ അനുഭവങ്ങൾ സഹിഷ്ണുതയുടെ അന്തഃസത്തയിൽ മുറുകെപ്പിടിക്കേണ്ടതിന്റെ ആവശ്യകത എനിക്ക് ബോധ്യമാക്കിത്തന്നു. അതുകൊണ്ടുതന്നെ വെറും 'ജീവിക്കുക ജീവിക്കാനനുവദിക്കുക'യെന്നല്ല; യഥാർഥ സഹിഷ്ണുത മറ്റുള്ളവരുടെ അഭിപ്രായങ്ങൾക്ക് ചെവികൊടുക്കാനുള്ള ബോധപൂർവമായ തയാറെടുപ്പുമായി ബന്ധപ്പെട്ടാണിരിക്കുന്നത്. അത് മനസിന്റെ വ്യാപ്തിയെയും കാഴ്ചപ്പാടുകളെയും അക്രമമോ ശാഠ്യബുദ്ധിയോ ഇല്ലാതെ പുതിയ വെല്ലുവിളികളെ അഭിമുഖീകരിക്കുവാനുള്ള ആത്മവിശ്വാസത്തെയാണ് അർഥമാക്കുന്നത്. പുരുഷന്മാർക്ക് സ്വന്തം കഴിവുകളെപ്പറ്റി ആത്മവിശ്വാസമുള്ള സമൂഹങ്ങളിൽ, വിലയിരുത്തപ്പെടാതെ സ്ത്രീകളെ "സഹകരിപ്പിക്കാറില്ല." അവരുടെ അഭിപ്രായങ്ങൾ അർഹിക്കുന്ന ബഹുമാനത്തോടെ ശ്രദ്ധിക്കപ്പെടേണ്ടതുണ്ട്. അവർ ജീവിക്കുന്ന സമൂഹത്തെ രൂപപ്പെടുത്തുന്നതിൽ അവരുടേതായ പങ്കുവഹിക്കാനാവശ്യമായ അവസരം അവൾക്ക് അനുവദിക്കപ്പെടേണ്ടതുണ്ട്.

സമൂഹത്തിൽ ആവശ്യമായ മാറ്റങ്ങൾ കൊണ്ടുവരുവാനും പുരോഗതി ഉറപ്പുവരുത്തുവാനും സ്ത്രീകൾക്കും സാധിക്കുമെന്ന വാദത്തെ ഖണ്ഡിക്കുവാനാഗ്രഹിക്കുന്ന പുരുഷന്മാർ മനസിൽ കൊണ്ടുനടക്കുന്ന കാലഹരണപ്പെട്ട ഒരു ബർമാ പഴമൊഴിയുണ്ട്; "കോഴി കൂവിയാൽ മാത്രമേ നേരം വെളുക്കുകയുള്ളു" എന്ന്. എന്നാൽ ബർമയിലെ ജനങ്ങൾക്കിന്ന് നേരം വെളുക്കുന്നതിന്റെയും അസ്തമിക്കുന്നതിന്റെയും പിന്നിലെ ശാസ്ത്രം വ്യക്തമായി അറിയാം. ബുദ്ധിമാനായ പൂവൻകോഴിക്കുമറിയാം പ്രഭാതം വരുന്നതുകണ്ടാണ് താൻ കൂവുന്നതെന്നും മറിച്ചല്ലെന്നും. രാത്രിയുടെ കറുപ്പിൽനിന്നും രക്ഷ നൽകുവാനായി വരുന്ന പ്രകാശസഞ്ചയത്തെയാണ് അവൻ കൂവി സ്വാഗതം ചെയ്യുന്നത്. ഭൂലോകത്ത് വെളിച്ചമെത്തിക്കുവാൻ ബാധ്യതപ്പെട്ടിരിക്കുന്നത് പുരുഷന്മാർ മാത്രമല്ല, സഹാനുഭൂതി തോന്നാനും ആത്മാർപ്പണം ചെയ്യാനും ധൈര്യം കാട്ടാനും ക്ഷമിക്കുവാനും കഴിയുന്ന സ്ത്രീക്കും അവളുടെ കഴിവുപയോഗിച്ച് അസഹിഷ്ണുതയുടെയും ക്രോധത്തിന്റെയും കഷ്ടതകളുടെയും നിരാശകളുടെയും ഇരുട്ടിനെ കീറിമുറിച്ച് പ്രകാശപൂരിതമാക്കാൻ കഴിയും.

അസഹിഷ്ണുതയുടെ മറുപുറം എല്ലായ്പോഴും സുരക്ഷിതത്വമി ല്ലായ്മയാണ്. അരക്ഷിത ജനത അസഹിഷ്ണുക്കളാകുവാനുള്ള പ്രവ ണത കാണിക്കും. അങ്ങനെ, അവരുടെ അസഹിഷ്ണുത മറ്റുള്ളവരുടെ സുരക്ഷയ്ക്ക് ഭീഷണിയുയർത്തുന്ന ശക്തികൾക്ക് ജന്മം നൽകപ്പെടുന്ന അവസ്ഥയിലേക്ക് നയിക്കുകയും ചെയ്യും. എവിടെയാണോ സുരക്ഷിത ത്വമില്ലാത്തത് അവിടെ അനന്തമായ ശാന്തിയുണ്ടാകില്ല. യു എൻ ഡി പി അതിന്റെ കഴിഞ്ഞവർഷത്തെ 'മനുഷ്യവികസന രേഖ'യിൽ പറയുന്നു: "മാനവസുരക്ഷ ആയുധങ്ങളുമായി ബന്ധപ്പെട്ടതല്ല - അത് മനുഷ്യജീ വിതവും അതിന്റെ ഔദ്ധത്യവുമായി ബന്ധപ്പെട്ടതാണ്." ബർമയിൽ നട ക്കുന്ന ജനാധിപത്യത്തിനും മനുഷ്യാവകാശങ്ങൾക്കും വേണ്ടിയുള്ള സമരം ജീവിതത്തിനും അതിന്റെ മഹിമയ്ക്കും വേണ്ടിയാണ്. ഞങ്ങളുടെ രാഷ്ട്രീയ, സാമൂഹിക, സാമ്പത്തിക അഭിലാഷങ്ങളുടെ ബഹിർസ്ഫുര ണമാണ് ആ പോരാട്ടം. സുരക്ഷിതരാവാൻ എന്റെ രാഷ്ട്രത്തിലെ ജന തയ്ക്ക് രണ്ടുകാര്യങ്ങളിൽ നിന്നുള്ള മോചനമാണ് വേണ്ടത്. ഒന്ന് ദാരി ദ്ര്യത്തിൽ നിന്നുള്ള മോചനവും രണ്ട് ഭീതിയിൽ നിന്നുള്ള മോചനവും. ദാരിദ്ര്യമാണ് ഞങ്ങളുടെ നിരവധി യുവതികളെ രാജ്യാതിരുകൾ കടന്ന് പോകാനും ലൈംഗിക അടിമകളായി നിത്യ അപമാനവും ദ്രോഹവും സഹിച്ചുകൊണ്ട് കാലം കഴിക്കുവാനും പ്രേരിപ്പിക്കുന്നത്. തങ്ങൾ വച്ചു പുലർത്തുന്ന രാഷ്ട്രീയ വിശ്വാസം മൂലം പീഡിപ്പിക്കപ്പെടുമോയെന്ന ഭയം ഒട്ടനവധിപ്പേരെ വീടുകളിൽപ്പോലും അന്തസ്സോടും സുരക്ഷിതമായും ജീവിക്കാനനുവദിക്കുന്നില്ല.

പരമ്പരാഗതമായി, വീട് സ്ത്രീയുടെ സാമ്രാജ്യമാണ്. എന്നാൽ അവിടെ സുരക്ഷിതമായും അലട്ടില്ലാതെയും ജീവിച്ചുപോകാമെന്ന് യാതൊരു ഉറപ്പുമില്ല. അവർക്ക് സ്വർഗമായിരിക്കേണ്ട കുടുംബത്തിനു ള്ളിൽ നിന്നുതന്നെയാണ് നിരവധി സ്ത്രീകൾ നിഷ്ഠൂരമായ പീഡനത്തി നിരയാകേണ്ടിവന്നിരിക്കുന്നത്. സന്ദിഗ്ധഘട്ടങ്ങളിൽ പുരുഷന്മാരുടെ സംര ക്ഷണം ലഭിക്കവയ്യാത്ത അവസരങ്ങളിൽ ഗൃഹസ്ഥരായ സ്ത്രീകൾക്ക് പുറംലോകത്തിന്റെ നിരവധി വെല്ലുവിളികളെ നേരിടേണ്ടതായിവരുന്നു.

ജനാധിപത്യപ്രസ്ഥാനത്തിൽ പങ്കെടുത്തതിന് ജയിൽവാസമനുഷ്ഠി ക്കേണ്ടിവന്ന എന്റെ വളരെയധികം സുഹൃത്തുക്കൾ സ്ത്രീകളോടുള്ള, പ്രത്യേകിച്ച് അവരുടെ പിന്നിൽ പാറപോലെ ഉറച്ചുനിൽക്കുന്ന, പൈത ങ്ങളെ പരിലാളിക്കുന്നതിനാൽ മൃദുലഹൃദയകളും ഇളംതലമുറയെ പ്രതി രോധിച്ച് സംരക്ഷിക്കുന്നതിനാൽ സിംഹിണിയെപ്പോലെ ധൈര്യശാലി കളുമായ ഭാര്യമാരോടുള്ള കടപ്പാടുകളെപ്പറ്റി എന്നോട് പറയാറുണ്ട്. നീതിക്കും സമാധാനത്തിനും വേണ്ടിയുള്ള കഠിനപ്രയത്നത്തിൽ ഈ പ്രതാപികളായ മനുഷ്യജീവികൾ അത്രത്തോളം സഹായമാണ് അവരുടെ പുരുഷന്മാർക്ക് ചെയ്തുകൊടുത്തിട്ടുള്ളത്. ലോകത്തിനും രാഷ്ട്രത്തിനും വേണ്ടി സ്വന്തം അധികാരമുപയോഗിച്ചുകൊണ്ട് പ്രവർത്തിക്കുവാൻ അവ

സരം നൽകപ്പെട്ടിരുന്നുവെങ്കിൽ എന്തെല്ലാം നേട്ടങ്ങൾ അവർക്ക് ഉണ്ടാക്കിയെടുക്കുവാൻ കഴിയുമായിരുന്നു.

ഞങ്ങളുടെ എല്ലാ ഉദ്യമങ്ങളും ലോകത്തെല്ലായിടത്തുമുള്ള കരുത്തരും ആദർശധീരകളുമായ വനിതകളുടെ പ്രവർത്തനങ്ങളാൽ പോഷിപ്പിക്കപ്പെട്ടിട്ടുണ്ട്. എന്നെ തടങ്കലിൽനിന്ന് മോചിപ്പിക്കുന്നതിനുവേണ്ടി മാത്രമല്ല, അതിനേക്കാളുപരിയായി ഞങ്ങളുടെ പ്രശ്നങ്ങളെല്ലാം പരിഹരിക്കപ്പെടുന്നതിനുവേണ്ടിയുള്ള സംഘടിതമായ പരിശ്രമങ്ങൾ അവർ നടത്തിയിട്ടുണ്ട്. ഭരണകർത്താക്കൾ മുതൽ വീട്ടമ്മമാർ വരെയുള്ള ലോകത്തെമ്പാടുമുള്ള ഞങ്ങളുടെ സഹോദരിമാരോടുള്ള കടപ്പാട് ഈയവസരത്തിൽ അറിയാക്കിതിരിക്കാൻ എനിക്കു സാധ്യമല്ല. സ്ത്രീകളുടെ ഐക്യബോധത്തിന്റെ വിജയകരമായ പ്രദർശനങ്ങളായിരുന്നു അവർ ലോകത്തെല്ലായിടത്തും നടത്തിയ യത്നങ്ങൾ. മാത്രമല്ല, അതിരുകൾ ഭേദിച്ചുകടക്കാനുള്ള ശ്രേഷ്ഠമായ ഒരാദർശത്തിന്റെ കരുത്തുമാണ് കണ്ടത്.

എന്റെ രാജ്യത്ത് ഭരണത്തിന്റെ ഉന്നത തലങ്ങളിൽ ഇന്ന് വനിതകൾക്ക് യാതൊരു പങ്കുമില്ല. അതുതന്നെയാണ് നീതിന്യായ രംഗത്തെയും സ്ഥിതി. ജനാധിപത്യപ്രസ്ഥാനത്തിനുള്ളിൽപ്പോലും 1990 ൽ തിരഞ്ഞെടുക്കപ്പെട്ട 486 എം പിമാരിൽ 14 പേർ മാത്രമായിരുന്നു വനിതകൾ – എല്ലാവരും എന്റെ പാർട്ടിയായ നാഷണൽ ലീഗ് ഫോർ ഡെമോക്രസിയിൽ നിന്നായിരുന്നു. ഈ പതിനാല് സ്ത്രീകൾ വിജയിക്കപ്പെട്ട സ്ഥാനാർഥികളുടെ മൊത്തം എണ്ണത്തിന്റെ വെറും മൂന്നുശതമാനം മാത്രമാണ്. അവർക്ക്, അവരുടെ പുരുഷ സഹപ്രവർത്തകരെപ്പോലെ സ്ഥാനമേറ്റെടുക്കുവാൻ, തിരഞ്ഞെടുപ്പിന്റെ അനന്തരഫലം തീർത്തും അവഗണിക്കപ്പെട്ടതിനെത്തുടർന്ന് അനുവാദമുണ്ടായില്ല. എന്നിട്ടും വിദ്യാഭ്യാസ സ്ഥാപനങ്ങളിലെ സ്ത്രീകളുടെ മിന്നുന്ന പ്രകടനവും വാണിജ്യസംരംഭങ്ങളുടെ ഭരണനിർവഹണത്തിൽ പ്രകടിപ്പിക്കുന്ന കഴിവും സൂചിപ്പിക്കുന്നത്, പൊതുസമൂഹത്തിന്റെ നവീകരണത്തിനാവശ്യമായ ഒട്ടനവധി സംഭാവനകളർപ്പിക്കുവാനുള്ള ശേഷി അവരിൽ ഒളിഞ്ഞിരിപ്പുണ്ടെന്നാണ്. ഇതിനിടയിലും മൗലികാവകാശങ്ങളായ അഭിപ്രായപ്രകടന സ്വാതന്ത്ര്യവും ചങ്ങാത്തവും ജീവിതസുരക്ഷിതത്വവും പുരുഷന്മാരെപ്പോലെ സ്ത്രീകൾ ഇനിയും നേടിയെടുക്കേണ്ടിയിരിക്കുന്നു.

ബർമയിൽ ഒരു യഥാർഥ ജനാധിപത്യ-രാഷ്ട്രീയ സംവിധാനം നിലവിൽ വരുന്നതിനുവേണ്ടി കഠിനപ്രയത്നത്തിലേർപ്പെട്ടിരിക്കെ അനുഭവിക്കേണ്ടിവന്ന ദുരവസ്ഥ നമ്മെ പഠിപ്പിച്ചത്, നമുക്ക് മറികടക്കാൻ പറ്റാത്ത ലിംഗപരമായ യാതൊരു മതിൽക്കെട്ടുകളും നിലവിലില്ലെന്നതാണ്. സ്ത്രീയും പുരുഷനും തമ്മിലുള്ള ബന്ധം ഒരു ശീലമാക്കി വികസിപ്പിച്ചോ, അല്ലെങ്കിൽ മറ്റെന്തെങ്കിലും ചൂഷണത്തിലൂടെയോ സാധ്യമാക്കേണ്ടുന്ന ഒന്നല്ല; എന്നാൽ മെറ്റ (അതായത് ദീനാനുകമ്പ)യുടെയും പങ്കാളിത്തത്തിലൂടെയും വിശ്വാസത്തിലൂടെയും തീർച്ചയായും സാധ്യമാക്കേണ്ടതാണ്. അല്ലെങ്കിൽ സാധ്യമായിത്തീരേണ്ടതാണ്. പുരുഷന്മാരും

സ്ത്രീകളും തമ്മിലുള്ള പരസ്പര ബഹുമാനവും ധാരണയുമാണ് നമുക്കാവശ്യം. ഇവ ആക്രമണത്തിന്റെയും പ്രത്യാക്രമണത്തിന്റെയും ബഹിർസ്ഫുരണങ്ങളായ പുരുഷാധിപത്യത്തിനും തരംതാഴ്ത്തലിനും പകരമാവണം. ജീവശാസ്ത്രപരവും പാരമ്പര്യവുമായ ഘടകങ്ങളാൽ അടിച്ചേൽപ്പിക്കപ്പെട്ട "ലിംഗപരമായ ന്യൂനത"കളുടെ തീക്ഷ്ണത കുറയ്ക്കുവാൻ വേണ്ടി നമുക്ക് പരസ്പരം കാര്യങ്ങൾ പഠിക്കുകയും തമ്മിൽത്തമ്മിൽ സഹായിക്കുകയും ചെയ്യാം.

ലോകത്തുള്ള പഴക്കം ചെന്നൊരു മുൻവിധിയെപ്പറ്റി സ്ത്രീകൾ എപ്പോഴും സംസാരിക്കാറുണ്ട്. അത് ശരിക്കുമൊരു ദൗർബല്യമാണോ? എന്തുകൊണ്ട് അതൊരു കരുത്തായിക്കൂടാ? മനുഷ്യമസ്തിഷ്കത്തെക്കുറിച്ച് ഈയിടെ നടത്തിയ പഠനങ്ങളിൽനിന്ന് വ്യക്തമാകുന്നത് വാക്പ്രയോഗത്തിൽ വൈദഗ്ധ്യം സ്ത്രീകൾക്കും കായികപ്രവർത്തനങ്ങളിൽ വൈദഗ്ധ്യം പുരുഷന്മാർക്കുമാണെന്നാണ്. മറുഭാഗത്ത്, പുരുഷന്മാർ പറഞ്ഞുപരത്തുന്ന തെറ്റായ വൃത്താന്തങ്ങൾ അതിനിരയായവരിൽ സൃഷ്ടിക്കുന്ന വിനാശഫലത്തെക്കാൾ ചെറുതായിരിക്കും നാരീവൃഥാസല്ലാപം സൃഷ്ടിക്കുന്നതെന്ന് മനഃശാസ്ത്ര ഗവേഷണങ്ങൾ തെളിയിച്ചിരിക്കുന്നു. ഹിംസയിലൂടെയും ദുഷ്പ്രേരണകളിലൂടെയുമല്ലാതെ, സംഘർഷ വേളകളിൽ, ചർച്ചകളിലൂടെയുള്ള പരിഹാരം സാധ്യമാക്കിത്തീർക്കുവാൻ സ്ത്രീകൾക്ക് സാധിക്കുമെന്നല്ലേ ഈ കണ്ടുപിടുത്തങ്ങൾ തെളിയിക്കുന്നത്?

ബുദ്ധമതത്തിലെ 'പാവാരണ' എന്നത് മഴക്കാലത്തിന്റെ പിൻവാങ്ങൽ സമയത്ത് മനുഷ്യസമുദായം 'ആശയാവിഷ്കരണ ശേഷിയില്ലാത്ത മൃഗങ്ങളെപ്പോലെ' ശാന്തരായിപ്പോകാതിരിക്കുവാൻ ബുദ്ധഭഗവാൻ ഏർപ്പെടുത്തിയ ഒരു മതകർമമാണ്. ഈ സമയത്ത് എന്തെങ്കിലും പാപം ചെയ്തുപോയിട്ടുണ്ടെങ്കിൽ, മാപ്പുനൽകണമെന്ന് ബുദ്ധസന്യാസിമാർ പരസ്പരം ആവശ്യപ്പെടുന്ന പ്രസ്തുത ചടങ്ങ്, സത്യത്തിന്റെയും അനുരഞ്ജനത്തിന്റെയും ആലോചനായോഗമായി പരിഗണിക്കാവുന്നതാണ്. ആ ചടങ്ങ് മിക്ക ജനാധിപത്യ സ്ഥാപനങ്ങളുടെയും പാർലമെന്റിന്റെയും തങ്ങളുടെ പ്രശ്നങ്ങൾ ചർച്ച ചെയ്യുവാനായി ആളുകൾ നടത്തുന്ന കൂടിയാലോചനകളുടെയും മുൻഗാമിയായി കരുതാം. ലോകത്തുള്ള മഹത്തായ എല്ലാ മതങ്ങളും സമൂഹത്തിൽ ഐക്യവും സമാധാനവും പ്രദാനം ചെയ്യാൻ സമർപ്പിക്കപ്പെട്ടിരിക്കുന്നു. ഇത് വ്യക്തമാക്കുന്ന വസ്തുതയെന്തെന്നാൽ പോരടിക്കുവാനുള്ള ഒരു വാസനയോടൊപ്പം പരസ്പര ധാരണയ്ക്കുള്ള ഒരു ആത്മീയഅഭിലാഷവും മനുഷ്യരിൽ കുടികൊള്ളുന്നുവെന്നാണ്.

ചർച്ചകളിലൂടെയും ആശയ കൈമാറ്റങ്ങളിലൂടെയും സങ്കീർണമായ പ്രശ്നങ്ങൾ പരിഹരിക്കാനുള്ള മനുഷ്യകുലത്തിന്റെ കഴിവിലുള്ള വിശ്വാസത്തെയാണ് ഗവണ്മെന്റേതര സംഘടനകളുടെ ഈ ഫോറത്തിലൂടെ വെളിപ്പെടുത്തുന്നത്. അവരവരുടെ പ്രദേശങ്ങളിലെ പ്രശ്നങ്ങൾ പരിഹ

രിക്കുവാൻ സർക്കാരുകൾ മാത്രം വിചാരിച്ചാൽ മതിയാവില്ലെന്നും അത് വ്യക്തമാക്കുന്നു. യു എൻ ഡി പി തിരിച്ചറിഞ്ഞിട്ടുള്ള നാല് വികസനമാതൃകകളായ ഉൽപ്പാദനക്ഷമത, സമത്വം, ശാക്തീകരണം, പരിപോഷണം എന്നിവ ഉറപ്പുവരുത്തുന്നതിനായി ഔദ്യോഗിക സംവിധാനങ്ങൾക്കപ്പുറത്തുള്ള സംഘടനകളുടെ സഹകരണവും നിതാന്ത ജാഗ്രതയും അത്യാവശ്യമാണ്. അതിൽ പറഞ്ഞിട്ടുള്ള ശാക്തീകരണം വളരെ പ്രസക്തമായതാണ്. അതാവശ്യപ്പെടുന്നത്: "ജനങ്ങളാൽ നടത്തപ്പെടുന്ന വികസനമാണ്. അവർക്കുവേണ്ടി മാത്രം നടത്തപ്പെടുന്ന ഒന്നല്ല. ജനങ്ങൾ പരിപൂർണമായും അവരുടെ ജീവിതത്തെ ചിട്ടപ്പെടുത്തുന്ന തീരുമാനങ്ങളെടുക്കുന്നതിലും നടപടിക്രമങ്ങളിലും അവരുടേതായ പങ്കുവഹിക്കണമെന്നത് നിർബന്ധമാണ്. മറ്റൊരുതരത്തിൽ പറഞ്ഞാൽ രാജ്യഭരണ സംവിധാനത്തിൽ ജനങ്ങൾക്ക് ഒരു സുപ്രധാനമായ പങ്കുവഹിക്കാൻ കഴിയണം. ഈ 'ജനങ്ങളി'ൽ ലോകജനസംഖ്യയുടെ പകുതിയോളം വരുന്ന സ്ത്രീകളും ഉൾപ്പെടുന്നു.

കഴിഞ്ഞ ആറുവർഷം ഗൗരവമായി ചിന്തിക്കുവാനുള്ള വകയും വേണ്ടത്ര സമയവും എനിക്ക് ലഭ്യമായിരുന്നു. അവസാനം, നന്മയുടെയും തിന്മയുടെയും അടിസ്ഥാനത്തിൽ മനുഷ്യരാശി രണ്ടായി വിഭജിക്കപ്പെട്ടിരിക്കുകയാണെന്ന നിഗമനത്തിലാണ് ഞാനെത്തിയത്. അറിവ് സമ്പാദിക്കുവാൻ കഴിയുന്നവരും സാധിക്കാത്തവരുമാണ് അത് സൃഷ്ടിച്ചെടുത്തത്. ഇവിടെ ഞാൻ ജ്ഞാനസമ്പാദനത്തെ അക്കാദമിക വിദ്യാഭ്യാസമെന്ന ഇടുങ്ങിയ അർഥത്തിൽ കണ്ടുകൊണ്ടല്ല സംസാരിക്കുന്നത്. നമ്മുടെ ലോകത്ത് സന്തോഷവും സമാധാനവും വർധിപ്പിക്കുവാൻ നമുക്ക് കഴിവുതരുന്ന ജീവിതാനുഭവശകലങ്ങളെ സ്വാംശീകരിച്ചെടുക്കുന്ന പ്രവർത്തനമെന്ന അർഥത്തിലാണ്. ജീവിതത്തിലുടനീളം അവരെ നയിച്ചുകൊണ്ടുപോകേണ്ടുന്ന മൂല്യങ്ങൾ കുട്ടികളെ മനസിലാക്കിക്കൊടുക്കാനുള്ള ബാധ്യത, പരമ്പരാഗതമായി അമ്മമാരിലാണ് നിക്ഷിപ്തമായിരിക്കുന്നത്. സാങ്കേതിക വിപ്ലവത്തിന്റെ അറ്റമില്ലാത്ത വെല്ലുവിളികളോടൊത്തുപോകാവുന്ന ഒരു പുതുലോക സൃഷ്ടിക്കുവേണ്ടി നമ്മുടെ സ്വാഭാവികമായ ബോധനതന്ത്രങ്ങൾ ഉപയോഗപ്പെടുത്തുവാനും അതിന്റെ മുറയ്ക്ക് സാമൂഹികമൂല്യങ്ങളിൽ വിപ്ലവാത്മകമായ മാറ്റങ്ങൾ വരുത്തുവാനുമുള്ള സമയമാണിത്.

മറ്റുള്ളവരെ പഠിപ്പിക്കാൻ കഠിനപ്രയത്നം നടത്തുന്ന വേളയിൽ നമുക്കുമേറെ പഠിക്കുവാനുണ്ടെന്ന് എളിമയോടെ സ്വയം ബോധ്യപ്പെടുത്താൻ നമുക്ക് സാധിക്കണം. നമുക്ക് ചുറ്റുമുള്ള ലോകം മാറുന്നതിനനുസരിച്ച് സ്വയം സജ്ജീകരിക്കപ്പെടാനുള്ള ഇലാസ്തികത നമുക്കുണ്ടായിരിക്കണം. വിനയവും ഹൃദയനൈർമല്യവുമാണ് വിലമതിക്കപ്പെട്ട മൂല്യങ്ങളെന്ന് അഭ്യസിപ്പിക്കപ്പെട്ട നാം സ്ത്രീകൾ അത്യത്ഭുതകരമായി ബോധന പ്രക്രിയയ്ക്കായി സജ്ജീകരിക്കപ്പെട്ടിരിക്കുകയാണ്. എന്നാൽ അധികമാരും ശ്രദ്ധിക്കാതെപോയ ഈ മൂല്യങ്ങളെ അവർ ജീവിക്കുന്ന സമൂഹത്തിന്റെ നിശ്ചി

തമായ മുതൽക്കൂട്ടുകളാക്കി മാറ്റുവാനുള്ള അവസരം സ്ത്രീകൾക്ക് നൽകേണ്ടതുണ്ട്.

ഇവയാണ്, അപ്പോൾ, നമ്മെ ഒന്നിപ്പിക്കുന്ന പൊതുവായ പ്രതീക്ഷകൾ – അവ മുൻവിധികളുടെയും അസഹിഷ്ണുതയുടെയും അന്തകരായി നമ്മുടെ ഞരമ്പുകളിൽനിന്ന് പുറത്തേക്ക് വരികയാണ്. മനുഷ്യവികസനത്തിന്റെ തടസ്സങ്ങൾ എവിടെയായിരുന്നാലും തിരിച്ചറിയുന്നതിനും നീക്കം ചെയ്യുന്നതിനും അവ നമ്മെ സഹായിക്കും. ആ മഹത്തായ സ്വപ്നം നേടിയെടുക്കാനുള്ള തന്ത്രങ്ങൾ രൂപപ്പെടുത്തുന്നതിനാണ് ഈ ഫോറം ഊന്നൽ കൊടുക്കേണ്ടത്. എന്നെപ്പോലെ, ലോകത്തുടനീളമുള്ള നിങ്ങളോടൊത്തിരിക്കാൻ കഴിഞ്ഞിട്ടില്ലാത്ത സ്ത്രീകൾ വളരെ സന്തോഷപ്രദവും ഉൽപ്പാദനക്ഷമവുമായ ഈ സമ്മേളനത്തിനുവേണ്ടി പ്രാർഥിക്കുവാനും ആശംസകൾ നേരുവാനും എന്നോടൊപ്പമുണ്ടാകുമെന്ന് എനിക്കുറപ്പുണ്ട്.

നിങ്ങൾക്കെല്ലാം എന്റെ നന്ദി.

6

പേൾ ബക്ക്

പേൾ ബക്ക് (1892-1973) പടിഞ്ഞാറൻ വെർജീനിയായിലെ ഹിൽസ് ബറോവിൽ ജനിച്ചു. മാതാപിതാക്കൾ മതപ്രചാരണ പ്രവർത്തനങ്ങളുമായി ബന്ധപ്പെട്ട് ചൈനയിലായിരുന്നതിനാൽ അവിടെയായിരുന്നു അവർ വളർന്നത്. വിദ്യാഭ്യാസം റാൻഡോൾഫ് മാക്കൻ വനിതാകോളേജിലായിരുന്നു. ബിരുദപഠനാനന്തരം ചൈനയിലേക്ക് മടങ്ങിയ പേൾ ബക്ക് 1934 വരെ — 1926 ൽ എം എ ബിരുദമെടുക്കുവാൻ കോർണൽ യൂണിവേഴ്സിറ്റിയിൽ ചേർന്ന ഒരുവർഷമൊഴിച്ച്—അവിടെ ചെലവഴിച്ചു.

1920കളിലാണ് പേൾബക്ക് എഴുതുവാൻ തുടങ്ങിയത്. ആദ്യ നോവലായ *ഈസ്റ്റ് വിൻഡ് വെസ്റ്റ് വിൻഡ്* 1930 ൽ പ്രകാശിതമായി. അതിനെത്തുടർന്ന് പുറത്തിറങ്ങിയ *ദ ഗുഡ് എർത്ത്* (1931), *സൺസ്* (1932), *എ ഹൗസ് ഡിവൈഡഡ്* (1938) എന്നീ പുസ്തകങ്ങൾ വാങ് കുടുംബത്തിന്റെ വീരപരാക്രമങ്ങൾ വർണിക്കുന്ന ഐതിഹ്യകഥകളുടെ നോവൽ ത്രയമായി പരിഗണിക്കപ്പെടുന്നു. *ദ ഗുഡ് എർത്ത്* ഒരുപാടുകാലം അമേ

രിക്കയിൽ ഏറ്റവും കൂടുതൽ വിൽക്കപ്പെടുന്ന പുസ്തകങ്ങളുടെ പട്ടികയിൽ സ്ഥാനം പിടിച്ച പുസ്തകമാണ്. അത് അവർക്ക് നിരവധി പുരസ്കാരങ്ങൾ നേടിക്കൊടുത്തു. ആ പുരസ്കാരങ്ങളിൽ പുലിസ്റ്റർ സമ്മാനവും വില്യം ഡീൻ ഹവൽസ് മെഡലും ഉൾപ്പെടുന്നു. *ദ ഫസ്റ്റ് വൈഫ് ആന്റ് അദർ സ്റ്റോറീസ്* (1933), *ഓൾ മെൻ ആർ ബ്രദേഴ്സ്* (ചൈനയിലെ *ഷുയിഹു ചുവാൻ* എന്ന നോവലിന്റെ പരിഭാഷ) (1933), *ദ മദർ* (1934), *ദിസ് പ്രൗഡ് ഹാർട്ട്* (1938) എന്നിവ പേൾ ബക്കിന്റെ കൃതികളാണ്. 1936 -ൽ പ്രസിദ്ധീകരിച്ച മാതാപിതാക്കളുടെ ജീവചരിത്രങ്ങളായ *ദ എക്സൈൽ, ഫൈറ്റിങ് എയ്ഞ്ചൽ* എന്നിവ *ദ സ്പിരിറ്റ് ആന്റ് ദ ഫ്ളഷ്* എന്നപേരിൽ ഒറ്റപുസ്തകമായി 1944-ൽ പുനഃപ്രസിദ്ധീകരിച്ചു. *ദ ടൈം ഈസ് നൗ* എന്ന എഴുത്തുകാരിയുടെ വൈകാരികാനുഭവങ്ങളുടെ ഭാവനാത്മകമായ രചന, നേരത്തെ എഴുതപ്പെട്ടതാണെങ്കിലും 1967 വരെ വെളിച്ചം കണ്ടില്ല. പേൾബക്ക് നിരവധി ക്ഷേമസംഘടനകളിൽ സജീവമായിരുന്നു; പ്രത്യേകിച്ചും ഏഷ്യയിലെയും അമേരിക്കയിലെയും കുട്ടികളെ ദത്തെടുക്കുന്നതിനായി പ്രവർത്തിക്കുന്ന ഒരു സംഘം അവർ രൂപീകരിച്ചു (വെൽക്കം ഹൗസ്). അതുപോലെ വൈകല്യമുള്ള കുട്ടികളുടെ കാര്യത്തിലും പേൾ ബക്ക് പ്രത്യേകമായ താൽപ്പര്യം കാണിച്ചിരുന്നു (*ദ ചിൽഡ്രൻ ഹൂ നെവർ ഗ്രൃൂ* - 1950).

ചൈനയിലെ നോവൽ

1938 ഡിസംബർ 12-ന് സ്വീഡനിലെ സ്റ്റോക്ഹോമിൽ-നോബൽ സമ്മാനവേദി-നടത്തിയ വിഖ്യാതമായ പ്രസംഗം.

ഇന്നിവിടെ സംസാരിക്കേണ്ട വിഷയത്തെപ്പറ്റി ആലോചിച്ചുകൊണ്ടിരിക്കുമ്പോൾത്തന്നെ ചൈനയെക്കുറിച്ചൊന്നും പറയാതിരുന്നാൽ അത് തെറ്റായിപ്പോകുമെന്ന് എനിക്ക് തോന്നിയിരുന്നു. ഞാൻ, ജന്മംകൊണ്ടും പാരമ്പര്യം കൊണ്ടും അമേരിക്കക്കാരിയാണ്. ഇപ്പോൾ അമേരിക്കയിൽ ജീവിക്കുന്നു; ഇനിയും അവിടെത്തന്നെ ആയിരിക്കുകയും ചെയ്യും. എന്നിരിക്കിലും ഞാൻ ചൈനയോട് കടപ്പെട്ടിരിക്കുന്നു. എന്റെ രചനാപരിശ്രമങ്ങൾക്ക് രൂപഭാവം നൽകിയത് അമേരിക്കൻ നോവലുകളല്ല, ചൈനയിലെ നോവലുകളാണ്. ഇത് തിരിച്ചറിയാതിരിക്കുന്നത് നന്ദിയില്ലായ്മയായിത്തീരും. എന്നാൽ തികച്ചും വ്യക്തിപരമായ കാര്യങ്ങളെ മുൻനിർത്തി ചൈനയിലെ നോവലുകളെക്കുറിച്ച് സംസാരിക്കുന്നത് അഹങ്കാരമാണെന്നും തോന്നിയേക്കാം. ഞാൻ, ചൈനയിലെ നോവലുകളെപ്പറ്റി സംസാരിക്കുവാൻ തീരുമാനിച്ചതിന് മറ്റൊരു പ്രധാന കാരണം കൂടിയുണ്ട്. പടിഞ്ഞാറൻ നോവലുകളിലും നോവലെഴുത്തുകാരിലും അതിന്റേതായൊരു പ്രകാശം പരത്തുവാൻ ചൈനയിലെ നോവലുകൾക്ക് സാധിച്ചിട്ടുണ്ടെന്ന് ഞാൻ വിശ്വസിക്കുന്നു.

ചൈനയിലെ നോവൽ എന്നതുകൊണ്ട് ഞാനുദ്ദേശിക്കുന്നത് തൻ നാട്ടിൽത്തന്നെയുണ്ടായവയെയാണ്. വൈദേശിക സ്വാധീനത്തിനടിമപ്പെട്ട,

സ്വരാഷ്ട്രത്തിന്റെ സമ്പുഷ്ടമായ പാരമ്പര്യത്തെക്കുറിച്ച് അജ്ഞരായ ആധുനിക എഴുത്തുകാരുടെ സങ്കരമായ രചനകളല്ല.

ചൈനയിൽ നോവൽ ഒരിക്കലും ഒരു കലാസൃഷ്ടിയായിരുന്നില്ല. ഒരിക്കലും അങ്ങനെ പരിഗണിക്കപ്പെടുകയുമുണ്ടായിട്ടില്ല. അതുപോലെ ഒരു നോവലെഴുത്തുകാരനും താനൊരു കലാകാരനാണെന്ന് ഒരിക്കലും ചിന്തിച്ചിരുന്നില്ല. ചൈനയിലെ നോവലിന്റെ ചരിത്രവും വ്യാപ്തിയും ജന ജീവിതത്തിൽ അതിനുള്ള മർമപ്രധാനമായ സ്ഥാനവും ഈ വസ്തുത യുടെ വെളിച്ചത്തിൽവേണം വിലയിരുത്തുവാൻ. നിങ്ങൾക്ക് അത്ഭുതമാ യിത്തോന്നാമെങ്കിലും ആധുനിക പാശ്ചാത്യ പണ്ഡിതന്മാർ ഇന്ന് വ്യാപ കമായി ഈ നോവലുകളെ അംഗീകരിക്കുന്നുണ്ടെന്നുള്ളതാണ് സത്യം.

നോവലും കലയും ചൈനയിൽ എല്ലായ്പോഴും രണ്ടായി പരിഗ ണിക്കപ്പെട്ടു. അവിടെ കലയെന്ന നിലയിൽ സാഹിത്യം പണ്ഡിതശിരോ മണികളുടെ സ്വന്തം സ്വത്തായിരുന്നു. അതായത്, സ്വന്തം നിയമാവലി കൾക്കനുസരിച്ച് ഓരോരുത്തരും സൃഷ്ടിച്ച കലയിൽ നോവലുകൾക്ക് യാതൊരു സ്ഥാനവുമില്ലായിരുന്നു. ഈ പണ്ഡിതന്മാർക്ക് ചൈനയിലെ സമൂഹത്തിൽ ശക്തമായൊരു സ്ഥാനം ഉണ്ടായിരുന്നു. അവർക്കുമാത്രമേ എഴുതാനും വായിക്കാനും അറിയുമായിരുന്നുള്ളൂവെന്നതിനാൽ ജ്ഞാന സമ്പാദനമാർഗങ്ങളെക്കുറിച്ചും അവർക്കുമാത്രമേ അറിവുണ്ടായിരുന്നു ള്ളൂ. അങ്ങനെ, ചൈനയിലെ ഈ പണ്ഡിതവർഗം സമൂഹത്തിൽ പ്രമുഖ മായ സ്ഥാനം നേടിയെടുത്തു. മതവും തത്വശാസ്ത്രവും അക്ഷരങ്ങളും സാഹിത്യവുമെല്ലാം ഏകപക്ഷീയമായ മാമൂലുകൾ പ്രകാരം അവരുടേ തായിരുന്നു. കാരണം അവർക്കുമാത്രമേ എഴുതാനും വായിക്കാനും അറി വുണ്ടായിരുന്നുള്ളൂ. തങ്ങളെ ഭയപ്പെടുത്താൻ പോലും കെൽപ്പുള്ളവരായി ഇത്തരക്കാർ മാറിയപ്പോൾ സാമ്രാട്ടുകൾ അവരെ, അവരുടെ ജ്ഞാനമ ണ്ഡലങ്ങളിൽത്തന്നെ തളച്ചിടുവാനായി ഔദ്യോഗികപരീക്ഷകളെ രാഷ്ട്രീയമായ നേട്ടങ്ങൾക്കുള്ള ഒരേയൊരു മാർഗമായി ക്രമപ്പെടുത്തി. അത്യന്തം വിഷമകരമായിരുന്ന ഈ പരീക്ഷകൾക്കുള്ള തയാറെടുപ്പിനു വേണ്ടി മനുഷ്യൻ ചിന്തയും സമയവും പുകച്ചുതീർക്കുകയും പുതിയതി നെയും അതിലെ തെറ്റുകളെയും വിശകലനം ചെയ്യുന്നതിനായി കാല ഹരണപ്പെട്ട വസ്തുതകളെ ഓർത്തും പകർത്തിയും തിരക്കുകളിൽ സ്വയം തളച്ചിടുകയും ചെയ്തു. ആ പഴമകളിലാണ് പണ്ഡിതവർഗം അവരുടെ കലാസൃഷ്ടികൾക്കുള്ള ചട്ടങ്ങളെ കണ്ടുപിടിച്ചത്. അവിടെ നോവലുണ്ടാ യിരുന്നില്ല, തങ്ങളുടെ കൺമുമ്പിൽ അവ സൃഷ്ടിക്കപ്പെടുന്നതും അവർ കണ്ടില്ല, കാരണം ജനങ്ങളാണ് നോവലുകളെ സൃഷ്ടിച്ചത്. സാഹി ത്യത്തെ കലയായി കണ്ടവർക്ക് പച്ചമനുഷ്യർ എന്താണ് ചെയ്യുന്നതി ലൊന്നുംതന്നെ താൽപ്പര്യമുണ്ടായിരുന്നില്ല. പണ്ഡിതന്മാർ ജനങ്ങളെ അവ ഗണിച്ചുവെങ്കിൽ, നേരെമറിച്ച്, ജനങ്ങൾ പണ്ഡിതന്മാരെ പരിഹസിച്ചു. അവരെപ്പറ്റി എണ്ണിയാലൊടുങ്ങാത്ത തമാശകൾ പൊട്ടിച്ചു. അവയിൽ

കേൾക്കാൻ കൊള്ളാവുന്ന ഒന്നിതാ: ഒരുദിവസം കുറെ കാട്ടുമൃഗങ്ങൾ വേട്ടയാടാനായി ഒരു കുന്നിൻചെരുവിൽ സമ്മേളിച്ചു. ഓരോരുത്തരും പുറത്തുപോയി ദിവസം മുഴുവൻ നായാടുവാനും വൈകുന്നേരം വീണ്ടും സമ്മേളിച്ച് കിട്ടിയ ഇരകളെ പകുത്തെടുക്കാനും തീരുമാനിച്ചു. ആ ദിവസം വൈകുന്നേരം ഒരുപുലി മാത്രം ഒന്നുമില്ലാതെ തിരിച്ചുവന്നു. എന്തുകൊണ്ടാണങ്ങനെ സംഭവിച്ചതെന്ന് ചോദിച്ചപ്പോൾ അവൻ പറഞ്ഞു: "പ്രഭാതത്തിൽ ഞാനൊരു കുട്ടിയെ കണ്ടു. ഉച്ചയ്ക്ക് ഒരു പുരോഹിതനെ കാണുന്നതുവരെ മറ്റാരെയും കണ്ടില്ല. അയാളെയും ഞാൻ പോകാനനുവദിച്ചു. സമയം പോകുന്നതിനനുസരിച്ച് എനിക്ക് നിരാശ വർധിച്ചു. പിന്നെ വൈകുന്നേരമായപ്പോൾ ഞാനൊരു പണ്ഡിതനെ കണ്ടു. വരണ്ടുറച്ച അവനെ കൊണ്ടുവന്നാൽ നമുക്ക് പല്ലുനഷ്ടമാവുമെന്നാല്ലാതെ മറ്റൊരു ഗുണവുമുണ്ടാകില്ലെന്ന് എനിക്ക് നന്നായറിയാമായിരുന്നു."

പണ്ഡിതന്മാർ ഒരു വർഗമെന്ന നിലയിൽ ഒരുപാടുകാലം ചൈനക്കാർക്ക് തമാശയ്ക്കുള്ള ഒരു വകയായിരുന്നു. പഴംപുരാണങ്ങൾ ചർവിത ചർവണകമാക്കിയും അവയുപയോഗിച്ച് രചന നടത്തുകയും ചെയ്തിരുന്ന ചൈനയിലെ പണ്ഡിതന്മാരെ യഥാർഥ ജീവിതത്തിലെന്നപോലെ സാദൃശ്യമുള്ള കഥാപാത്രങ്ങളായി നോവലുകളിൽ കൂടെക്കൂടെ നമുക്ക് കണ്ടെത്താൻ കഴിയും. അവരോട് സമാനതകളുള്ള ഒരുവർഗം പാശ്ചാത്യലോകത്ത് നമുക്കില്ല. ഒരുപക്ഷേ, വ്യക്തികൾ മാത്രമുണ്ടായിരിക്കാം. എന്നാൽ ചൈനയിൽ അവർ ഒരു വിഭാഗമാണ്. ഇവിടെ ജനങ്ങൾക്ക് അയാൾ വ്യത്യസ്തനായ, മുന്നോട്ടുന്തിയ നെറ്റിത്തടമുള്ള, പുച്ഛഭാവങ്ങളുള്ള, ഒരേസമയം പതിഞ്ഞതും കൂർത്തതുമായ മൂക്കുള്ള, കണ്ണടയ്ക്കുപിന്നിൽ അസ്പഷ്ടമായ മിഴികളുള്ള, പാണ്ഡിത്യനാട്യമുള്ള, ആർക്കും വേണ്ടാത്ത ചട്ടങ്ങളിൽ മുറുകെപ്പിടിക്കുന്ന, പൊങ്ങച്ചക്കാരനായ സാധാരണക്കാർക്ക് മാത്രമല്ല, മറ്റു പണ്ഡിതന്മാർക്കും പരിഹാസപാത്രമായ ജീർണിച്ച മേൽക്കുപ്പായമണിഞ്ഞ ഗർവോടെ ആടിയിളക്കി നടക്കുന്ന ഒരു ചുക്കിച്ചുളിഞ്ഞ ദേഹമാണ്. സാഹിത്യസംബന്ധിയായ സംഗമങ്ങളിലല്ലാതെ മറ്റെവിടെയും അവനെ കാണാനാവില്ല. കാരണം അധികസമയവും കാലഹരണപ്പെട്ട സാഹിത്യം വായിച്ചും അതിനെക്കുറിച്ച് എഴുതാൻ ശ്രമിച്ചും കാലം കഴിക്കുകയാണ് അയാൾ. പുതിയതും മൗലികവുമായ എല്ലാത്തിനെയും അയാൾവെറുത്തു. കാരണം, അയാൾ പഠിച്ചുവെച്ചവയിലൊന്നും അതുൾക്കൊള്ളിക്കാൻ സാധിക്കുമായിരുന്നില്ല. അങ്ങനെ തനിക്ക് ഉൾക്കൊള്ളാൻ പറ്റുന്നില്ലെങ്കിൽ, അത്തരം സൃഷ്ടികൾ മഹത്തരമാകില്ലെന്ന് അയാൾക്കുറപ്പുണ്ടായിരുന്നു, താൻ വിശ്വസിക്കുന്നത് മാത്രമാണ് ശരിയെന്ന് അയാൾക്ക് ആത്മവിശ്വാസമുണ്ടായിരുന്നു. 'ഇതൊരു കലാസൃഷ്ടി'യാണെന്ന് അയാൾ പറഞ്ഞെങ്കിൽ, മറ്റൊരിടത്തും അതുപോലെയൊന്ന് കണ്ടിട്ടില്ലെന്ന് ഉത്തമബോധ്യമുണ്ടാവണം. കാരണം, അയാൾ അംഗീകരിക്കാത്തതൊന്നും നിലവിലുണ്ടായിരിക്കുകയില്ല.

അയാൾ പേരെടുത്തുവിളിക്കുന്ന സാഹിത്യത്തിൽ നോവലിനെ ഉൾപ്പെടുത്താൻ ഒരിക്കലും കഴിയുമായിരുന്നില്ലെന്നതുകൊണ്ട്, അയാളെ സംബന്ധിച്ചിടത്തോളം നോവലിന് ഒരു സാഹിത്യശാഖയെന്ന നിലയിൽ നിലനിൽപ്പുണ്ടായിരുന്നില്ല.

1776 ൽ, ചൈനയിലെ മഹാനായ സാഹിത്യവിമർശകൻ യാവോ ഹായി, സാഹിത്യമായി പരിഗണിക്കാവുന്ന രചനാവിഭാഗങ്ങളെ പട്ടികപ്പെടുത്തുകയുണ്ടായി. അതിൽ ഉപന്യാസങ്ങൾ, സർക്കാർ വിശകലനങ്ങൾ, സ്മരണക്കുറിപ്പുകൾ, ജീവചരിത്രങ്ങൾ, ഫലിതപ്രധാനമായ കവിതകൾ, കവിതകൾ, മരണസ്തുതികൾ, ചരിത്രം എന്നിവ ഉൾപ്പെടുത്തിയിരുന്നു. ചൈനയിലെ ജനങ്ങൾ നൂറ്റാണ്ടുകളിലൂടെ വികസിപ്പിച്ചെടുക്കുകയും ഈ സമയമാകുമ്പോഴേക്കും മഹോന്നതിയിലെത്തിച്ചേരുകയും ചെയ്ത നോവലിനെക്കുറിച്ച്, നിങ്ങൾ കണ്ടതുപോലെ, യാതൊരു പരാമർശവുമുണ്ടായില്ല. മഹാനായ ചക്രവർത്തി ചിയൻലുങ്ങിന്റെ ആജ്ഞപ്രകാരം 1772 ൽ സുവിക്യു ചുവൻഷു തയാറാക്കിയ ചൈനയിലെ സാഹിത്യത്തിന്റെ സർവവിജ്ഞാനകോശമെന്ന നിലയിലുള്ള സാഹിത്യസംഗ്രഹത്തിലും നോവലിനെ അർഹമായ രീതിയിൽ പരിഗണിക്കുകയുണ്ടായില്ല.

ചൈനയിലെ നോവലുകളുടെ ഭാഗ്യമെന്ന് പറയട്ടെ, പണ്ഡിതന്മാർ അവയെ സാഹിത്യമായി പരിഗണിച്ചില്ല. നോവലെഴുത്തുകാരുടെ ഭാഗ്യം! കലയുടെ ആവശ്യകോപാധികൾ എന്തൊക്കെ, സാഹിത്യത്തിന്റെ പ്രാധാന്യമെന്താണ്, എന്താണ് കല; എന്തല്ല, സമ്പൂർണമാണോ മാറ്റാവുന്നതാണോ എന്നിങ്ങനെ ദശാബ്ദങ്ങളായി ഉയർന്നും താണും കേട്ടുകൊണ്ടിരുന്ന അവരുടെ വിമർശനങ്ങളിൽ നിന്ന് എഴുത്തുകാരനും പുസ്തകവും മാറ്റിനിർത്തപ്പെട്ടു. ചൈനയിലെ നോവൽ സ്വതന്ത്രമായിരുന്നു. സ്വന്തം മണ്ണിൽ, സാധാരണ ജനതയുടെ പരിലാളനമേറ്റ്, അവിടുത്തെ സൂര്യപ്രകാശമേറ്റ്, പണ്ഡിതമതത്തിന്റെ കുളിരും ശീതവുമേൽക്കാതെ അത് വളർന്നു. അമേരിക്കൻ കവിയായ എമിലി ഡിക്കിൻസൺ ഒരിക്കൽ എഴുതി: പ്രകൃതി വേട്ടയാടപ്പെടുന്നൊരു വീടാണ്. എന്നാൽ കല, പിന്തുടർന്ന് വിചാരണ ചെയ്ത് വേട്ടയാടപ്പെടുന്ന മറ്റൊരു വീടാണ്. 'പ്രകൃതി' അവർ പറഞ്ഞു:

നാമെല്ലാം കാണുന്ന കാഴ്ച തന്നെ
പ്രകൃതി നാമറിയുന്നൊരറിവുതന്നെ
നമ്മുടെ കലകൾക്കറിയില്ലല്ലോ –
അത്രയ്ക്കക്ഷമമാണു ജ്ഞാനം
പ്രകൃതിതൻ സാരള്യത്തിൻ മുമ്പിൽ

നോവലിന്റെ വളർച്ചയെക്കുറിച്ചെപ്പോഴെങ്കിലും ചൈനയിലെ പണ്ഡിതന്മാർ അറിയാൻ ശ്രമിച്ചിട്ടുണ്ടെങ്കിൽ അത് കൂടുതൽ പ്രകടമായി അതിനെ അവഗണിക്കുവാൻ വേണ്ടി മാത്രമായിരുന്നു. യുവാക്കളായ ചക്ര

വർത്തിമാർ സന്തോഷത്തോടെ വായിച്ചിരുന്ന ചില സന്ദർഭങ്ങളിൽ, അവരുടെ നിർഭാഗ്യം കൊണ്ട് ഒരൽപ്പം ശ്രദ്ധ നോവലിന് കൊടുക്കേണ്ടിവന്നു. അപ്പോൾ 'സാമൂഹ്യപ്രസക്തമായ നോവൽ' എന്ന പുതിയൊരു പദം അവർ കണ്ടുപിടിച്ചു. അതിനെ സംബന്ധിച്ച് എഴുതപ്പെട്ട പ്രബന്ധങ്ങളിൽ നോവലിൽ പുതുമകളൊന്നുമില്ല. എന്നാൽ സാമൂഹ്യപ്രാധാന്യമുള്ള ഒരു രേഖയായി പരിഗണിക്കാമെന്നായി വാദം. സാമൂഹ്യപ്രസക്തം എന്ന പദം സാഹിത്യതൽപ്പരരായ അമേരിക്കയിലെ യുവതീ-യുവാക്കൾ ഈയടുത്ത കാലത്ത് കണ്ടെത്തിയിട്ടുള്ള ഒരു പദാവലിയാണെങ്കിലും, പ്രാചീന ചൈനയിലെ പണ്ഡിതന്മാർ ഒരായിരം വർഷങ്ങൾക്കുമുമ്പുതന്നെ, ഒരു കലാരൂപമായി അംഗീകരിക്കപ്പെടണമെങ്കിൽ നോവൽ സാമൂഹ്യപ്രസക്തമാകണമെന്ന് വാദിച്ചതിലൂടെ പറഞ്ഞുവച്ച കാര്യമാണത്.

പലപ്പോഴും പക്ഷേ, ചൈനയിലെ പണ്ഡിതന്മാർ നോവലുകളെ യുക്തിവിചാരം ചെയ്തതിങ്ങനെയാണ്:

സാഹിത്യമെന്നാൽ കലയാണ്.
എല്ലാ കലകളും സാമൂഹ്യപ്രസക്തമാവണം
ഈ പുസ്തകം സാമൂഹ്യപ്രസക്തമല്ല
അതുകൊണ്ടിത് സാഹിത്യമല്ല
അതായത്, ചൈനയിലെ നോവൽ സാഹിത്യമല്ല.

ഈ വീക്ഷണരീതിയിലാണ് എനിക്ക് പരിശീലനം ലഭിച്ചിരുന്നത്. ശുദ്ധസാഹിത്യത്തിൽ നോവലിന് യാതൊരു കാര്യവുമില്ലെന്ന് വിശ്വസിച്ചുകൊണ്ടാണ് ഞാൻ വളർന്നുവന്നത്. അങ്ങനെയാണ് പണ്ഡിതന്മാർ എന്നെ പഠിപ്പിച്ചിരുന്നത്. ഞാൻ പഠിച്ചതുപോലുള്ള സാഹിത്യ ചാതുര്യത്തിന്റെ സ്രഷ്ടാക്കൾ ജ്ഞാനികളായ വ്യക്തികളായിരുന്നു. ജീവിതത്തിന്റെ അഗാധതയിൽനിന്നും പിറവികൊള്ളുന്ന പ്രതിഭയുടെ മഹാപ്രവാഹത്തെ ക്രമപ്പെടുത്തുവാനുതകുന്ന ചട്ടങ്ങൾ പണ്ഡിതന്മാരുടെ തലയ്ക്കകത്തുനിന്നും രൂപപ്പെട്ടുവന്നു. പ്രതിഭ വലുതാകട്ടെ, ചെറുതാവട്ടെ, വസന്തമാണ്, കല, പൗരാണികമാവട്ടെ, ആധുനികമാവട്ടെ, അതിന്റെ മൂർത്തരൂപവുമാണ്. അതിന് പ്രോത്സാഹനം ലഭിക്കണമെങ്കിൽ പണ്ഡിതന്മാരെയും വിമർശകരെയും പ്രീതിപ്പെടുത്തേണ്ടിയിരുന്നു. എന്നാൽ ചൈനക്കാർ ഒരിക്കലും പാദസേവ ചെയ്തില്ല. മറിച്ച്, പ്രതിഭാ പ്രവാഹം സ്വയേച്ഛയ്ക്കനുസരിച്ച് പുറത്തേക്കൊഴുകിയപ്പോൾ ഈ ഭൂമിയിലെ പാറക്കെട്ടുകൾ അതിനെ തടഞ്ഞില്ല. വൃക്ഷങ്ങൾ പ്രോത്സാഹിപ്പിക്കാതിരുന്നു. സാധാരണ മനുഷ്യൻ അതിനടുത്തേക്കുവന്ന് ദാഹം തീർത്തു. വിശ്രമിച്ചു, ആനന്ദിച്ചു.

ചൈനയിലെ നോവൽ സാധാരണ ജനതയുടെ ഒരു പ്രത്യേക ഉൽപ്പന്നമായിരുന്നു. അത് അവരുടെമാത്രം സ്വത്തായിരുന്നു. അതിന്റെ ഭാഷ തന്നെ അവരുടെ സ്വന്തമായിരുന്നു. പണ്ഡിതന്മാരുടെ സാഹിത്യഭാഷയായിരുന്ന പൗരാണികമായ വെൻ-ലിയായിരുന്നില്ല. ചോസറുടെ കാലത്തെ

ഇംഗ്ലീഷും ഇന്നത്തെ ഇംഗ്ലീഷും പോലെയായിരുന്നു വെൻ-ലിയും സാധാരണക്കാരുടെ ഭാഷയും തമ്മിലുള്ള ബന്ധം. വിരോധാഭാസമെന്നു പറയട്ടെ, ഒരേസമയം അതൊരു പ്രാദേശികഭാഷയുമായിരുന്നു. എന്നാൽ ജനങ്ങളുടെ ജീവിതോന്മുഖമായ, മാറിക്കൊണ്ടിരിക്കുന്ന ഭാഷയുടെ ചുവടുപിടിക്കാൻ പണ്ഡിതന്മാരൊരിക്കലും തയാറായില്ല. ജനങ്ങളുടെ ജീവഭാഷയെ വളരെ പിന്നിലാക്കിക്കൊണ്ട്, ശ്രേഷ്ഠഭാഷയായി മാറ്റപ്പെടുന്നതുവരെ അവർ ആ പഴയ പ്രാദേശികഭാഷയെത്തന്നെ മുറുകെപ്പിടിച്ചുകൊണ്ടിരുന്നു. ഒഴുക്കും പാരായണക്ഷമതയുമുള്ള ആഖ്യാനരീതിയായതിനാൽ തീവ്രമായ ഭാവാവിഷ്കാര വൈദഗ്ധ്യം തീരെ പ്രകടമല്ലെന്ന് പറഞ്ഞുകൊണ്ട് പഴയ പണ്ഡിതന്മാർ നോവലിനെ നിത്യമായി കരുതിയതുവഴി അത് വെറും ലളിത ഭാഷണ-പീഹുവ-മായി പരിണമിച്ചു.

ഈയവസരത്തിൽ ബുദ്ധമതമെന്ന പുതിയൊരു മതവുമായി ഇന്ത്യയിൽ നിന്നും ചൈനയിലേക്കുവന്ന പണ്ഡിതന്മാരെ ഇതിനൊരപവാദമായി ചൂണ്ടിക്കാണിക്കുവാൻ ഞാനാഗ്രഹിക്കുന്നു. പാശ്ചാത്യലോകത്ത് പ്യൂരിറ്റൻ സഭ കുറേക്കാലം നോവലിന്റെ ശത്രുക്കളായിരുന്നു. എന്നാൽ പൗരസ്ത്യലോകത്ത് ബുദ്ധമതക്കാരായിരുന്നു വിവേകമതികൾ. ചൈനയിലെത്തിയ അവർ ജനങ്ങളിൽനിന്നും സാഹിത്യം വളരെ അകലെയാണെന്നും ചരിത്രത്തിലെ 'ആറുരാജവംശ'ങ്ങളുടെ കാലഘട്ടത്തിൽ ശക്തമായ, രൂപഭദ്രതാവാദത്തിൽ അത് ക്ഷയിച്ചുവരികയാണെന്നും കണ്ടെത്തി. സാഹിത്യസൃഷ്ടി ഒരു തൊഴിലാക്കി കൊണ്ടുനടത്തിയവർ അവരുടെ ഉപന്യാസങ്ങൾക്കും കവിതകൾക്കും ഉണ്ടെന്ന് പറഞ്ഞിരുന്ന പ്രാസബദ്ധമായ ഈരടികൾ എന്നൊക്കെയുള്ള പ്രത്യേകതകളിൽ അവർക്കുതന്നെ ഊന്നിനിൽക്കാനാകാതെയിരിക്കെ, മറ്റുള്ളവരുടെ സൃഷ്ടികളെ തങ്ങളുടെ ചട്ടങ്ങൾക്കനുസരിച്ചല്ലെന്ന് പറഞ്ഞുകൊണ്ട് അവഹേളിച്ചു. ഈ പ്രത്യേക സാഹചര്യത്തിലാണ് ബുദ്ധമതവിശ്വാസികളായ പരിഭാഷകർ അവരുടെ തടസപ്പെടാത്ത ഇച്ഛാശക്തിയെന്ന മഹത്തായ സമ്പാദ്യവുമായി വരുന്നത്. അവരിൽ കുറച്ചുപേർ ഇന്ത്യക്കാരും കുറച്ചുപേർ ചൈനക്കാരുമായിരുന്നു. സാഹിത്യകാരന്മാരുടെ രീതികൾക്കനുസരിച്ച് പ്രവർത്തിക്കുകയല്ല, ജനങ്ങളെ പഠിപ്പിക്കുവാനുള്ളത് വ്യക്തമായും ലളിതമായും പറഞ്ഞുകൊടുക്കുകയാണ് തങ്ങളുടെ ലക്ഷ്യമെന്ന് അവർ തുറന്നുപറഞ്ഞു. അവർ മതപ്രബോധനങ്ങളെ നോവലിൽ ഉപയോഗിച്ചിരുന്ന സാധാരണക്കാരുടെ ഭാഷയിലാക്കുകയും ആളുകൾ കഥയിഷ്ടപ്പെടുന്നതുകൊണ്ട് കഥയെ ബോധനത്തിനുള്ള ഒരുമാർഗമായി സ്വീകരിക്കുകയും ചെയ്തു. *ഫാഷു ചിങ്* എന്ന വളരെ പ്രസിദ്ധമായ ബുദ്ധമതപുസ്തകത്തിന്റെ ആമുഖത്തിൽ പറയുന്നു: "ദൈവത്തിന്റെ വാക്കുകൾ പറഞ്ഞുകൊടുക്കുമ്പോൾ അത് ഏറ്റവും ലളിതമായിട്ടുവേണം." ചൈനയിലെ നോവലെഴുത്തുകാരുടെ സാഹിത്യത്തിലെ വിശ്വാസപ്രമാണവും ഇതായിരുന്നു. അവർക്ക് തീർച്ചയായും ദൈവങ്ങൾ മനുഷ്യരായിരുന്നു. മനുഷ്യരായിരുന്നു ദൈവങ്ങളും.

സാധാരണക്കാരെ സന്തോഷിപ്പിക്കുന്നവയായിരുന്നു ചൈനയിലെ നോവലുകൾ. ചിരിപ്പിക്കുകയെന്നത് അതിന്റെ ഒരു ലക്ഷ്യമായിരുന്നുവെങ്കിലും അതുമാത്രമാണെന്ന് ഞാനുദ്ദേശിച്ചിട്ടില്ല. മനസിന്റെ മുഴുവൻ ശ്രദ്ധയും ആവാഹിച്ചെടുക്കുകയും നിലനിർത്തുകയും ചെയ്യുകയെന്നുള്ള അർഥത്തിലാണ് ഞാൻ വിനോദിപ്പിക്കലാണ് അതിന്റെ ലക്ഷ്യമെന്ന് പ്രസ്താവിച്ചത്. ജീവിതത്തിൽനിന്നുള്ള ചിത്രങ്ങളും അതിന്റെ അർഥവും സ്വായത്തമാക്കി മനസിനെ ഉൽബുദ്ധമാക്കുകയെന്നതാണ് ഉദ്ദേശിച്ചത്. കലാസംബന്ധിയായ പ്രസംഗങ്ങളും നിയമാവലികളും ഉദ്ധരിച്ച് ആത്മോൽക്കർഷമുണ്ടാക്കുകയല്ല, ഓരോ പ്രായത്തിലുംപെട്ടവരെക്കുറിച്ചുള്ള കഥകളിലൂടെ ജനങ്ങളെ ജനങ്ങളുടെ മുമ്പിൽ അവതരിപ്പിക്കുകയാണ്. ദൈവങ്ങളെക്കുറിച്ച് പറയാൻ വന്ന ബുദ്ധമതവിശ്വാസികളും പറഞ്ഞത് വേഗത്തിൽ ദൈവത്തെ കണ്ടെത്താൻ കഴിയുക സാധാരണക്കാരുടെയിടയിൽ പണിചെയ്യുമ്പോഴാണെന്നാണ്.

സാധാരണക്കാർക്ക് എഴുതുവാനും വായിക്കുവാനും അറിയില്ലെന്നതാണ് ചൈനയിൽ പ്രാദേശികഭാഷയിൽ നോവലെഴുതപ്പെടാനിടയാക്കിയ യഥാർഥ കാരണം. പറയപ്പെടുന്ന വാക്കുകളിലൂടെ മാത്രം ആശയഗ്രഹണം നടത്താൻ കഴിയുന്നവർക്ക് വായിച്ചുകൊടുക്കുമ്പോൾ അർഥം മനസിലാവുന്ന തരത്തിൽ അവ എഴുതപ്പെടേണ്ടിയിരുന്നു. അവിടെ ഇരുനൂറാളുകളുള്ള ഗ്രാമത്തിൽ ഒരുപക്ഷേ, ഒരാൾക്കുമാത്രമേ വായിക്കുവാൻ അറിയുമായിരുന്നുള്ളൂ. അവധിദിവസങ്ങളിലോ ജോലിയെല്ലാം കഴിഞ്ഞ് വൈകുന്നേരങ്ങളിലോ അയാൾ ജനങ്ങൾക്ക് ഏതെങ്കിലും കഥകളിൽ കുറച്ച് വായിച്ചുകൊടുക്കും. ചൈനയിലെ നോവൽ ഈ ലളിതമായ സാഹചര്യങ്ങളിലാണ് വളർന്നത്. വായിക്കുന്നതിനിടയിൽ ആളുകൾ ആരുടെയെങ്കിലും തൊപ്പിയിലോ പാത്രങ്ങളിലോ ചില്ലറത്തുട്ടുകൾ ശേഖരിക്കും. അത് അയാൾക്കു തൊണ്ട നനയ്ക്കുവാനായി ചായ വാങ്ങുവാനോ അല്ലെങ്കിൽ കൂലി നൽകുവാനോ ആണ് വിനിയോഗിക്കുക. ഈ ശേഖരണം വേണ്ടത്ര വലുതാകുമ്പോൾ അയാൾ തന്റെ സാധാരണ ജോലികൾ ഉപേക്ഷിച്ചുകൊണ്ട് മുഴുവൻസമയ കഥപറച്ചിലുകാരനായി മാറും. അയാൾ വായിച്ചിരുന്ന കഥകളിൽ നിന്നാണ് ചൈനയിലെ നോവലുകളുടെ തുടക്കം. പ്രകൃത്യാ തന്നെ ചൈനയിലെ ജനങ്ങൾക്ക് നാടകീയതയുള്ള കഥകളിലാണ് കൂടുതൽ താൽപ്പര്യമെന്നിരിക്കിലും അത്തരത്തിലുള്ള വളരെയധികം കഥകളൊന്നുംതന്നെ ലഭ്യമായിരുന്നില്ല. അതുകൊണ്ട് കഥപറച്ചിലുകാരന് തന്റെ ശേഖരം വർധിപ്പിക്കേണ്ടതായി വന്നു. അയാൾ പണ്ഡിതന്മാരാൽ എഴുതപ്പെട്ട ചരിത്രത്തിന്റെ വരണ്ട താളുകളിൽനിന്ന് കണ്ടെത്തിയ തന്റെ നിർലോഭമായ ഭാവന ഉപയോഗിച്ചും സാധാരണ ജനങ്ങളുമായുള്ള സമ്പർക്കത്തിലൂടെയും സമ്പുഷ്ടമാക്കി. അയാൾ പഴയ കഥാപാത്രങ്ങൾക്ക് പുതുജീവൻ നൽകി. രാജസദസിലെ ഗൂഢാലോചനയെക്കുറിച്ചും കൊട്ടാരത്തിലെ ജീവിതത്തെപ്പറ്റിയും രാജവംശങ്ങളുടെ

പതനത്തിന് കാരണമായിത്തീർന്ന കൊട്ടാരപ്രേമങ്ങളെപ്പറ്റിയും അന്വേഷിച്ചുകണ്ടെത്തി. ഗ്രാമങ്ങളിൽനിന്ന് ഗ്രാമങ്ങളിലേക്ക് സഞ്ചരിക്കുമ്പോൾ കേട്ട തന്റെ കാലഘട്ടത്തിലെ വിചിത്രമായ കഥകൾ എഴുതിവച്ചു. അവരവർക്കുണ്ടായ അനുഭവങ്ങൾ ജനങ്ങൾ പറയുമ്പോൾത്തന്നെ മറ്റുള്ളവർക്കുവേണ്ടി അയാൾ കുറിച്ചുവച്ചു. ആ അനുഭവങ്ങൾക്ക് അയാൾ മോടിപിടിപ്പിച്ചു. ആ മോടിപിടിപ്പിക്കൽ സാഹിത്യ-വ്യാകരണ ശകലങ്ങളുപയോഗിച്ചായിരുന്നില്ല. കാരണം, ജനങ്ങൾ അവയ്ക്കൊന്നും യാതൊരു വിലയും കൽപ്പിച്ചിരുന്നില്ല. തന്റെ സദസിനെ എപ്പോഴും മനസിൽ കണ്ടുകൊണ്ടിരിക്കുന്നതുകൊണ്ട് അവർക്ക് ഏറ്റവും ഇഷ്ടപ്പെട്ടത് ഒഴുക്കുള്ളതും വ്യക്തവും ലളിതവുമായതും അവർ നിത്യവും ഉപയോഗിക്കുന്ന കുറച്ചു വാക്കുകൾ കൊണ്ടുള്ളതുമായ ഒരു രീതിയാണെന്ന് അയാൾ കണ്ടെത്തി. ആ രീതി മറ്റൊന്നുമായിരുന്നില്ല, സ്ഥലങ്ങളെക്കുറിച്ചും വ്യക്തികളെക്കുറിച്ചും വ്യക്തത നൽകുവാനുദ്ദേശിച്ചുകൊണ്ടുള്ള ഇടയ്ക്കിടെയുള്ള വിവരണങ്ങൾ, അതും കഥയുടെ ഒഴുക്കിനെ തടയുവാൻ പാകത്തിലുള്ളവയല്ല. കഥയുടെ വരവിനെ ഒന്നിനും തടസപ്പെടുത്താനാവില്ല. കഥയായിരുന്നു അവർക്കുവേണ്ടിയിരുന്നത്.

കഥയെന്നുപറയുമ്പോൾ ഞാനുദ്ദേശിക്കുന്നത് പൊരുളില്ലാത്ത പ്രവർത്തനമെന്നല്ല. അപക്വമായ പ്രവർത്തനം മാത്രമാണെന്നുമല്ല. ചൈനക്കാർ അക്കാര്യത്തിൽ വളരെ പക്വമതികളായിരുന്നു. മറ്റെല്ലാക്കാര്യങ്ങൾക്കുമുപരിയായി പുതുമയുള്ള കഥാപാത്രങ്ങൾ അത്യാവശ്യമാണെന്ന് അവർക്ക് നിർബന്ധമുണ്ടായിരുന്നു. *ഷുയി ഹു ചുവാൻ* - അവർ അവരുടെ മൂന്നുമഹത്തായ നോവലുകളിലൊന്നായി പരിഗണിച്ചുവരുന്നു. അതിൽ പരിപൂർണമായും യുദ്ധത്തിന്റെ തീയും പുകയുംകൊണ്ട് നിറഞ്ഞിരിക്കുകയാണെങ്കിലും ഏതാണ്ട് നൂറ്റിയെട്ടുകഥാപാത്രങ്ങളെ വളരെ വിശദമായി ചിത്രീകരിക്കുന്നുണ്ട്. ഓരോരുത്തരും മറ്റൊരാളിൽനിന്ന് തികച്ചും വ്യത്യസ്തരാണ്. എല്ലായ്പ്പോഴും ഈ നോവലിനെക്കുറിച്ച് വർധിച്ച ആഹ്ലാദത്തോടെയാണ് ആളുകൾ സംസാരിക്കാറുള്ളത്. നൂറ്റിയെട്ടുകഥാപാത്രങ്ങളിൽ ആരെങ്കിലും സംസാരിക്കുവാൻ തുടങ്ങിയാൽ അയാളുടെ പേരുപോലും നമ്മളോട് പറയേണ്ടുന്ന ആവശ്യമുണ്ടായിരിക്കുകയില്ല. കഥാപാത്രങ്ങളുടെ ചിത്രീകരണത്തിലുള്ള വൈവിധ്യം ചൈനയിലെ നോവലുകളുടെ ഏറ്റവും പ്രധാനപ്പെട്ട ഗുണമാവണമെന്നാണ് ജനങ്ങൾ ആഗ്രഹിച്ചത്. അതുകൂടാതെ ആ ചിത്രീകരണം കഥാപാത്രത്തിന്റെ സ്വന്തം അഭിനയത്തിലൂടെയും വാക്കുകളിലൂടെയുമാവണമെന്നും എഴുത്തുകാരന്റെ വിശദീകരണത്തിലൂടെയാവരുതെന്നും അവർ ചിന്തിച്ചു.

കൗതുകകരമെന്നുപറയട്ടെ, ചായപ്പീടികകളിലും ഗ്രാമങ്ങളിലും നഗരപ്രാന്തങ്ങളിലും സാധാരണ ജനങ്ങളോട്, അവർക്കിടയിൽത്തന്നെയുള്ള പഠിച്ചുപരിചയിച്ചിട്ടില്ലാത്ത ആളുകൾ പറഞ്ഞുകൊടുത്ത കഥകളി

ലൂടെയുള്ള നോവലുകളുടെ എളിമയാർന്ന തുടക്കംപോലെ തന്നെ രാജ കൊട്ടാരങ്ങളിലും ഇതേ സാഹചര്യങ്ങളിൽ അതിന്റെ ആരംഭം കുറിച്ചു കഴിഞ്ഞിരുന്നു. ചക്രവർത്തിമാരുടെ, പ്രത്യേകിച്ചും വിദേശ രാജവംശമാണെങ്കിൽ, ഒരു പഴയരീതിയായിരുന്നു. 'രാജകർണങ്ങൾ' എന്നപേരിലുള്ള ഒരു പ്രത്യേകതരം ഉദ്യോഗസ്ഥരെ നിയമിക്കൽ. അവരുടെ പ്രധാന ജോലി നഗരങ്ങളിലും ഗ്രാമങ്ങളിലും വരികയും പോകുകയും ചെയ്ത് ചായപ്പീടികകളിലും മറ്റുമുള്ള ജനങ്ങൾക്കിടയിൽ വേഷപ്രച്ഛന്നരായി ഇരുന്ന് ജനങ്ങൾ എന്താണ് ചെയ്യുന്നതെന്ന് മനസിലാക്കി അറിയിക്കേണ്ടവരെ അറിയിക്കുകയെന്നതായിരുന്നു ഇതിന്റെ യഥാർഥ ഉദ്ദേശ്യം. ജനങ്ങൾക്കിടയിൽ എന്തെങ്കിലും അസന്തുഷ്ടിയുണ്ടോയെന്ന് നേരിട്ടുകേൾക്കുകയെന്നതും, അതിനേക്കാളെല്ലാമുപരിയായി ആ അസന്തുഷ്ടി ഒരു കലാപത്തിന്റെ രൂപം പ്രാപിക്കുവാൻ സാധ്യതയുണ്ടോയെന്നറിയുകയുമായിരുന്നു. അത്തരം കലാപങ്ങളായിരുന്നു പല രാജവംശങ്ങളുടെയും പതനത്തിനിടയാക്കിയത്.

എന്നാൽ ചക്രവർത്തിമാർ പലപ്പോഴും വിദ്യാഭ്യാസമുള്ളവരെന്നതിനുപകരം പച്ചമനുഷ്യരായിരുന്നു. അതിനേക്കാളുപരി പൊതുസ്വത്ത് കൊള്ളയടിക്കുന്നവരോ തന്നിഷ്ടക്കാരോ ആയിരുന്നു. 'രാജകർണങ്ങൾ' ക്കാകട്ടെ അസാധാരണവും രസാവഹവുമായ പല കഥകളും കേൾക്കുവാനുള്ള അവസരങ്ങൾ ലഭിച്ചുകൊണ്ടിരിക്കുകയായിരുന്നു. ആ കഥകൾ കേൾക്കുവാനാണ് തങ്ങളുടെ യജമാനന്മാർക്ക് രാഷ്ട്രീയത്തെക്കാൾ താൽപ്പര്യമെന്നും അവർക്കറിയാമായിരുന്നു. അതുകൊണ്ട് കഥകളുമായി തിരിച്ചുവരുന്ന അവർ രാജാക്കന്മാരുടെ അനുകമ്പ പിടിച്ചുപറ്റാനായി അവരെ നല്ലവണ്ണം പുകഴ്ത്തി. അങ്ങനെ സാമ്രാട്ടുകൾ 'വിലക്കപ്പെട്ട നഗര'ത്തിലെന്നപോലെ യഥാർഥ ജീവിതത്തിൽനിന്നും വളരെയകലെ സുഖമായി കഴിഞ്ഞു. സാധാരണ ജനങ്ങൾ സ്വതന്ത്രമായി ചെയ്തുകൊണ്ടിരിക്കുന്ന കാര്യങ്ങൾ രാജാവിനു പറഞ്ഞുകൊടുത്തതിനുശേഷം ഓർമയിൽനിന്ന് മാഞ്ഞുപോകാതിരിക്കാൻ അവരത് എഴുതി സൂക്ഷിച്ചു. ഏതായാലും ഒരുകാര്യത്തിൽ എനിക്ക് സംശയമില്ല. രാജാവിനും ജനങ്ങൾക്കുമിടയിൽ പ്രവർത്തിച്ചിരുന്ന ഈ സന്ദേശവാഹകന്മാർ ജനങ്ങളിൽനിന്നുള്ള വാർത്തകൾ രാജാവിനോടു പറയുക മാത്രമല്ല, രാജാവിനെക്കുറിച്ചുള്ള കഥകൾ തിരിച്ചും പറഞ്ഞിട്ടുണ്ടാവണം. രാജാവ് എന്താണ് പറയുന്നത്, ചെയ്യുന്നത്, പ്രസവിക്കാത്തതിന് ഭാര്യയുമായി തർക്കിക്കുന്നത്, രാജ്ഞി കൊട്ടാരത്തിലെ ഷണ്ഡനുമായിച്ചേർന്ന് പ്രിയതമന് വിഷം കൊടുത്തത്, ഇതൊക്കെ ചൈനയിലെ ജനതയെ ആനന്ദിപ്പിച്ചു. ജനാധിപത്യത്തെ സംബന്ധിച്ച അവരുടെ ധാരണകൾ ഇങ്ങനെയൊക്കെയായിരുന്നു. അതായത് അവരെപ്പോലെ തന്നെയുള്ള ഒരു സാധാരണ മനുഷ്യനാണ് രാജാവെന്നും അയാൾ ദൈവത്തിന്റെ പ്രതിപുരുഷനാണെങ്കിൽക്കൂടി തങ്ങൾക്കുള്ളതുപോലുള്ള പ്രശ്നങ്ങൾ അയാൾക്കുമുണ്ടെന്നും അവർ

മനസിലാക്കി. അങ്ങനെ, ഉപജീവനസാഹിത്യകാരന്മാർ നിലനിൽക്കുവാനുള്ള അവകാശം നിഷേധിച്ചുവെങ്കിലും ചൈനയിലെ നോവൽ വളരെ പ്രധാനമായ മറ്റൊരു ഉറവിടത്തിൽനിന്ന് രൂപവും ശക്തിയുമാർജിച്ചുകൊണ്ട് വികസിച്ചുവന്നു.

അത്തരം ലളിതവും ഐകരൂപ്യമില്ലാത്തതുമായ തുടക്കങ്ങളിൽനിന്നുമാണ്, പതുക്കെ, ചൈനയിലെ നോവൽ വളർന്നുവന്നത്. അത് പ്രാദേശികഭാഷയിൽ, ജനതാൽപ്പര്യത്തെ സ്പർശിച്ചുകൊണ്ട് ഐതിഹ്യങ്ങളും പുരാവൃത്തങ്ങളും സ്നേഹവും ഉപജാപവും യുദ്ധവും കൊള്ളയും മറ്റുപലതും കൂട്ടിച്ചേർത്ത് ഉയർന്നവരും താഴ്ന്നവരുമായ ജനങ്ങളുടെ ജീവിതത്തെ കൽപ്പിതവൃത്താന്തങ്ങളുമായി ഇഴുക്കിച്ചേർത്തു.

പടിഞ്ഞാറിലെപ്പോലെ ചൈനയിൽ നോവൽ രൂപപ്പെടുത്തിയെടുത്തത് കുറച്ച് മഹദ്വ്യക്തികളല്ല. അവിടെ നോവലെഴുത്തുകാരെക്കാൾ പ്രാധാന്യം നോവലിനാണ്. ചൈനയിൽ ഡിഫോയില്ല . ഫീൽഡിങ്ങോ സ്മോളറ്റോ ഇല്ല. ഓസ്റ്റിനോ ബ്രോണ്ടേയോ ഇല്ല, ഡിക്കൻസോ താക്കറെയോ ഇല്ല, മെറിഡിത്തോ ഹാർഡിയോ ഇല്ല. ബൽസാക്കോ ഫ്ളോബർട്ടോ ഇല്ല. എന്നാൽ, മറ്റേതു രാഷ്ട്രങ്ങളിലുമുള്ളതുപോലെ മഹത്തായ നോവലുകൾ ചൈനയിലുമുണ്ട്. അത്രയും ഔന്നത്യമുള്ള എഴുത്തുകാരുമുണ്ട്. എന്നാൽ ആരാണ് ചൈനയിലെ നോവലുകളുടെ യഥാർഥ ശിൽപ്പികൾ?

ഇക്കാര്യമാണ് നൂറ്റാണ്ടുകൾക്കിപ്പുറം, ആധുനിക ചൈനയിലെ സാഹിത്യകുതുകികൾ കണ്ടെത്തുവാൻ ശ്രമിക്കുന്നത്. പാശ്ചാത്യ യൂണിവേഴ്സിറ്റികളിൽ പരിശീലനം സിദ്ധിച്ച ചൈനയിലെ സാഹിത്യവിമർശകന്മാർ കഴിഞ്ഞ ഇരുപത്തിയഞ്ചുവർഷങ്ങൾക്കുള്ളിൽ അവഗണിക്കപ്പെട്ട നോവലുകളെ കണ്ടെത്തുവാൻ ശ്രമം ഊർജിതപ്പെടുത്തിയിട്ടുണ്ട്. എന്നാൽ ആ നോവലുകളുടെ രചയിതാക്കളെ തിരിച്ചറിയുവാൻ അവർക്കു സാധിച്ചിട്ടില്ല. ഷുയി ഹു ചുവാൻ എഴുതിയത് ഒരാൾ ആയിരിക്കുമോ? അല്ലെങ്കിൽ പല മനസുകളും പല കൈകളും ആഴം കൂട്ടിയും, വ്യാപ്തി വർധിപ്പിച്ചും പുനഃക്രമീകരിച്ചും ഇന്നത്തെ രൂപത്തിൽ വികസിപ്പിച്ചെടുത്തതാകുമോ? ഇപ്പോൾ ആർക്ക് പറയാൻ കഴിയും? അവരൊക്കെ കാലയവനികയ്ക്കുള്ളിൽ മറഞ്ഞുപോയി. അവർ ഒരു കാലഘട്ടത്തിൽ ജീവിച്ചു, ആ കാലഘട്ടത്തിൽ കണ്ടതും കേട്ടതും എഴുതിവച്ചു. സ്വന്തം കാര്യത്തെക്കുറിച്ചുമാത്രം പക്ഷേ, ഒന്നും പറഞ്ഞില്ല. കുറെ നൂറ്റാണ്ടുകൾക്കിപ്പുറത്തുണ്ടായ *ദ ഡ്രീം ഓഫ് ദി റെഡ് ചേംബർ* എന്ന നോവലിന്റെ കർത്താവ് പുസ്തകത്തിന്റെ ആമുഖത്തിൽ ഇങ്ങനെ പറയുന്നു: "ഹാൻ ഭരണകാലത്തെക്കുറിച്ചും ടാങ് ഭരണകാലത്തെക്കുറിച്ചുമറിയുന്നതല്ല അത്യാവശ്യം. എന്റെ സ്വന്തം കാലത്തെക്കുറിച്ച് പറയുന്നതാണ് അത്യാവശ്യം."

അവർ സ്വന്തം കാലഘട്ടത്തെക്കുറിച്ച് പറഞ്ഞുതരികയും ഒരു മറയ്ക്കുള്ളിൽ ധന്യരായി ജീവിക്കുകയും ചെയ്തു. പാണ്ഡിത്യത്തിന്റെ അള

വുകോലനുസരിച്ചാണോ സൃഷ്ടി നടത്തിയിരിക്കുന്നതെന്നതിനെ സംബന്ധിച്ചെഴുതിയ പ്രബന്ധങ്ങളോ അല്ലെങ്കിൽ അവയെപ്പറ്റിയുള്ള വിശകലനങ്ങളോ അവർ കണ്ടതുപോലുമില്ല. പണ്ഡിതന്മാരെപ്പോലെ ഉന്നത പദവിയിലെത്തിച്ചേരണമെന്ന ഒരാഗ്രഹം അവർക്കുണ്ടായിരുന്നില്ല. മഹത്വത്തിലേക്ക് നയിക്കുവാൻ പോന്ന ഘടകങ്ങളെക്കുറിച്ചുള്ള പണ്ഡിതന്മാരുടെ അഭിപ്രായങ്ങളെ അവർ അവഗണിച്ചു. എഴുതാൻ കഴിയുന്നതിനെപ്പറ്റിയെല്ലാം ആവുന്നത്ര അവർ എഴുതി; ചില സമയങ്ങളിൽ നർമോക്തി ചേർത്തും മറ്റുചിലപ്പോൾ ചേർക്കാതെയും. അങ്ങനെ തികച്ചും സന്തോഷകരമായ ഒരു മറയ്ക്കുള്ളിലേക്ക് പോയി അതിൽ വിലയം പ്രാപിച്ചു. ഇപ്പോൾ വളരെ വൈകിയ വേളയിൽ അവരെ ആദരിക്കുവാൻ സംഘടിപ്പിച്ചിട്ടുള്ള പണ്ഡിതന്മാർക്കാർക്കുംതന്നെ അവരെ ഉണർത്തുവാനായിട്ടില്ല. സാഹിത്യസംബന്ധിയായ ഒരു പോസ്റ്റുമോർട്ടം ഇനി അവരിലൂടെ സാധ്യമല്ല. എന്നാൽ അവർ ചെയ്തുവച്ചതെന്തോ അത് അവർക്കുശേഷവും അനശ്വരമായി നിലകൊള്ളുകയാണ്. കാരണം ചൈനയിലെ സാധാരണ ജനങ്ങളാണ് നോവലുകളെ സജീവമാക്കി നിലനിർത്തുന്നത്. അജ്ഞരായ ജനതയാണ് അതുകൈമാറ്റം ചെയ്തുപോരുന്നത്. പലപ്പോഴും കൈകകളിൽ നിന്ന് കൈകളിലേക്കല്ല; വായിൽനിന്ന് വായിലേക്ക്.

ഷുയി ഹു ചുവാന്റെ പിൽക്കാലപതിപ്പുകളൊന്നിന്റെ ആമുഖത്തിൽ, ആ നോവൽ അങ്ങനെ പരുവപ്പെടുത്തിയെടുക്കുന്നതിൽ മുഖ്യപങ്ക് വഹിച്ച ഷി നെയി ആൻ എന്ന സാഹിത്യകാരൻ എഴുതി:

> ഞാനെന്തിനെപ്പറ്റിയാണോ പറയുന്നത്, അത് ജനങ്ങൾക്ക് എളുപ്പം മനസിലാകണമെന്നാണ് എന്റെ ആഗ്രഹം. വായനക്കാർ നല്ലവരോ ചീത്തയോ ആകട്ടെ, വിജ്ഞരോ അജ്ഞരോ ആകട്ടെ ആർക്കും ഈ പുസ്തകം വായിക്കാം. ഈ പുസ്തകം നന്നായി ചെയ്തിട്ടുണ്ടോയെന്നത് ആരെയും വ്യാകുലപ്പെടുത്തേണ്ടതില്ല. ഹാ കഷ്ടം! ഞാൻ മരിക്കുവാനായി ജനിച്ചവനാണ്. എനിക്കുശേഷം വരുന്നവർ എന്റെ നോവലിനെപ്പറ്റി എന്താണ് ചിന്തിക്കുന്നതെന്ന് ഞാനെങ്ങനെയാണറിയുക? എനിക്കുപോലും പറയാൻ കഴിയില്ല. അടുത്ത ജന്മത്തിൽ ഞാനെന്തായിട്ടാണോ പിറക്കുന്നത് അത് എന്റെ നോവലിനെപ്പറ്റി എന്താണ് ചിന്തിക്കുകയെന്ന്. അന്ന് എനിക്കെന്റെ നോവൽ വായിക്കാൻപോലും കഴിയുമോയെന്ന്. അതുകൊണ്ട് ഞാനെന്തിന് ബേജാറാവണം?

അസാധാരണമെന്നുപറയട്ടെ, ചൈനയിൽ ചില പണ്ഡിതന്മാരുണ്ടായിരുന്നു. അവർ ആരോടും വെളിപ്പെടുത്താനാവാത്ത ചില സ്വകാര്യദുഃഖങ്ങളുടെ തടവറയിലായിരുന്നതുകൊണ്ട് മറഞ്ഞിരുന്നെഴുതുന്നതിൽ സന്തോഷിച്ചു. ഒരുപക്ഷേ, സ്വയം സൃഷ്ടിച്ച കലാരൂപങ്ങളോടുള്ള മടു

പ്പിൽനിന്നും രക്ഷപ്പെടുവാനായിട്ടായിരിക്കും ലളിതമായ നാമധേയങ്ങൾ സ്വീകരിച്ചുകൊണ്ട് നോവലുകളെഴുതിയത്. അങ്ങനെ ചെയ്തതിനുശേഷം പാണ്ഡിത്യഗർവെല്ലാം മാറ്റിവച്ചുകൊണ്ട് സ്വാഭാവികവും ലളിതവുമായ രീതിയിൽ സാധാരണ നോവലെഴുത്തുകാരെപ്പോലെ എഴുതുവാൻ തുടങ്ങി.

നോവലെഴുത്തിന്റെ സങ്കേതങ്ങളെക്കുറിച്ച് വലിയ പരിജ്ഞാനമൊന്നും ആവശ്യമില്ലെന്ന് ഏതെങ്കിലും നോവലെഴുത്തുകാർ വിശ്വസിച്ചിരുന്നുവെങ്കിൽ അവർക്ക് കഥാവസ്തുവിനനുസരിച്ച് അത് നിർവഹിക്കാൻ തടസ്സമൊന്നുമുണ്ടായിരുന്നില്ല. അതുപോലെ ആരെങ്കിലും ഒരു പ്രത്യേക രചനാവൈദഗ്ധ്യത്തിന്റേയോ ശൈലിയുടെയോ പേരിൽ അറിയപ്പെടാൻ തുടങ്ങിയാൽ അത് അടിസ്ഥാനമാക്കി പരിഗണിച്ചുകൊണ്ടു തന്നെ അയാളെ നല്ല സാഹിത്യകാരനായും നല്ല സാഹിത്യപാടവമുള്ളവനായും പരിഗണിക്കുമായിരുന്നു.

ഒരു നല്ല നോവലെഴുത്തുകാരനെന്നാൽ, ചൈനയിൽ എന്നെ പഠിപ്പിച്ചുകൊണ്ടിരുന്നത്, എല്ലാ മറ്റുഗുണങ്ങൾക്കുമുപരിയായി 'എൽസ് സെറാൻ' അഥവാ സ്വാഭാവികതയോടെ, ദുഃസ്വാധീനമില്ലാതെ, ദുർഗ്രാഹ്യതയില്ലാതെ, വ്യത്യസ്തതയോടെ തന്റെ കഥാവസ്തു വികസിപ്പിച്ചെടുക്കുന്ന ഒരു വ്യക്തിയാണ്. താൻകൂടി ഉൾപ്പെട്ട ജീവിതപ്രവാഹത്തിൽ നിന്ന് നല്ലത് തെരഞ്ഞെടുത്ത് കാലത്തിലൂടെയും ദേശത്തിലൂടെയും സഞ്ചരിച്ച്, അതിന് സഹജമായ ഒരു ക്രമവും താളവും രൂപവും നൽകി വികസിപ്പിച്ചെടുക്കുകയെന്നതാണ് അയാളുടെ കർത്തവ്യം. നിശ്ചിതമായ ശൈലിയിൽ മാത്രമേ എല്ലാവരും എഴുതുകയുള്ളൂവെന്നതിനാൽ താളുകളിലൂടെ വായിച്ചുപോകുന്നതുകൊണ്ടുമാത്രം അതെഴുതിയ ആളെപ്പറ്റി ഊഹിക്കുവാൻ നമുക്ക് സാധ്യമല്ല. സംഗീതത്തിനും മറ്റും അനുധാവനം ചെയ്യാനാകുന്ന തരത്തിൽ ആശയങ്ങൾക്ക് രൂപഭേദം വരുത്തുന്നതിലും ചൈനയിലെ എഴുത്തുകാർ ബദ്ധശ്രദ്ധരായിരുന്നു.

പാശ്ചാത്യമായ അളവുകോലുകൾ വച്ചുനോക്കിയാൽ ചൈനയിലെ നോവലുകൾ പരിപൂർണമല്ല, ആദ്യന്തം അസൂത്രിതമല്ല, ഒതുക്കമുള്ളതല്ല, അവരുടെ ജീവിതം പോലെതന്നെ ചിട്ടപ്പെടുത്തിയതുമായിരുന്നില്ല. അവ പലപ്പോഴും വളരെ നീണ്ടതോ, സംഭവബഹുലമോ, കഥാപാത്രങ്ങളെക്കൊണ്ടു നിറഞ്ഞതോ, കഥയും കാര്യവും പരസ്പരം ഇടകലർന്നതോ ആയിരുന്നതുകൊണ്ട് മാന്ത്രികമോ ഭാവനാകൽപ്പിതമോ ആയ, നടക്കാൻ സാധ്യതയില്ലാത്ത ഒരു സംഭവം പോലും വളരെ വിശദമായും കൃത്യതയോടെയും വിവരിക്കപ്പെടുകയും യുക്തിരഹിതമായ ആ കാര്യങ്ങൾ വിശ്വസിക്കുവാൻ വായനക്കാർ നിർബന്ധിക്കപ്പെടുകയും ചെയ്യുന്നു. പക്ഷേ, ഈ നോവലുകൾ വായിക്കാത്ത ഒരാൾക്കും ആധുനിക ചൈനയുടെ അന്തഃസത്തയെ തിരിച്ചറിയാനാവില്ല. കാരണം, അത് രൂപപ്പെട്ടത് ഈ പുസ്തകങ്ങളിൽക്കൂടിയാണ്. ചൈനയിലെ നയവിദഗ്ദ്ധരും പാശ്ചാത്യ

പരിശീലനം നേടിയ പണ്ഡിതപ്രവരന്മാരും മറുപുറത്ത് നമ്മെ എന്തു വിശ്വസിപ്പിക്കാൻ ശ്രമിച്ചാലും ഈ നാടോടി പാരമ്പര്യം അഭംഗുരം തുടരുന്നുവെന്നതാണ് സത്യം. ചൈനയുടെ മനഃസാക്ഷി, ഒരിക്കൽ ജോർജ് റസ്സൽ ഐർലന്റിനെപ്പറ്റി പറഞ്ഞതുപോലെ, "നാടോടി പാരമ്പര്യത്തിൽ മുറുക്കെ വിശ്വാസമുള്ള ഒരുതരം മനസാണത്. സ്വർണക്കപ്പലിനെയും വെള്ളപ്പായ്മരത്തെയും കടൽത്തീരത്തെ വെള്ള നഗരത്തിനെയും യക്ഷിവർഗത്തെയും വരദാനങ്ങളെയും സൃഷ്ടിക്കുന്ന ആ വിശാലമായ നാടോടി മനസ്സ് രാഷ്ട്രീയത്തിലേക്കു തിരിയുമ്പോൾ എല്ലാം വിശ്വസിക്കുവാൻ പാകത്തിലായിക്കഴിഞ്ഞിരിക്കും."

ഈ നാടോടിമനസിൽ നിന്നാണ് നൂറ്റാണ്ടുകളുടെ ജീവിതം കാച്ചിക്കുറുക്കിയ കഥകൾ പിറന്നതും അത് സാഹിത്യപരമായി വളർന്ന് നോവലുകളായി രൂപാന്തരം പ്രാപിക്കുകയും ചെയ്തത്. വളരുന്നതിനനുസരിച്ച് അത് മാറ്റങ്ങൾക്ക് വിധേയമായി. ഞാൻ മുമ്പ് ചൂണ്ടിക്കാണിച്ചതുപോലെ, ഇതിന്റെ പിന്നിൽ സംശയലേശമെന്യേ ആരെയും ഉയർത്തിക്കാട്ടാനാവുന്നില്ലെങ്കിൽ അതിനർഥം ഇവയൊന്നുംതന്നെ ഒരു കൈയാൽ സൃഷ്ടിക്കപ്പെട്ടതല്ല എന്നുള്ളതാണ്. കഥകളിൽ തുടങ്ങി പാഠഭേദങ്ങളിലൂടെ വളർന്ന്, പല കൈകൾ കൊത്തിമിനുക്കിയെടുത്ത ഒരനർഘശിൽപ്പമാണ് ചൈനയിലെ നോവൽ. ഇതിന് ഉപോൽബലകമായി വളരെ പറഞ്ഞുകേട്ടൊരു കഥ സൂചിപ്പിക്കാം. ടാങ് രാജവംശത്തിന്റെ ഭരണകാലത്ത്, അറിയപ്പെടാത്ത ഒരാളാൽ എഴുതപ്പെട്ട നോവലാണ് *വെള്ളപ്പാമ്പ്* അഥവാ *പീഷെ ചുവാൻ.* അന്നത് ഒരു പാമ്പ് മുഖ്യകഥാപാത്രമായി വരുന്ന ലളിതമായ ഒരു അതിമാനുഷകഥയായിരുന്നു. തൊട്ടടുത്ത നൂറ്റാണ്ടിൽ പുറത്തിറങ്ങിയ അതിന്റെ പാഠഭേദത്തിൽ പാമ്പ് തിന്മയുടെ പ്രതീകമായ ഒരു പെൺ രക്തരക്ഷസായി മാറി. എന്നാൽ മൂന്നാമത്തെ പാഠഭേദമിറങ്ങിയത് അതിന്റെ വളരെ സൗമ്യമായ മനുഷ്യഭാവത്തോടുകൂടിയാണ്. ഇവിടെ ഭർത്താവിനെ വിശ്വസ്തമായി സേവിക്കുന്ന ഒരു ഭാര്യയായും ഒരു ആൺകുട്ടിയുടെ മാതാവായും രക്തരക്ഷസ് പരിണമിക്കുകയാണ്. ഒരുകഥ അങ്ങനെ, പുതിയ കഥാപാത്രങ്ങളെക്കൂട്ടിച്ചേർത്ത് വികസിക്കുക മാത്രമല്ല, പുതിയ രൂപം കൈക്കൊള്ളുകയാണ്, തുടങ്ങിയതുപോലെ അതിമാനുഷികത്വത്തിൽ അല്ല മാനുഷികത്വത്തിലാണ് അവസാനിക്കുന്നത്.

തനിക്കുലഭ്യമായ ഏതെല്ലാം പുസ്തകങ്ങളിൽനിന്നാണോ ഷേക്സ്പിയർ പുതിയ രത്നഹർമ്മ്യങ്ങൾ സൃഷ്ടിക്കുന്നതിനായി ഇരുകരങ്ങളും താഴ്ത്തി ചരൽക്കല്ലുകൾ വാരിയെടുത്തത്, അതുപോലെ ചൈനയുടെ ആദ്യകാല ചരിത്രഘട്ടത്തിലെ പല പുസ്തകങ്ങളും പരിപൂർണമായ നോവലുകളെന്ന നിലയ്ക്കല്ല, നോവലുകളുടെ ഉറവിടസ്ഥാനങ്ങളെന്ന നിലയ്ക്കാണ് പരിഗണിക്കപ്പെട്ടുപോരുന്നത്. അവയിൽ പലതും മൂല്യവത്തല്ലെന്നുള്ള ധാരണയിൽ പരിഗണിക്കപ്പെടാതെ നശിച്ചുപോയി

രിക്കുന്നു. പക്ഷേ, എല്ലാം നശിച്ചിട്ടില്ല. ഇന്നോളം ദർശിച്ചിട്ടില്ലാത്ത വീര്യമുള്ള ആദ്യകാല ഹാൻകഥകൾ ഇപ്പോഴും കടിഞ്ഞാണില്ലാത്ത കുതിരയെപ്പോലെ കടന്നുപോവുകയാണെന്ന് പറയപ്പെടുന്നു. അതുപോലെ പിന്നീടുണ്ടായ ക്ലേശിത ഭരണകൂടങ്ങളുടെ കഥകളും നശിച്ചുപോയിട്ടില്ല. പലതും പിടിച്ചുനിൽക്കുന്നു. മിങ് ഭരണകാലത്ത് *തായ്പിങ് കുവാൻ ഷി* എന്ന പേരിലുണ്ടാക്കിയ മഹത്തായ ശേഖരണത്തിൽ ഒരുവിധത്തിലല്ലെങ്കിൽ മറ്റൊരു വിധത്തിൽ ഇവയിൽ പലതും ഉൾപ്പെടുത്തിയിട്ടുണ്ടായിരുന്നു. അതിൽ അന്ധവിശ്വാസവും മതവുമായും, നന്മയും കാരുണ്യവുമായും, സൽക്കർമങ്ങൾക്കും ദുഷ്കർമങ്ങൾക്കുമുള്ള പ്രതിഫലമായും, ദിവ്യാത്ഭുതങ്ങളും കൽപ്പനകളുമായും, ദൈവവും വ്യാളിയുമായും, ദേവതയും പുരോഹിതന്മാരുമായും, നരിയും കുറുനരിയുമായും മരിച്ചവരുടെ ഉയിർത്തെഴുന്നേൽപ്പും പരകായപ്രവേശനവുമായും ബന്ധപ്പെട്ട കഥകൾ ഉൾപ്പെടുത്തിയിരുന്നു. ആദ്യകാല കഥകളധികവും ബുദ്ധമത സ്വാധീനം വർധിച്ചതോടുകൂടി ദൈവങ്ങൾക്ക് ജന്മം നൽകിയ കന്യകമാരെപ്പറ്റിയും ദൈവത്തെപ്പോലെയുള്ള മനുഷ്യരെപ്പറ്റിയുമൊക്കെയുള്ള അലൗകിക സംഭവങ്ങളുമായി ബന്ധപ്പെട്ടതായി മാറി. പാവപ്പെട്ട പണ്ഡിതന്മാരുടെ പേന പിളർന്നു പൂവുണ്ടാകുന്നതും സ്ത്രീകളെയും പുരുഷന്മാരെയും സ്വപ്നങ്ങൾ മായികവും അപരിചിതവുമായ ഗള്ളിവറുടെ ലോകത്തെപ്പോലുള്ളിടത്തേക്ക് നയിക്കുന്നതും ഇരുമ്പുകൊണ്ട് നിർമിച്ച അൾത്താരയെ മാന്ത്രികവടികൊണ്ട് ഉയർത്തുന്നതുമൊക്കെ വിവരിക്കുന്ന ദിവ്യാത്ഭുതകഥകളും ദൃഷ്ടാന്തകഥകളുമൊക്കെ ധാരാളമുണ്ടായിരുന്നു. പക്ഷേ, ഈവക കഥകളെല്ലാംതന്നെ ഓരോ കാലഘട്ടത്തിന്റെയും കണ്ണാടികളായിരുന്നു. ഹാൻകഥകൾ പലപ്പോഴും രാഷ്ട്രസംബന്ധിയായ വിഷയങ്ങളെയോ മഹദ് വ്യക്തിത്വങ്ങളെയോ ഏതെങ്കിലും നായകന്മാരെയോ അധികരിച്ചുള്ളവയാണ്. കഥയുടെ ആ സുവർണകാലത്ത് നർമം വളരെ ശക്തമായിരുന്നു. അത് നിർലോഭമായി പ്രയോഗിക്കപ്പെട്ടിരുന്നു. *സിയാവോലിങ്* എന്ന പേരിൽ ഹാൻറ്റാങ് സുവാൻ ശേഖരിച്ചുണ്ടാക്കിയ പുസ്തകത്തിന്മേൽ പ്രസ്താവിച്ച തരത്തിലുള്ള നർമോക്തിയാണ് നമുക്ക് കാണാൻ കഴിയുക. പിന്നീട് രംഗം മാറി, സുവർണകാലം അസ്തമിക്കാൻ തുടങ്ങിയെങ്കിലും, അത് മറക്കാൻ തയാറില്ലാത്ത ചൈനയിലെ ജനങ്ങൾ സ്വയം തങ്ങൾ ഹാനിന്റെ മക്കൾ എന്നു വിളിക്കപ്പെടാനാണ് ആഗ്രഹിക്കുന്നത്. തുടർന്നുവന്ന ആറ് ദുർബല രാജവംശങ്ങളുടെ അഴിമതി നിറഞ്ഞ ഭരണകാലത്ത് മധുരം പുരട്ടിയതും ബലഹീനവും ലോലവുമായ കഥകൾ രചിക്കപ്പെട്ടു. ചൈനക്കാർ പറയാറുള്ളതുപോലെ അക്കാലത്ത് 'എഴുത്തുകാർ ഒരുസ്ത്രീ, വെള്ളച്ചാട്ടം, അല്ലെങ്കിൽ ഒരുപക്ഷി' എന്നിങ്ങനെയുള്ള കൊച്ചുകാര്യങ്ങളെക്കുറിച്ചാണ് രചന നടത്തിയിട്ടുള്ളത്.

ഹാൻ ഭരണകാലം കഥയുടെ സുവർണകാലവും റ്റാങ് ഭരണകാലം രജതകാലവുമായി പരിഗണിക്കാമെങ്കിൽ രജതകാലമാണ് പ്രണയകഥ

കളുടെ പേരിൽ പ്രസിദ്ധമായത്. അത് പ്രണയത്തിന്റെ ഒരു കാലഘട്ടമായിരുന്നു. യാങ് കുയി ഫീയെന്ന സുന്ദരിയെക്കുറിച്ചും അവരുടെ സൗന്ദര്യം അത്രയൊന്നുമില്ലാതിരുന്നിട്ടും ചക്രവർത്തിയുടെ സ്നേഹം പിടിച്ചുപറ്റിയ മെയ് ഫീ എന്ന പൂർവഗാമിയെക്കുറിച്ചും ഒരായിരം കഥകളാണ് സൃഷ്ടിക്കപ്പെട്ടത്. പാശ്ചാത്യനോവലുകളുടെ അളവുകോലുകളായ സമഗ്രതയും സങ്കീർണതയും ഒട്ടൊക്കെ പാലിക്കപ്പെടുന്നവയാണ് റ്റാങ് കാലഘട്ടത്തിലെ പ്രണയകഥകൾ. വികസിച്ചുവരുന്ന കഥാവസ്തു, ഉദ്വേഗജനകമായ പ്രതിസന്ധികൾ, പരിസമാപ്തി തുടങ്ങിയവയെല്ലാം വളരെ പ്രകടമല്ലെങ്കിലും ആ സൃഷ്ടികളിൽ അന്തർലീനമാണ്. ചൈനക്കാർ പറയാറുണ്ട് "നാം റ്റാങ് കഥകൾ തീർച്ചയായും വായിച്ചിരിക്കണം. കൊച്ചുകാര്യങ്ങളെ അധികരിച്ചുണ്ടാക്കപ്പെട്ടവയാണെങ്കിലും അവ നമ്മെ കണ്ണീരിലലിയിച്ചുകളയും."

വിവാഹം നിശ്ചയിക്കപ്പെട്ടവർ തമ്മിലുള്ള പ്രണയമോ വിവാഹത്തിൽ അവസാനിക്കുന്ന പ്രണയമോ വിഷയമാക്കപ്പെടുന്നുവെന്നതല്ല ഈ പ്രണയകഥകളെ സംബന്ധിച്ചിടത്തോളം ആശ്ചര്യകരമായത്. മറിച്ച് വൈവാഹികബന്ധത്തിന് പുറത്തുള്ള പ്രണയമാണ്. തീർച്ചയായും, വളരെ പ്രധാനപ്പെട്ട ഒരുകാര്യം വിവാഹമാണ് പ്രമേയമെങ്കിൽ അത് ദുരന്തത്തിലേ അവസാനിക്കൂ എന്നതാണ്. സുപ്രസിദ്ധമായ രണ്ടുകഥകൾ പീലിഷിയും ചിയാവോ ഫാങ്ചിയും പരിപൂർണമായി വിവാഹപൂർവപ്രണയത്തെ അധികരിച്ചുള്ളവയാണ്. അതുപോലെ, ചൈനക്കാർ ഇന്നും പറയാറുള്ള 'മഞ്ഞമുഖമുള്ളതും' സാധാരണ ഗതിയിൽ നിരക്ഷരരുമായ ഭാര്യമാരേക്കാളുപരിയായി വായിക്കാനും എഴുതാനും പാടാനും കഴിയുന്ന സമർഥകളും സുന്ദരിമാരുമായ കൊട്ടാരദാസിമാരുടെ പ്രഭാവം കാണിക്കുവാൻ വേണ്ടി എഴുതപ്പെട്ടവയാണ് ആ രണ്ടുകഥകൾ.

ഈ പ്രവണത വളരെ ശക്തമായതിനെത്തുടർന്ന് സാധാരണ ജനങ്ങൾക്കിടയിൽ ഇത്തരം കഥകൾക്കു ലഭിച്ച അംഗീകാരം അധികാരിവർഗത്തെ വിളറിപിടിപ്പിക്കുകയും ചൈനയിലെ സംസ്കാരത്തിന്റെ അടിസ്ഥാനത്തെയാണ്, കുടുംബവ്യവസ്ഥയെയാണ് പിടിച്ചുകുലുക്കുന്നതെന്ന് വാദിച്ചുകൊണ്ട് ആ കഥകളെ വിപ്ലവാത്മകവും അപകടകരവുമെന്ന് മുദ്രകുത്തി നിന്ദിക്കുവാനും ശ്രമമുണ്ടായി. വിപരീത ദിശയിലുള്ള ചില പ്രവണതകളും കാണാതിരുന്നില്ല. *ഹുയി ചെൻ ചി* എന്ന പിൽക്കാലത്ത് പ്രസിദ്ധമായ പുസ്തകത്തിന്റെ ആദ്യകാല പതിപ്പിലെ ഒരുകഥയിൽ സുന്ദരിയായ യിങ്‌യിങ്ങിനെ പ്രണയിച്ച യുവാവായ ഒരുപണ്ഡിതൻ പിന്നീട് അവളെ ഉപേക്ഷിച്ച് അകന്നുപോകുമ്പോൾ ഇങ്ങനെ പറയുന്നു. "അസാധാരണക്കാരായ എല്ലാ സ്ത്രീകളും അപകടകാരികളാണ്. അവർ സ്വയം നശിക്കുന്നതോടൊപ്പം മറ്റുള്ളവരെയും നശിപ്പിക്കുന്നു. അവർ സാമ്രാട്ടുകളെപ്പോലും നശിപ്പിച്ചു. ഞാനൊരു സാമ്രാട്ടല്ല. ഞാനവളെ ഉപേക്ഷിക്കുന്നതാണ് നല്ലത്." അയാൾ അങ്ങനെതന്നെ ചെയ്തു. എല്ലാ വിവേക

മതികളുടെയും ആദരവ് പിടിച്ചുപറ്റി. അതിന് മറുപടിയായി വിനീതയായ യിങ്യിങ് പറഞ്ഞു. "നീയെന്നെ സ്വന്തമാക്കുന്നതും ഉപേക്ഷിക്കുന്നതും അത് നിന്റെയിഷ്ടം. ഞാൻ നിന്റെ പിന്നാലെ പായുന്നില്ല." എന്നാൽ അഞ്ഞൂറ് വർഷത്തിനുശേഷം ചൈനയുടെ വികാരവിക്ഷുബ്ധമായ മനസ്സ് ആ പ്രണയജോഡികളെ വീണ്ടും കൂട്ടിയോജിപ്പിച്ചു. ആ കഥയുടെ അവസാനപതിപ്പിൽ എഴുത്തുകാരൻ ചാങ്ങിനെയും യിങ്യിങ്ങിനെയും ഭാര്യാഭർത്താക്കന്മാരാക്കിക്കൊണ്ട് ഇങ്ങനെ അവസാനിപ്പിക്കുന്നു: "ലോകത്തിലെ എല്ലാ പ്രണയിതാക്കളും വിവാഹിതരായി ഒന്നാകുമെന്ന പ്രത്യാശയിലാണ്" ഇതെഴുതിയത്. കാലചക്രമുരുളവെ, ചൈനക്കാർക്ക് അഞ്ഞൂറുവർഷം കഥയുടെ ശുഭാന്ത്യത്തിനുള്ള ഒരു നീണ്ട കാത്തിരിപ്പായിരുന്നില്ല.

ചൈനയിലെ ഏറ്റവും പ്രസിദ്ധമായ കഥ, ഏതുവഴിക്കായാലും ഇതു തന്നെയാണ്. സാങ് ഭരണകാലത്ത് ചാവോ തെ ലിയാങ്ങിന്റെ വകയായി *വിമുഖനായ പൂമ്പാറ്റ* എന്നപേരിൽ കവിതാരൂപത്തിൽ ആ കഥ ആവർത്തിക്കപ്പെട്ടു. യുവാൻ ഭരണകാലത്ത് വീണ്ടും സു സി സിയാങ് എന്ന പേരിൽ റ്റങ് ചായി യുവൻ അത് നാടകരൂപത്തിലാക്കി. മിങ് കാലത്ത് രണ്ടിടവേളകളിലായിറങ്ങിയ രണ്ടുപതിപ്പുകളിൽ ഒന്ന് ദക്ഷിണഛന്ദോബദ്ധരൂപമായ 'സെ'യും മറ്റൊന്ന് പെരുമയാർജിച്ച സി സിയാങ് ചിയുമാണ്. ചൈനയിലെ കുട്ടികൾക്കുപോലും ചാങ് എന്ന നാമം ചിരപരിചിതമാണ്.

റ്റാങ് കാലഘട്ടം നോവലിന് നൽകിയ മുഖ്യസമ്മാനമെന്ന നിലയ്ക്കാണ് സ്ത്രീയും പുരുഷനും തമ്മിലുള്ള പ്രണയലീലകളെ ചൂണ്ടിക്കാട്ടുവാൻ ഞാനാഗ്രഹിക്കുന്നത്. അല്ലാതെ, അവിടെ അക്കാലത്ത് മറ്റു കഥകളൊന്നുമില്ലെന്നുള്ള അർഥത്തിലല്ല. നർമോക്തിയുള്ളതും ഹാസ്യരസപ്രധാനവുമായ നിരവധി പുസ്തകങ്ങൾ അക്കാലത്തേതായിട്ടുണ്ട്. അവ ആ കാലഘട്ടത്തിലെ മുഖ്യവിനോദമായിരുന്ന കോഴിപ്പോരുമായി ബന്ധപ്പെട്ടതാണ്. ഈയിനത്തിൽ, വളരെ നല്ലൊരു പുസ്തകമാണ് ചെൻഹങ് എഴുതിയ *റ്റങ് ചെൻ ലാവോ പു ചുവാൻ*. ഈ പുസ്തകം എങ്ങനെയാണ് ചിയാചാങ് എന്ന കോഴിപ്പോരുകാരൻ സാമ്രാട്ടിന്റെയും ജനങ്ങളുടെയും കണ്ണിലുണ്ണിയായി മാറിയെന്ന് വിവരിക്കുന്നു.

കാലചക്രമുരുളവെ, നോവലിന്റെ യഥാർഥ രൂപങ്ങൾ പ്രത്യക്ഷപ്പെടാൻ തുടങ്ങിയത് സങ് യുഗം മുതൽക്കാണ്. യുവാൻ ഭരണകാലത്ത് നോവൽ അതിന്റെ ഉച്ചസ്ഥായിയിൽ എത്തിച്ചേർന്നു. അക്കാലത്തുണ്ടായ നോവലുകളുടെ ഔന്നത്യത്തെ മറികടക്കുവാനായില്ലെങ്കിലും തത്തുല്യമായ നിലവാരത്തിലെത്താൻ സാധിച്ച സിങ് ഭരണകാലത്തെ ഒരേയൊരു നോവൽ, *ഹങ് ലൗമെങ്* അഥവാ *ചുവപ്പറയുടെ സ്വപ്നങ്ങൾ* എന്ന ഒരേയൊരു നോവലിനുമാത്രമാണ്. ഈ നോവൽ നൂറ്റാണ്ടുകളിലൂടെ ആരാലും ശ്രദ്ധിക്കപ്പെടാതെ വികസിച്ചുവരികയും ജനഹൃദയങ്ങളിൽ വേരൂന്നി ശാഖോപശാഖകളായി പിരിഞ്ഞ് പച്ചപുതച്ചതും പുഷ്പിച്ചതും യുവാൻ

കാലഘട്ടത്തിലാണെന്ന് തോന്നുന്നു. ഇങ്ങനെ സംഭവിക്കുവാൻ മറ്റൊരു കാരണംകൂടിയുണ്ട്. ഇക്കാലത്ത് ചൈനയിലേക്ക് വന്ന മംഗോൾ വംശജരായ യുവാക്കൾക്ക് അവരുടെ ഊർജസ്വലമായ, ആർത്തിയുള്ള, അശിക്ഷിതമായ മനസിന്റെ വിശപ്പടക്കാൻ പൗരാണികസാഹിത്യത്തിന്റെ ധൂളികൾകൊണ്ട് സാധിക്കുമായിരുന്നില്ല. അതുകൊണ്ടുതന്നെ അവർ വളരെ ഔത്സുക്യത്തോടെ നാടകങ്ങളിലേക്കും നോവലുകളിലേക്കും ആകർഷിക്കപ്പെട്ടു. പുതിയ സാഹചര്യത്തിൽ ഭരണകൂടത്തിന്റെ പ്രോത്സാഹനത്തോടുകൂടി, എന്നാൽ പണ്ഡിതവർഗത്തിന്റെ അനുഭാവമില്ലാതെതന്നെ ചൈനയിലെ മഹത്തായ മൂന്നു നോവലുകളിൽ രണ്ടെണ്ണം പുറത്തുവന്നു. ഇപ്പറഞ്ഞ രണ്ടെണ്ണം *ഷിഹുചുവാൻ, സാൻ കുവോ ഹങ്* എന്നിവയായിരുന്നു; മൂന്നാമത്തേത് *ലൗമെങ്ങും*.

ചൈനയിലെ ജനങ്ങളിൽ ഈ മൂന്നുനോവലുകൾക്കും എത്ര സ്വാധീനമുണ്ടെന്ന് നിങ്ങളെ ബോധ്യപ്പെടുത്താൻ കഴിഞ്ഞിരുന്നുവെങ്കിലെന്ന് ഞാനാശിക്കുകയാണ്. പാശ്ചാത്യലോകത്ത് അവയോട് കിടപിടിക്കുന്ന ഒരു സാഹിത്യസൃഷ്ടി ഇല്ലെന്നുതന്നെ പറയാം. നോവലിന്റെ ചരിത്രം പരിശോധിക്കുമ്പോൾ ഇതാ ഉന്നതമായ ഒരു സൃഷ്ടിയെന്ന് എടുത്തുപറയാൻ തക്കതൊന്നും നമ്മുടെ കൈവശമില്ല. സാധാരണ ജനങ്ങൾ സമർഥിച്ചെടുത്തതാണീ മൂന്നുഗ്രന്ഥങ്ങൾ. ചൈനയിലെ നോവലുകളെല്ലാം അങ്ങനെതന്നെ. വെറും വാക്കുകൾ കൊണ്ടല്ല, ഒരു ജനതതിയുടെ സാഹിത്യകൗതുകത്തിൽ നിന്ന് കെട്ടിപ്പടുക്കപ്പെട്ട സമ്പൂർണമായൊരു സമുച്ചയം തന്നെയാണത്. ഈ നോവലുകൾ പണ്ഡിതന്മാരാൽ അവഗണിക്കപ്പെടുകയും പരിശോധകന്മാരാൽ നിരോധിക്കപ്പെടുകയും തുടർന്നുവന്ന ഭരണകൂടങ്ങളാൽ അപകടകരമെന്നും വിപ്ലവകരമെന്നും ക്ഷയോന്മുഖമെന്നും മുദ്രകുത്തി നിന്ദിക്കപ്പെടുകയും ചെയ്തു. എന്നാൽ അവ ജീവിച്ചുകൊണ്ടേയിരുന്നു. കാരണം, ജനങ്ങൾ വായിക്കുകയും കഥകൾ മറ്റുള്ളവരോട് പറഞ്ഞുകൊടുക്കുകയും ചെയ്തു. ഗാനങ്ങളും നാടൻപാട്ടുകളും ഉണ്ടാക്കി. നാടകങ്ങൾ ഉണ്ടാക്കി അഭിനയിച്ചു. അവസാനം പണ്ഡിതശിരോമണികൾ പോലും നോവലുകളിലേക്ക് ഒന്നുകണ്ണോടിക്കേണ്ട അവസ്ഥ സംജാതമാവുകയും നോവലുകളായിട്ടല്ല വെറും ദൃഷ്ടാന്തകഥകളായി അവയെ പരിഗണിക്കാമെന്നു സമ്മതിക്കേണ്ടിവരികയും ചെയ്തു. ആ ഒരു വിലയിരുത്തൽ നോവലുകളെ സാഹിത്യമായി അംഗീകരിക്കുന്നതിന്റെ ഒരു സൂചനയായി കണക്കാക്കാമെങ്കിലും പൊതുജനങ്ങൾ അവരുടെ സിദ്ധാന്തങ്ങൾക്ക് ചെവികൊടുക്കാനോ തങ്ങളുടെ വാദഗതികൾ വിശദമാക്കുവാനായി അവർ തയാറാക്കിയ പ്രബന്ധങ്ങൾ വായിച്ചുനോക്കുവാനോ താൽപ്പര്യം കാണിച്ചില്ല. സ്വയം പ്രകടിപ്പിക്കുവാനുള്ള ഒരു മാധ്യമമെന്ന നിലയിലും കഥകളോടുള്ള താൽപ്പര്യം നിമിത്തവും നോവൽവായന പൊതുജനത്തെ സംബന്ധിച്ചിടത്തോളം വളരെ ഹരമുള്ളതും സന്തോഷകരവുമായ ഒരു അനുഭവമായിത്തീർന്നു.

സാധാരണ ജനങ്ങളായിരുന്നു തീർച്ചയായും അതിന്റെ സ്രഷ്ടാക്കൾ. *ഷുയി ഹു ചുവാൻ* എന്ന നോവലിന്റെ പുതിയ പാഠഭേദങ്ങളിൽ രചയിതാവായി ഷി നെയി ആൻ എന്ന പേരുചേർത്തിട്ടുണ്ടെങ്കിലും അതെഴുതിയത് ഒരുവ്യക്തിയല്ലെന്ന് വ്യക്തമാണ്. സങ് കാലഘട്ടത്തിലെ കള്ളന്മാരെ കേന്ദ്രീകരിച്ചുള്ള ഒരുകൂട്ടം കഥകളിൽ നിന്നാണ് ഈ മഹദ് സൃഷ്ടിയുടെ ഉത്ഭവവും വളർച്ചയും. അതിന്റെ യഥാർഥ തുടക്കം ചരിത്രത്തിൽനിന്നുതന്നെയാണ്. കള്ളന്മാരുടെ ഒളിസങ്കേതം ഇപ്പോഴും അല്ലെങ്കിൽ ഈയടുത്തകാലംവരെ ഷാന്തുങ്ങിൽ ഉണ്ടായിരുന്നു. പതിമൂന്നാം നൂറ്റാണ്ടോടുകൂടി ചൈനയിൽ കാര്യങ്ങൾ തകിടംമറിഞ്ഞു. ഹുയിചങ് ചക്രവർത്തിയുടെ ഭരണകൂടം രാഷ്ട്രത്തെ ക്ഷയോന്മുഖവും അലങ്കോലവുമാക്കി. ധനികർ കൂടുതൽ ധനികരായി, ദരിദ്രർ കൂടുതൽ ദരിദ്രരായി. ഈയവസരം മുതലാക്കാൻ മറ്റാരുമല്ല കള്ളന്മാരാണ് മുന്നോട്ടുവന്നത്.

ഈ നോവലിന്റെ ഒരുപാടുകാലത്തെ വളർച്ചയെപ്പറ്റിയോ, അതിൽ പല കൈകളും വരുത്തിയ മാറ്റങ്ങളെ സംബന്ധിച്ചോ ഉള്ള സമ്പൂർണമായ ഒരു വിവരണം നിങ്ങൾക്കിവിടെ നൽകുവാനെനിക്ക് കഴിയില്ല. ഷി നെയി ആൻ ഒരു പുസ്തകപ്പീടികയിൽ ഈ പുസ്തകത്തിന്റെ പഴയ പതിപ്പ് കണ്ടെത്തിയെന്നും അത് വീട്ടിൽക്കൊണ്ടുപോയി മാറ്റിയെഴുതിയെന്നും പറയപ്പെടുന്നു. അദ്ദേഹത്തിനുശേഷവും ആ കഥ എഴുതപ്പെടുകയും വീണ്ടും എഴുതപ്പെടുകയും ചെയ്യുന്നു. ഇന്ന് അതിന്റെ അഞ്ചോ ആറോ പാഠഭേദങ്ങൾ വളരെ പ്രസിദ്ധമാണ്. അതിലൊന്ന് നൂറ് അധ്യായങ്ങളുള്ള *ചുങ് ഐ ഷുയി ഹു*വാണ്. നൂറ്റി ഇരുപത്തിയേഴ് അധ്യായങ്ങളുള്ള മറ്റൊന്നും നൂറ് അധ്യായങ്ങളുള്ള വേറെയൊരെണ്ണവുമുണ്ട്. നോവലിന്റെ മൂലരൂപം ഷിനെയി ആനിന്റേതാണെന്ന് പൊതുവെ അംഗീകരിക്കപ്പെട്ടിട്ടുണ്ട്. അതിൽ നൂറ്റി ഇരുപത് അധ്യായങ്ങൾ ഉണ്ടായിരുന്നുവെങ്കിലും ഇപ്പോൾ ഉപയോഗിച്ചുകൊണ്ടിരിക്കുന്നതിൽ എഴുപത് അധ്യായങ്ങൾ മാത്രമേയുള്ളൂ. മിങ് കാലത്ത് പ്രസിദ്ധനായ ചിങ് ഷെൻ റ്റാൻ ആണ് ഈ തരത്തിൽ രൂപഭംഗം വരുത്തിയത്. തന്റെ മകന് ഒരിക്കലും വായിക്കാതിരിക്കാൻ കഴിയാത്ത തരത്തിൽ നോവലിനെ പുതിയ രൂപത്തിൽ മാറ്റിയെഴുതി, അത് വായിക്കാൻ കഴിഞ്ഞില്ലെങ്കിൽ വലിയ കുറവുതന്നെയാണെന്ന് പറഞ്ഞുകൊണ്ട് അദ്ദേഹം അത് മകനു സമ്മാനിച്ചു. *ഷുയി ഹു* വായിക്കുന്നതിൽനിന്ന് പൊതുജനത്തെ തടയാൻ ഒരുശക്തിക്കും കഴിയില്ലെന്ന് മനസിലാക്കിയ അധികാരിവർഗം അവരെ ഉദ്ദേശിച്ച് ഒരു പുതിയ പതിപ്പ് തയാറാക്കിയിരുന്നു. ഈ ഔദ്യോഗികഭാഷ്യത്തിന്റെ പേര് *റ്റങ് കോവു ചി* അഥവാ *ലെയിങ് വെയ്സ്റ്റ് ദ റോബേർസ്* എന്നായിരുന്നു. അതിൽ, സൈന്യം കള്ളന്മാരെ അവസാനമായി തോൽപ്പിക്കുന്നതും അവരെ നശിപ്പിക്കുന്നതുമാണ് വിവരിച്ചിരിക്കുന്നത്. പക്ഷേ, ചൈനയിലെ ജനങ്ങൾക്ക് ഔദ്യോഗികഭാഷ്യം തീരെ സ്വീകാര്യമായിരുന്നില്ല. അവരുടെ സ്വന്തം ശൈലിയിലാണ് അതിപ്പോഴും നിലനിൽക്കുന്ന

ത്. അഴിമതിയിൽ മുങ്ങിയ അധികാരിവർഗത്തിനെതിരെ ഓരോ കാലഘട്ടത്തിലെയും ജനങ്ങൾ നടത്തിയ പോരാട്ടങ്ങളുടെ പ്രതീകമാണ് അതെന്ന വിശ്വാസമാണ് അവർക്കുള്ളത്.

ഷുയി ഹു ചുവാന്റെ ലെസ് ഷെവലിയേർസ് ഷിനോയിസ് എന്ന പേരിലുള്ള ഫ്രഞ്ച് പരിഭാഷ ഭാഗികമായി പൂർത്തിയായിട്ടുണ്ടെന്ന് ഇവിടെ കൂട്ടിച്ചേർത്തുകൊള്ളട്ടെ. അതുപോലെ *എല്ലാ മനുഷ്യരും സഹോദരങ്ങളാണ്* എന്നപേരിൽ ഇംഗ്ലീഷിലേക്ക് എഴുപത് അധ്യായങ്ങൾ ഞാൻ ഭാഷാന്തരം നടത്തിക്കഴിഞ്ഞു. *ഷുയി ഹു ചുവാൻ* എന്ന യഥാർഥനാമം ഇംഗ്ലീഷിൽ അർഥശൂന്യമാണ്. ആ വാക്ക് അർഥമാക്കുന്നത്, കള്ളന്മാരുടെ ഒളിസങ്കേതമായിരുന്ന, എല്ലാവർക്കും പരിചിതമായ ചതുപ്പുനിറഞ്ഞ ഒരു തടാകത്തിന്റെ അതിരുകളെയാണ്. ചൈനക്കാർക്കത് നൂറ്റാണ്ടുകൾ പഴക്കമുള്ള ഒരോർമയാണ്. നമ്മൾക്കത് ഒന്നുമല്ല.

ഈ നോവൽ സകലതിനെയും അതിജീവിച്ചിട്ടുണ്ട് എന്നതിനാൽ പുതിയ സാഹചര്യങ്ങളിൽ അതിന് വളരെയേറെ പ്രാധാന്യം സിദ്ധിച്ചിട്ടുണ്ട്. ചൈനയിലെ കമ്യൂണിസ്റ്റുകാർ ഈ നോവലിന്റെ അവരുടേതായ ഒരുപതിപ്പ് ഇറക്കുകയുണ്ടായി. സുപ്രസിദ്ധനായ ഒരു കമ്യൂണിസ്റ്റുകാരൻ അവതാരികയെഴുതിയ ഈ പതിപ്പ് ചൈനയിലെ പ്രഥമ കമ്യൂണിസ്റ്റ് സാഹിത്യമെന്ന പേരിലാണിറക്കിയത്. ഏതെങ്കിലും കാലഘട്ടങ്ങളിൽ ഒതുക്കി നിർത്താൻ കഴിയുന്നതല്ലെന്നുള്ളതാണ് ഈ നോവലിന്റെ മഹത്വം. അതിന്റെ സാംഗത്യം ഇന്നുള്ളതുപോലെതന്നെയായിരുന്നു നൂറ്റാണ്ടുകൾക്കപ്പുറവും. ചൈനയിലെ ജനങ്ങൾ ഇന്നും അതിന്റെ താളുകളിലൂടെ സഞ്ചരിക്കുകയാണ്. പുരോഹിതന്മാരും കൊട്ടാരം ദാസിമാരും നല്ല സ്ത്രീയും ചീത്ത സ്ത്രീയും വൃദ്ധരും യുവാക്കളും എന്തിന് വികൃതിക്കുട്ടന്മാർ വരെ അതുതന്നെയാണ് ചെയ്തുകൊണ്ടിരുന്നത്. പാശ്ചാത്യ മാതൃകയിൽ പരിശീലനം സിദ്ധിച്ച് പി എച്ച് ഡി കൈവശപ്പെടുത്തിയ ആധുനിക പണ്ഡിതന്മാരെ ഇതിൽപ്പെടുത്തിയിട്ടില്ല. പക്ഷേ, ഒന്നുറപ്പിക്കാം. ഈ നോവലിന്റെ മിനുക്കുപണികൾ നടക്കുമ്പോൾ അയാൾ ചൈനയിൽ ജീവിച്ചിരിപ്പുണ്ടായിരുന്നെങ്കിൽ അയാൾകൂടി പഴയ അലങ്കാരവസ്ത്രത്തിലൊട്ടിച്ച തുണിത്തുണ്ടുപോലെ ഉപയോഗശൂന്യവും അപര്യാപ്തവുമായ തന്റെ പുതിയ വിജ്ഞാനത്തിന്റെ ആർദ്രതയും ഫലിതവുമായി അവിടെയുണ്ടാകുമായിരുന്നു.

ചൈനക്കാർ പറയാറുണ്ട്, "യുവതലമുറ *ഷുയി ഹു* വായിക്കുവാൻ പാടില്ല, പ്രായമുള്ളവർ *സാൻ കുവോ* വായിക്കുവാൻ പാടില്ല" എന്നൊക്കെ. യുവതലമുറ കള്ളന്മാരാൽ വശീകരിക്കപ്പെട്ടുപോകുമെന്നും പ്രായമുള്ളവർ പ്രായത്തേക്കാൾ വീര്യമുള്ള പ്രവൃത്തികൾ ചെയ്യുന്നതിലേക്ക് നയിക്കപ്പെടുമെന്നതുമാണ് അങ്ങനെ പറയാൻ കാരണം. *ഷുയി ഹു ചുവാൻ* ചൈനയിലെ സാമൂഹ്യജീവിതത്തിന്റെ പ്രമാണമാണെങ്കിൽ *സാൻകുവോ* യുദ്ധത്തിന്റെയും രാജ്യതന്ത്രജ്ഞതയുടെയും പ്രമാണമാണ്.

*ഹങ് ലൗ മെങ്ങി*നെപ്പറ്റി പറയുകയാണെങ്കിൽ അത് കുടുംബജീവിതത്തിന്റെയും മനുഷ്യസ്നേഹത്തിന്റെയും പ്രമാണമാണ്.

സാൻ കുവോ അഥവാ *മൂന്നുരാജവംശങ്ങൾ* എന്ന പുസ്തകത്തിന്റെ ചരിത്രം നമുക്ക് കാണിച്ചുതരുന്നത് *ഷുയി ഹു*വിന്റേതുപോലുള്ള ശിൽപ്പകലാ വൈദഗ്ധ്യത്തെയാണ്. ആ പുസ്തകത്തിന്റെ രചയിതാവും ഷുയി ഹുവിന്റേതുപോലെ സംശയത്തിന്റെ നിഴലിലാണ്. ഹാൻ ഭരണകാലത്ത് മൂന്നുസുഹൃത്തുക്കൾ ഒരിക്കലും പിരിഞ്ഞുപോവുകയില്ലെന്ന് പ്രതിജ്ഞ ചെയ്യുന്നിടത്തുനിന്നാണ് കഥയാരംഭിക്കുന്നത്. തൊണ്ണൂറ്റി ഏഴുവർഷത്തിനുശേഷം ആറുരാജവംശങ്ങളുടെ കാലത്തിനപ്പുറത്തുള്ളൊരിടത്താണ് നോവൽ അവസാനിക്കുന്നത്. നോവലിന്റെ അവസാനത്തെ രൂപം എഴുതി തയാറാക്കിയത് *ലോ കുവാൻ ചുങ്* എന്ന ഒരാളായിരുന്നു. അയാൾ ഷി നെയി ആനിന്റെ ശിഷ്യനായിരുന്നുവെന്നും *ഷുയി ഹു ചുവാ*ന്റെ രചനയിൽ ഒരുപക്ഷേ, അയാളോടൊപ്പം പങ്കുകൊണ്ടിട്ടുണ്ടാവുമെന്നും വിശ്വസിക്കപ്പെടുന്നു. ബേയ്ക്കൽ-ആന്റ് -ഷെയ്ക്സ്പിയർ വിവാദം പോലെ ചൈനയിലെ അവസാനിക്കാത്ത വിവാദമാണിത്.

ലോ കുവാൻ ചുങ് യുവാൻ ഭരണത്തിന്റെ അവസാനകാലത്ത് ജനിക്കുകയും മിങ് കാലഘട്ടത്തിൽ ജീവിക്കുകയും ചെയ്ത എഴുത്തുകാരനാണ്. അദ്ദേഹം നിരവധി നാടകങ്ങൾ എഴുതിയിരുന്നുവെങ്കിലും നോവലെഴുത്തുകാരനെന്ന നിലയിലാണ് പേരുകേട്ടത്. *സാൻ കുവോ* ആണ് ഏറ്റവും നല്ല ഉദാഹരണം. കാങ് സിയുടെ കാലത്ത് മാവോ ചെൻ കാൻ നവീകരിച്ച നോവലിന്റെ പാഠഭേദമാണ് ഇപ്പോൾ ചൈനയിൽ കൂടുതലായി വായിക്കപ്പെടുന്നത്. അദ്ദേഹം നോവലിനെ ഭേദപ്പെടുത്തുക മാത്രമല്ല, വിമർശിക്കുകകൂടി ചെയ്തു. അതിൽ ചില മാറ്റങ്ങൾ വരുത്തുകയും കൂട്ടിച്ചേർക്കുകയും ചില കാര്യങ്ങൾ ഒഴിവാക്കുകയുമുണ്ടായി. ഉദാഹരണത്തിന് മുഖ്യകഥാപാത്രങ്ങളിലൊരാളുടെ ഭാര്യയായ സുവാൻ ഫു റെൻ എന്ന സ്ത്രീയുടെ കഥ പിന്നീട് കൂട്ടിച്ചേർക്കപ്പെട്ടതാണ്. നോവലിന്റെ ഘടനപോലും അദ്ദേഹം മാറ്റിമറിച്ചു. സ്വാതന്ത്ര്യത്തിനുവേണ്ടിയുള്ള അവരുടെ പോരാട്ടങ്ങളുടെ ഒരു പ്രമാണമെന്ന നിലയ്ക്കാണ് *ഷുയി ഹു ചുവാ*ന് ചൈനക്കാരുടെയിടയിൽ വമ്പിച്ച സ്വാധീനമെങ്കിൽ, *സാൻ കുവോ*യ്ക്ക്, യുദ്ധകലയുടെയും ശാസ്ത്രത്തിന്റെയും വിവരണമെന്ന നിലയ്ക്കാണ് പ്രസിദ്ധി. ഈ നോവലും നമ്മുടേതിൽനിന്നും തികച്ചും വ്യത്യസ്തമായ ഒന്നാണ്. ജപ്പാനെതിരായി ഫലപ്രദമായ പോരാട്ടം കാഴ്ചവയ്ക്കുന്ന ചൈനയിലെ ഗറില്ലാസംഘങ്ങൾക്കെല്ലാം *സാൻ കുവോ* മനഃപാഠമാണ്. ശൈത്യകാലത്തെ അലസയാമങ്ങളിലും വേനലിലെ നീണ്ട സായാഹ്നങ്ങളിലും കഥപറച്ചിലുകാർ എങ്ങനെയാണ് മൂന്നുരാജവംശങ്ങൾ യുദ്ധം നടത്തിയതെന്ന് അവർക്ക് വിവരിച്ചുകൊടുക്കും. ഗറില്ലകൾക്ക് ഇന്നും ഉറച്ച് വിശ്വാസമുള്ള തന്ത്രം ആ കഥയിൽ ഉണ്ടായിരുന്നു. ഒരു യോദ്ധാവ് എന്തായിരിക്കണം, ആക്രമിക്കേണ്ടതെങ്ങനെ, പിൻവാങ്ങേണ്ട

തെങ്ങനെ, ശത്രു മുന്നേറുമ്പോൾ പിൻവാങ്ങേണ്ടതെങ്ങനെ, ശത്രു പിൻവാങ്ങുമ്പോൾ മുന്നേറേണ്ടതെങ്ങനെ തുടങ്ങിയവയെല്ലാം പുസ്തകത്തിൽ വിവരിച്ചിരുന്നു. ഈ നോവലും ചൈനയിലെ ഓരോ സാധാരണക്കാരനും, എന്തിന്, കുട്ടികൾക്കുപോലും ഹൃദ്യമായത് അതുകൊണ്ടു തന്നെയാണ്.

ഈ നോവൽത്രയത്തിലെ അവസാനത്തേതും ആധുനികോത്തരവുമാണ് *ഹങ് ലൗ മെങ്* അഥവാ *ചുവപ്പറയുടെ സ്വപ്നങ്ങൾ.* മഞ്ചുഭരണകാലത്ത് ജീവിച്ചിരുന്നതും തങ്ങളിലൊരാളായി അവർ കണക്കാക്കുകയും ചെയ്ത ഒരുന്നത ഉദ്യോഗസ്ഥനായിരുന്നു സാവോ സു വെ ചിങ്. അദ്ദേഹമെഴുതിയ ആത്മകഥാപരമായ നോവലാണ് യഥാർഥത്തിലത്. മഞ്ചുഭരണത്തിൽ എട്ടുസൈനിക സംഘങ്ങൾ ഉണ്ടായിരുന്നതിനാൽ എല്ലാ സംഘവുമായും ബന്ധപ്പെട്ട് സാവോ പ്രവർത്തിച്ചു. അദ്ദേഹത്തിന് നോവൽ പൂർത്തിയാക്കുവാൻ സാധിച്ചില്ല. അവസാനത്തെ നാൽപ്പത് അധ്യായങ്ങൾ കാവോ ഓ എന്നയാളാണ് പൂർത്തിയാക്കിയിരിക്കാൻ സാധ്യത. സ്വന്തം ജീവിതകഥ പറയുന്ന രീതി ആധുനികകാലത്ത് *ഹുഷി*യും മുൻകാലത്ത് *യുവാൻ മീ*യും വിപുലീകരിച്ചു. എങ്ങനെയായാലും ഷി റ്റൗ ചി എന്ന നാമധേയത്തിൽ ആദ്യപുസ്തകം 1765-ലാണ് പുറത്തിറങ്ങിയത്. വളരെ ചെറിയ അഞ്ചോ ആറോ വർഷത്തിനിടയിൽ പുസ്തകത്തിന് ചൈനയിൽ പ്രചുരപ്രചാരം സിദ്ധിച്ചു. പുസ്തകത്തിന് ഇറങ്ങിയ ഉടനെ വില കൂടുതലായിരിക്കണം. അതുകൊണ്ടാവാം ചൈനയിലെ "നീയെനിക്കൊരു പുസ്തകം തന്നാൽ ഞാൻ നിനക്കൊന്ന് തിരിച്ചു നൽകാം" എന്ന സമ്പ്രദായത്തിലൂടെ പുസ്തകം പ്രചരിച്ചത്.

ഈ നോവലിന്റെ കഥാവസ്തു വളരെ ലളിതമാണെങ്കിലും അതിലെ വിവക്ഷയും പാത്രസൃഷ്ടിയും മനുഷ്യവികാരങ്ങളുടെ ചിത്രീകരണവും അൽപ്പം സങ്കീർണമാണ്. ഒരിക്കൽ സമ്പന്നവും രാജപ്രീതിക്ക് പാത്രീഭവിക്കുകയും ചെയ്ത ഒരു പേരുകേട്ട ഭവനത്തെക്കുറിച്ചുള്ള ഈ കഥ ഒരു രോഗലക്ഷണശാസ്ത്രപരമായ പഠനമാണ്. ആ വീട്ടിലെ അംഗങ്ങളാരെങ്കിലും രാജാവിന്റെ വെപ്പാട്ടിയായിരിക്കുവാനും സാധ്യതയുണ്ട്. പുസ്തകം തുടങ്ങുമ്പോഴേക്കും ആ നല്ല നാളുകൾ അവസാനിക്കുകയാണ്. കുടുംബവും അതിനുമുമ്പേ നശിച്ചുതുടങ്ങിയിരുന്നു. സമ്പത്തെല്ലാം ധൂർത്തടിക്കപ്പെട്ടു. ചിയാ പോ യോ എന്നുപേരുള്ള കുടുംബത്തിലെ അവസാനത്തെ ഏക ആൺതരി വീടിനുള്ളിൽത്തന്നെയുള്ള സുഖലോലുപതയിൽ മുഴുകിയിരിക്കുകയായിരുന്നു. ജനിക്കുമ്പോൾത്തന്നെ അപൂർവസിദ്ധികളുള്ള ഒരുവ്യക്തിയാണെന്ന് കാണിക്കുവാൻ വായിൽ അമൂല്യമായ ഒരു പച്ചക്കല്ലുമായാണ് കുട്ടി പിറന്നതെന്ന് വിവരിച്ചിട്ടുണ്ട്. കഥയുടെ മുഖമൊഴിയിൽ ഇങ്ങനെ പറയുന്നു: "ഒരിക്കൽ സ്വർഗം പിളർന്നുപോയിരുന്നു. അതുവീണ്ടും വിളക്കിച്ചേർക്കുമ്പോൾ ഉപയോഗശൂന്യമായ ഒരൽപ്പഭാഗം ഉപേക്ഷിക്കപ്പെട്ടു. അതാണ് ചിയാപോയുടെ വായിലെ പച്ച

ക്കല്ല്." അങ്ങനെ പോകുന്നു അമാനുഷികതയിൽ ചൈനക്കാർക്കുള്ള വിശ്വാസം. ചൈനയിലെ ജനജീവിതത്തിന്റെ ഭാഗമാണ് ഇന്നും ഇത്തരം വിശ്വാസങ്ങൾ.

ഈ നോവൽ ജനഹൃദയങ്ങളെ കീഴടക്കിയതിന്റെ മുഖ്യകാരണം അത് അവരുടെ വൈവിധ്യമാർന്ന, കുടുംബവുമായി ബന്ധപ്പെട്ട പ്രശ്നങ്ങൾ, സ്ത്രീകൾ വീടുകളിൽ കാണിക്കുന്ന സർവാധിപത്യ പ്രവണത, അമ്മ, വലിയമ്മ തുടങ്ങിയ അമ്മത്തായ്‌വഴിയുടെ അമിതസ്വാധീനം എന്തിന് അടിമപ്പെൺകൊടിയെക്കുറിച്ചുപോലുമുള്ള ചിത്രങ്ങളാണ് അതിൽ വരച്ചുവച്ചിട്ടുള്ളത്. ജന്മനാ മറ്റുള്ളവരെ ആശ്രയിക്കേണ്ടിവരുന്ന സുന്ദരികളായ യുവതികൾ എങ്ങനെയാണ് കുടുംബത്തിൽത്തന്നെയുള്ള ആൺവർഗത്തിന്റെ കൈയിലെ കളിപ്പാട്ടമായി മാറി സ്വയം നശിക്കുന്നതെന്നും മറ്റുള്ളവരെ നശിപ്പിക്കുന്നതെന്നും അതിൽ വർണിച്ചിരിക്കുന്നു. ചൈനയിൽ സ്ത്രീകളാണ് ഗൃഹഭരണം കൈയാളിയിരുന്നത്. അവർ വീട്ടിനുള്ളിൽ തളയ്ക്കപ്പെട്ടിരുന്നതും നിരക്ഷരരായിരുന്നതുമാണ് ഇതിനുള്ള കാരണം. അവർ ആണുങ്ങൾക്ക് അടിമപ്പെട്ട്, അവരെ സംരക്ഷിക്കേണ്ടതിന്റെ ആവശ്യമില്ലാതിരുന്നിട്ടുകൂടി എല്ലാ കഷ്ടതകളിൽനിന്നും വൈഷമ്യങ്ങളിൽനിന്നും സംരക്ഷിച്ചു. ചിയാ പോ യു അങ്ങനെയുള്ള ഒരാളായിരുന്നു. *ഹങ് ലൗ മെങ്ങിൽ* നാം അയാളെ ദുഃഖപര്യവസായിയായ അന്ത്യം വരെ പിന്തുടരുന്നു.

ചക്രവർത്തിമാർ പോലും വായിക്കുകയും സാമാന്യജനങ്ങളിൽ വൻസ്വാധീനം സൃഷ്ടിക്കുകയും ചെയ്ത നോവലുകളിൽ എന്ത് അന്യോപദേശമാണ് പണ്ഡിതന്മാർ വീണ്ടും കണ്ടെത്തുന്നതെന്ന് എനിക്ക് മനസിലാകുന്നില്ല. അവർ നോവലുകൾ രഹസ്യമായി വായിക്കാറുണ്ടെന്ന കാര്യം തീർച്ചയാണ്. ചൈനയിൽ പറഞ്ഞുകേട്ടിട്ടുള്ള നിരവധി തമാശകളിലൊന്ന് പണ്ഡിതന്മാർ സ്വകാര്യമായി നോവൽ വായിക്കുകയും പുറമെ അതുകണ്ടതായി ഭാവിക്കുകപോലും ചെയ്യുകയില്ലെന്നുള്ളതാണ്. എന്നാൽ മറുപുറത്ത് ഈ പുസ്തകത്തെ നോവലെന്ന് വിളിക്കാൻ കഴിയില്ലെന്നും വിദേശ രാജവംശമായിരുന്ന മഞ്ചുവിന്റെ കീഴിൽ ചൈനയ്ക്കുണ്ടായ അപചയത്തെപ്പറ്റി പ്രതിപാദിക്കുന്ന രാഷ്ട്രീയവുമായി ബന്ധപ്പെട്ട വെറും ദൃഷ്ടാന്തകഥയാണെന്നും സമർഥിക്കുവാൻ ധാരാളം അവർ എഴുതിക്കൂട്ടി. പുസ്തകത്തിന്റെ പേരിലെ 'ചുകപ്പ്' അർഥമാക്കുന്നത് മാഞ്ചുവിനെയാണെന്നും പാവോയുവിനെ വിവാഹം കഴിക്കാൻ നിശ്ചയിക്കപ്പെട്ടിരുന്ന ലിങ് തായി യു എന്ന സ്ത്രീ ദൃഷ്ടാന്തീകരിക്കുന്നത് ചൈനയെയാണെന്നും അവളുടെ സ്ഥാനത്ത്, ഒരു ദുഷ്ടസ്ത്രീയെ തരപ്പെടുത്തിയ വിജയിയായ എതിരാളി പാവോ സായി വൈദേശികശക്തികളെയാണ് പ്രതിനിധാനം ചെയ്യുന്നതെന്നും വിവക്ഷിക്കപ്പെട്ടു. ചിയ എന്ന പേരുതന്നെ അവർ പറഞ്ഞു, കാപട്യമാണ്. ആഭിജാത്യമുള്ള, വളരെ ശക്തമായ ചൈനയിലെ ഒരു കുടുംബത്തിന്റെ യാഥാർഥ്യവും കാൽപ്പനിക

തയും സമഞ്ജസമായി സമ്മേളിപ്പിക്കുന്ന കഥ, നോവലായി എഴുതപ്പെടുകയും നോവലായി നിലനിൽക്കുകയും ചെയ്യുന്ന ആലേഖ്യം. ഇങ്ങനെ വലിച്ചുനീട്ടി വിശദീകരിക്കപ്പെടേണ്ടതിന്റെ ആവശ്യമില്ല. ബഹുജനങ്ങൾ ഒരു മേൽക്കൂരയ്ക്കു കീഴിൽ ഏകോദര സഹോദരന്മാരെപ്പോലെ ജീവിക്കുന്ന ചൈനയിൽ ഈ നോവൽ അവരുടെ ജീവിതത്തിന്റെ യാഥാർത്ഥ്യപൂർണമായ വിവരണമായി നിലകൊള്ളുന്നു.

ഞാൻ ഈ മൂന്നുനോവലുകളെപ്പറ്റി ഇത്ര വിശദമായി സംസാരിക്കുമ്പോൾ ചൈനക്കാർ സ്വയം ചെയ്യുന്നതുതന്നെയാണ് ചെയ്യുന്നത്. അതായത് 'നോവൽ' എന്ന് നിങ്ങൾ പറയുമ്പോൾത്തന്നെ ശരാശരി ചൈനക്കാരന്റെ മറുപടി *ഷുയി ഹു, സാൻ കുവോ, ഹങ് ലൗ മെങ്* എന്നായിരിക്കും. മറ്റ് നൂറുകണക്കിന് നോവലുകൾ ഇല്ലെന്നല്ല പറയുന്നത്. ഉണ്ടെന്നുള്ളത് യാഥാർത്ഥ്യമാണ്. ഇത്തരുണത്തിൽ *സിയുചി* അഥവാ *പടിഞ്ഞാറിലേക്കുള്ള യാത്രാവിവരണം* എന്ന ഒരു പുസ്തകം ചൂണ്ടിക്കാണിക്കുവാനാഗ്രഹിക്കുന്നു. മഹത്തായ നോവൽത്രയത്തെപ്പോലെ തന്നെ ജനപ്രീതിയുള്ളതായിരുന്നു അത്. ദേവത്വം കൽപ്പിക്കപ്പെട്ട ഫെങ് ഷെൻ ചുവാൻ എന്ന ഒരു പടയാളിയുടെ കഥയും സൂചിപ്പിക്കുവാനാഗ്രഹിക്കുന്നു. ഈ പുസ്തകത്തിന്റെ എഴുത്തുകാരനെപ്പറ്റി ആർക്കുമറിയില്ല. മിങ് കാലഘട്ടത്തിൽ ജീവിച്ചിരുന്ന ഒരാളാണെന്ന് പറയപ്പെടുന്നു. വളരെ പ്രസക്തമായ മറ്റൊന്ന് റൂ ലിങ് വായ്ഷിയാണ്. സിങ് ഭരണകാലത്തെ തിന്മകളെ പൊതുവായും പണ്ഡിതപ്രവരന്മാരുടെ തിന്മകളെ പ്രത്യേകിച്ചും പ്രതിപാദിക്കുന്ന ഒരു പുസ്തകമാണത്. വിദ്വേഷം ജനിപ്പിക്കുന്നതല്ലെങ്കിലും, ഇരുതലമൂർച്ചയുള്ള സംഭാഷണങ്ങൾ നിറഞ്ഞ, സംഭവ ബഹുലമായതും, മനസലിയിക്കുന്നതുമായ ഒരു ആക്ഷേപഹാസ്യമാണത്. പ്രായോഗികമായി ഒന്നും ചെയ്യാൻ സാധിക്കാത്ത, അന്നന്നത്തെ കാര്യങ്ങളിൽ മാത്രം ലയിച്ചിരിക്കുന്ന, സാമ്പ്രദായികതയിൽ പിടിച്ചുതൂങ്ങുന്ന, സ്വന്തമായ സൃഷ്ടികൾ നടത്തുവാനാകാത്ത പണ്ഡിതവർഗമാണിവിടെയും പരിഹസിക്കപ്പെടുന്നത്. പുസ്തകം വളരെ നീണ്ടുപോയിട്ടുണ്ടെങ്കിലും കേന്ദ്രകഥാപാത്രങ്ങളുടെ അഭാവമുണ്ട്. ഒരു കഥാപാത്രത്തെ മറ്റൊരു കഥാപാത്രവുമായി കൂട്ടിയിണക്കുന്നത് സംഭവങ്ങളുടെ നൂലുകൊണ്ടാണ്. വ്യക്തിയും സംഭവവും ഒന്നിനുപുറകെ മറ്റൊന്നായി ചേർന്ന്, അവസാനം ലു സൂൻ എന്ന പ്രസിദ്ധനായ ആധുനിക ചൈനയിലെ എഴുത്തുകാരൻ പറഞ്ഞതുമാതിരി, "വെട്ടിത്തിളങ്ങുന്ന സാറ്റിന്റെയും സിൽക്കിന്റെയും കഷണങ്ങൾ ഒന്നിനുപുറകെ മറ്റൊന്നായിവച്ച് തുന്നിച്ചേർത്തതുപോലെ തോന്നുന്നു അത്."

വളരെ പ്രസിദ്ധനായ കിയാങ്-യിനിലെ ഷിയ, ഉദ്യോഗക്കയറ്റത്തിൽ നിരാശനായെഴുതിയ *യീ ഷൗ പീയിൻ* അഥവാ *വൃദ്ധനായ തപസ്വി പകൽ വെളിച്ചത്തിൽ പറയുന്നത്* എന്ന പുസ്തകവും സ്ത്രീകളെ സംബന്ധിച്ച തികച്ചും അസാധാരണമായ ഭ്രമകൽപ്പനയായ *ചിങ് ഹുവാ* യുവെനും

ശ്രദ്ധയാകർഷിക്കപ്പെട്ടവയാണ്. *ചിങ് ഹുവാ യുവെനിൽ* രാജ്യം ഭരിക്കുന്നത് ചക്രവർത്തിനിയാണ്. അവരുടെ കാലത്ത് പാണ്ഡിത്യമുള്ളവരെല്ലാം സ്ത്രീകളായിരുന്നു. ജ്ഞാനസമ്പാദനത്തിന്റെ കാര്യത്തിൽ സ്ത്രീകളും പുരുഷന്മാരും തുല്യരാണെന്ന് കാണിക്കാൻവേണ്ടി എഴുതപ്പെട്ടതാണെന്നു വിശ്വസിക്കപ്പെടുന്ന ഈ പുസ്തകം പക്ഷേ, അവസാനിക്കുന്നത് സ്ത്രീകളും പുരുഷന്മാരും തമ്മിലുള്ള യുദ്ധത്തിലും അതിൽ പുരുഷന്മാർ ജയിക്കുകയും ചക്രവർത്തിനിയുടെ അധികാരം ചക്രവർത്തിയാൽ തട്ടിപ്പറിക്കപ്പെടുന്ന അവസ്ഥയിലുമാണ്.

ഞാനിവിടെ സൂചിപ്പിച്ചിട്ടുള്ളത് ജനങ്ങൾ ഏറെ പരിലാളിക്കുന്ന നോവലുകളിൽ ചെറിയൊരു വിഭാഗത്തെക്കുറിച്ച് മാത്രമാണ്. ഞാനിന്ന് നിങ്ങളോട് സംസാരിക്കുന്നത് ചൈനയിലെ ജനങ്ങൾ അറിഞ്ഞിരുന്നെങ്കിൽ അവർ പറയുമായിരുന്നു, "മഹദ് ത്രയങ്ങളെക്കുറിച്ചുമാത്രം സംസാരിച്ചാൽ മതി. ഇപ്പോൾ പറഞ്ഞുവച്ചിടത്തുനിന്നും നമുക്കിനി *ഷുയി ഹു ചുവാൻ, സാൻകുവോ, ഹങ് ലൗ മെങ്* എന്നിവയിലേക്ക് തിരിയാം." ചൈനയിലെ ജനങ്ങളുടെ ജീവിതമാണത്. അവർ പാടിയ പാട്ടുകൾ, ചിരിപ്പിച്ച സംഗതികൾ, ചെയ്യാനാഗ്രഹിക്കുന്ന കാര്യങ്ങൾ എന്നിവയെല്ലാം അതിലാണുള്ളത്. നൂറ്റാണ്ടുകളായുള്ള അവരുടെ ഉണ്മയുടെ നിദാനമായ ആ ഗ്രന്ഥശേഖരങ്ങൾ, സ്വയം ശുദ്ധീകരിക്കപ്പെടുന്നതിനുവേണ്ടി അവർ വീണ്ടും വീണ്ടും വായിക്കുകയും പുതിയ പാട്ടുകളും നാടകങ്ങളും മറ്റും നിർമിച്ചെടുക്കുകയും ചെയ്യുന്നു. അവയിൽ ചിലതൊക്കെ മൂലഗ്രന്ഥത്തെക്കാൾ പെരുമയാർജിച്ചവയാണ്. ഉദാഹരണത്തിന് *ചിങ് പിങ് മീ*യെന്ന ഭൗതികസ്നേഹത്തിന്റെ സ്തോഭജനകമായ ആഖ്യാനത്തിന്റെ കഥാബീജം *ഷുയി ഹു ചുവാനി*ലെ ഒരു ചെറിയ സംഭവമാണ്.

എന്റെ ഇന്നത്തെ പ്രധാന കർത്തവ്യം പക്ഷേ, നോവലുകളുടെ പട്ടികയുണ്ടാക്കലല്ല. ഞാൻ ഊന്നൽ നൽകുവാനുദ്ദേശിക്കുന്ന വസ്തുത, ജനാധിപത്യവിശ്വാസികളായ ഒരു ജനസഞ്ചയത്തിന്റെ ഇത്രയും ആഴമേറിയതും ശ്രേഷ്ഠവുമായ ഭാവനാവികാസത്തെ സ്വന്തം രാഷ്ട്രമോ കാലഘട്ടമോ അംഗീകരിച്ചില്ലെന്നുള്ളതാണ്. കഥയെ സൂചിപ്പിക്കുവാനുപയോഗിക്കുന്ന പദം തന്നെ 'സിയാവോ ഷുവോ.' അതായത്, ലോലവും മൂല്യരഹിതവുമായ ഒന്നെന്നാണ്. എന്തിന്, നോവൽ പോലും 'സാങ് പി യെൻ സിയാവോ ഷുവോ' അഥവാ 'വളരെ ലോലവും ഉപയോഗശൂന്യവുമായ നീളമുള്ളൊരു സാധനം' മാത്രമായിരുന്നു. ചൈനയിലെ ജനങ്ങൾ നോവൽ വാർത്തെടുത്തത് പാണ്ഡിത്യം കൊണ്ടായിരുന്നില്ല. എന്നിട്ടും കാലത്തെ അതിജീവിച്ചത് നോവലുകളാണ്. ഇനി വരുംനാളുകളിലും അതിനു തന്നെയായിരിക്കും ജനങ്ങളുടെയിടയിൽ കൂടുതൽ സ്വാധീനം. എന്നാൽ യഥാർഥ കലയെന്ന് അന്ന് വിളിക്കപ്പെട്ടതെല്ലാം മണ്ണടിഞ്ഞു. ഈ നോവലുകളുടെ ന്യൂനതകളായി ചൂണ്ടിക്കാട്ടാവുന്നത്, ഇതിവൃത്തം അപൂർണമാണ്. പ്രണയം സഫലമാകാറില്ല, നായികമാർ സുന്ദരികളും

നായകന്മാർ ധൈര്യശാലികളുമല്ല. യോജിച്ച ഒരു പരിസമാപ്തിയും ഉണ്ടാകാറില്ല എന്നതൊക്കെയാണ്. ജീവിതത്തിൽ സംഭവിക്കുന്നതുമാതിരി അവിചാരിതമായി കഥആണ് തീരുകയാണ്, മരണം അപ്രതീക്ഷിതമായി കടന്നുവരുന്നതുപോലെ.

ഈ പരമ്പരാഗതമായ ചുറ്റുപാടുകളിലാണ് ഞാൻ ജനിച്ചതും ഒരെഴുത്തുകാരിയായി വളർന്നതും. അതുകൊണ്ടുതന്നെ, കലാചാരുതയിലും ശബ്ദാർഥത്തിന്റെ ഭംഗിയിലും ശിക്ഷണം സിദ്ധിക്കുകയെന്നതായിരുന്നില്ല എന്റെ അഭിലാഷം. ഞാൻ വിശ്വസിക്കുന്നത്, അത്തരത്തിലുള്ളൊരു ശിക്ഷണം, മുമ്പൊരിടത്ത് സൂചിപ്പിച്ചിട്ടുള്ളതുപോലെ, പാശ്ചാത്യ നോവലുകളെ സംബന്ധിച്ച് മാത്രമേ ഗുണകരമാവുകയുള്ളൂ.

ഇത്രയുമാണ് ചൈനയിലെ നോവലെഴുത്തുകാരുടെ കാച്ചിക്കുറിക്കിയ നിലപാടുകൾ. കലയുടെ അപ്പോസ്തലന്മാരായി സ്വയം അവരോധിക്കപ്പെട്ടവരുടെ അവജ്ഞയ്ക്കുള്ള മറുപടിയായിരിക്കാം അത്. ഞാനത് കുറച്ചു വാക്കുകളിൽ പ്രതിപാദിക്കുവാൻ ശ്രമിച്ചുവെന്നേയുള്ളൂ. കാരണം അവരാരുംതന്നെ അതിന് തയാറായിട്ടില്ല.

കലയ്ക്ക് ജന്മം കൊടുക്കുവാനുള്ള സഹജവാസനയും കല രൂപപ്പെടുത്തുവാനുള്ള സഹജവാസനയും രണ്ടും രണ്ടാണ്. സർഗാത്മകമായ സഹജവാസന, ആത്യന്തികമായ വിശകലനത്തിൽ, വ്യക്തികളിലുള്ള, ആർക്കും വിശദീകരിക്കാനാവാത്ത കവിഞ്ഞുമറിയുന്ന പ്രാണശക്തിയാണ് അഥവാ വിശേഷബലമാണെന്ന് ലളിതമായി പറയാം. മനുഷ്യന്റെ എല്ലാ ആവശ്യങ്ങൾക്കുമപ്പുറത്തുള്ള ഒരു അപൂർവ ചൈതന്യമാണത്. ഒറ്റയ്ക്ക് ഉപയോഗിച്ചുതീർക്കാനാവാത്ത വിശേഷഗുണം കൂടിയാണത്. പുതിയ സൃഷ്ടികൾ നടത്തുമ്പോഴാണ് ഈ ഊർജം വിനിയോഗിക്കപ്പെടുക. സംഗീതത്തിന്റെ രൂപത്തിൽ, ചിത്രരചനയുടെ രൂപത്തിൽ, സാഹിത്യത്തിന്റെ രൂപത്തിൽ ഏത് മാർഗങ്ങളിൽക്കൂടിയായാലും ആ ഊർജം വിനിയോഗിക്കപ്പെടേണ്ടതുണ്ട്. ഈ പ്രക്രിയയിൽ നിന്നും മാറിനിൽക്കാൻ ആർക്കും സാധ്യമല്ല. കാരണം അങ്ങനെ ചെയ്തെങ്കിൽ മാത്രമേ ആ വൈശേഷിക ബലത്തിന്റെ തള്ളലിൽ നിന്നും അവർക്ക് രക്ഷപ്പെടാൻ സാധിക്കുകയുള്ളൂ. ഒരേസമയം ശാരീരികവും മാനസികവുമായ ഈ ബലം ഇന്ദ്രിയങ്ങളെ ജാഗരൂകമാക്കുകയും മറ്റുള്ളവർക്കില്ലാത്ത അസാമാന്യമായ ഉൾക്കാഴ്ച പ്രദാനം ചെയ്യുകയും ചെയ്യും. ഇന്ദ്രിയങ്ങൾ വെളിച്ചത്തുകൊണ്ടുവരുന്ന ഭാവനയിൽ മുക്കിയ എണ്ണമറ്റ യാഥാർഥ്യങ്ങളുടെ നേരെ മനസ്സ് അതിലോലമാവുകയും ഉത്തേജിപ്പിക്കപ്പെടുകയും ചെയ്യും. അകത്തളങ്ങളിൽ നിന്നാണീ പ്രക്രിയ നിർഗമിക്കുന്നത്. അയാളിലെ ജീവകോശങ്ങളുടെ ഉത്തുംഗമായ പ്രവർത്തനശക്തിയുടെ ഫലം അയാളുടെ ജീവിതത്തിൽ മാത്രമല്ല, മറ്റുള്ളവരുടെ ജീവിതത്തിലും അതുപോലെ അയാളിലും അയാളുടെ സ്വപ്നങ്ങളിലും വീശിയടിച്ചുകൊണ്ടിരിക്കും.

ഈ ബുദ്ധിപ്രവർത്തനഫലത്തിൽ നിന്നാണ് കല തട്ടിക്കിഴിച്ചെടുക്കുന്നത്. ഇതുചെയ്യുന്നത് ഒരേ ആളല്ല. കലയ്ക്ക് ജന്മം നൽകുന്നതി

നുള്ള പ്രക്രിയയും അതിന് രൂപം നൽകുന്നതിനുള്ള പ്രക്രിയയും വ്യത്യസ്തമാണ്. കലയെ നിർവചിക്കുകയെന്നത് അതുകൊണ്ടുതന്നെ ഒരു പ്രാഥമിക നടപടിക്രമമല്ല. പുതിയത് സൃഷ്ടിക്കുന്നതിനുവേണ്ടിയുള്ള പ്രക്രിയയിൽ മുഴുകിയിരിക്കേണ്ട നോവലിസ്റ്റിനെപ്പോലെയുള്ള ഒരാൾ രണ്ടാമത്തെ പ്രക്രിയയിൽ വ്യാപരിച്ചിരുന്നാൽ അയാളുടെ പ്രവൃത്തിക്ക് അർഥമില്ലാതാകും. അയാൾ തുടക്കത്തിൽത്തന്നെ രൂപവും ഭാവവും ശൈലിയും സങ്കേതവും ചിന്തിച്ചിരുന്നാൽ, പ്രൊപ്പല്ലറുകൾ എത്ര ശക്തിയിൽ കറക്കിയിട്ടും മുന്നോട്ടുനീക്കാൻ സാധിക്കാത്ത വിധത്തിൽ പാറക്കെട്ടിൽ ഉടക്കി നിശ്ചലമായിരിക്കുന്ന കപ്പലിനെപ്പോലെയാകും സ്ഥിതി. കപ്പലിന് യാത്ര തുടരണമെങ്കിൽ പൊളിച്ചുമാറ്റി പുതുക്കിപ്പണിയേണ്ടി വരും.

ഒരു നോവലെഴുത്തുകാരന്റെ ഏക ഘടകവസ്തു, തന്നിലും മറ്റുള്ളവരിലും അയാൾ ദർശിച്ചുകൊണ്ടിരിക്കുന്ന മനുഷ്യജീവിതം തന്നെയാണ്. ആ ജീവിതത്തിൽനിന്നും കൂടുതലായെന്തെങ്കിലും ഉളവാക്കുന്നുണ്ടോയെന്നതാണ് അയാളെ വിലയിരുത്തുവാനുള്ള ഏക മാനദണ്ഡം. അയാളുടെ പ്രിയപ്പെട്ടവർ ജീവിച്ചിരിപ്പുണ്ടോ? അതാണ് പ്രസക്തമായ ചോദ്യം. ആരാണയാൾക്കത് പറഞ്ഞുകൊടുക്കുക? ജീവിച്ചിരിക്കുന്ന മനുഷ്യരല്ലാതെ, പൊതുജനമല്ലാതെ? എന്താണ് കല, എങ്ങനെയാണത് സൃഷ്ടിക്കപ്പെടുന്നത് എന്നൊന്നും ആലോചിക്കുകപോലും ചെയ്യാത്തവർക്ക് യാതൊന്നിലും അതെത്ര മാഹാത്മ്യമുള്ളതായിരുന്നാലും, നല്ലതായിരുന്നാലും, മുഴുകിയിരിക്കുവാൻ സാധിക്കുകയില്ല. അവർ അവരിൽത്തന്നെ, അവരുടെ ആവശ്യങ്ങളിലും നൈരാശ്യങ്ങളിലും സന്തോഷങ്ങളിലും ഒരുപക്ഷേ, സ്വപ്നങ്ങളിലും ആമഗ്നരായിരിക്കും. ഇത്തരക്കാർക്കാണ് ഒരു നോവലിനെ ശരിയായി വിലയിരുത്താൻ കഴിയുന്നത്. യാഥാർഥ്യബോധത്തോടുകൂടി അതുചെയ്യാനവർക്കു സാധിക്കും. സ്വജീവിതത്തിന്റെ യാഥാർഥ്യങ്ങളുമായി താരതമ്യപ്പെടുത്തിക്കൊണ്ടാണ് നോവൽ വിലയിരുത്തപ്പെടുന്നത്; കലയുടെ അളവുകോലുകൾ ഉപയോഗിച്ചല്ല.

എനിക്ക് ബോധ്യമായിട്ടുള്ള വസ്തുത, നോവലെഴുത്തുകാരൻ തന്റെ സൃഷ്ടികളെ കുറ്റവും കുറവുമില്ലാതെ പാകപ്പെടുത്തിയെടുക്കാറുണ്ടെങ്കിലും പിന്നീട് വിസ്മയഭാവത്തോടെ, ചിത്രമണ്ഡപത്തിലെ മാർബിൾ പ്രതിമയെ എന്നപോലെ വളരെ ദൂരെനിന്നും നോക്കിക്കാണുകയാണ് ചെയ്യുന്നത് എന്നാണ്. കാരണം അയാളുടെ സ്ഥാനം അവർക്കൊപ്പമല്ല. അയാൾ തെരുവുകളിലാണ്. അവിടെ അയാൾ സന്തോഷവാനാണ്. തെരുവുകൾ ശബ്ദായമാനമാണെപ്പോഴും. അവിടുത്തെ സ്ത്രീകളും പുരുഷന്മാരും പ്രതിമകളെപ്പോലെ സമ്പൂർണമല്ല. അവർ അപൂർണരും വൃത്തികെട്ടവരുമായിരിക്കും. എവിടെനിന്നു വരുന്നു, എവിടേക്കു പോകുന്നു എന്നതൊക്കെ അജ്ഞാതം. അവർ പക്ഷേ, മനുഷ്യരാണ്. അതുകൊണ്ട് കലയുടെ ഉത്തുംഗങ്ങളിൽ എന്നെന്നും വിരാചിക്കേണ്ടവർ ഇവർ തന്നെ.

ഞാനും, ചൈനയിലെ നോവലെഴുത്തുകാരെപ്പോലെ ജനങ്ങൾക്കു വേണ്ടി എഴുതുവാൻ ഉത്തരവാദപ്പെട്ടിരിക്കുന്നു. അവർ ലക്ഷക്കണക്കിന് മാസികകൾ വായിക്കുന്നുണ്ടെങ്കിൽ അവയിലെല്ലാം എന്റെയും കഥകൾ ഉണ്ടായിരിക്കണമെന്നാണാഗ്രഹം. കുറച്ചാളുകൾ വായിക്കുന്ന മാസിക കളിലല്ല. കാരണം കഥകൾ ജനങ്ങളുടേതാണ്. അവരാണ് മറ്റാരെക്കാളും അത് വിലയിരുത്തുവാൻ പ്രാപ്തരായവർ. ഒരു നോവൽ രചയിതാവും ശുദ്ധസാഹിത്യത്തെ ഉന്നംവയ്ക്കരുത്. ജനങ്ങൾ അതുവായിക്കുവാനി ല്ലെന്ന് അയാൾ മനസിലാക്കാതിരിക്കരുത്. ഗ്രാമത്തിൽ തമ്പടിച്ചിരിക്കുന്ന ഒരു കഥപറച്ചിലുകാരനാണയാൾ. തന്റെ കഥകളിലൂടെ ആളുകളെ തമ്പി ലേക്ക് വശീകരിച്ചെടുക്കുകയാണ് അയാളുടെ കർത്തവ്യം. ഒരു പണ്ഡി തൻ അതുവഴി പോകുമ്പോൾ അയാളുടെ ശബ്ദം കേൾക്കരുത്. എന്നാൽ ദൈവങ്ങളെത്തേടി മലകയറാൻ പോകുന്ന തീർഥാടക സംഘങ്ങളെ കാണുമ്പോൾ ചെണ്ടമേളം കണക്കെ ആ നാദമുയരണം. “ഞാനും ഉണ്ട് ദൈവങ്ങളോട് പറയാൻ”! കർഷകരോടയാൾ അവരുടെ ഭൂമിയെപ്പറ്റി പറ യണം, വൃദ്ധന്മാരോട് ശാന്തിയെപ്പറ്റി പറയണം, വൃദ്ധകളോട് അവരുടെ സന്താനങ്ങളെപ്പറ്റി പറയണം, യുവതീ-യുവാക്കളോട് ഓരോരുത്തരെയും ക്കുറിച്ച് പറയണം. തന്നെ സാധാരണജനത സന്തോഷത്തോടെ കേട്ടിരി ക്കുന്നുവെങ്കിൽ അയാളും സന്തോഷവാനാകണം. ഞാൻ ഏറ്റവും ചുരു ക്കത്തിൽ, ചൈനയിൽനിന്ന് പഠിച്ച പാഠം ഇതായിരുന്നു.

7

ബേനസീർ ഭൂട്ടോ

പാകിസ്ഥാനിലെ കറാച്ചിയിൽ 1953 ജൂൺ 21-ന് ജനനം. ആധുനികചരിത്രത്തിൽ ഒരു മുസ്ലിംരാഷ്ട്രത്തിന്റെ നേതൃത്വത്തിലെത്തുന്ന ആദ്യത്തെ വനിതയാണ് പാകിസ്ഥാൻ രാഷ്ട്രീയ പ്രവർത്തകയായിരുന്ന ബേനസീർഭൂട്ടോ. രണ്ടുതവണ അവർ പാകിസ്ഥാൻ പ്രധാനമന്ത്രിപദം അലങ്കരിച്ചു, 1988-90ലും 1993-96ലും.

രാഷ്ട്രീയപ്രവർത്തകനും 1971 മുതൽ 1977വരെ പാകിസ്ഥാൻ പ്രധാനമന്ത്രിയുമായിരുന്ന സുൾഫിക്കർ അലി ഭൂട്ടോയുടെ മകളാണ് ബേനസീർഭൂട്ടോ. ഹാർവാർഡ് യൂണിവേഴ്സിറ്റിയിലെ (ബി എ 1978) വിദ്യാഭ്യാസത്തിനുശേഷം ഓക്സ്ഫഡ് യൂണിവേഴ്സിറ്റിയിൽനിന്ന് തത്വശാസ്ത്രത്തിലും രാഷ്ട്രതന്ത്രത്തിലും ധനതത്വശാസ്ത്രത്തിലും ബിരുദം നേടി (1977). മുഹമ്മദ് സിയാവുൾഹഖിന്റെ നേതൃത്വത്തിലുള്ള പട്ടാളഭരണകാലത്ത്, പിതാവിന്റെ വധത്തെത്തുടർന്ന്, പിതാവിന്റെ പാർട്ടിയായ പാകിസ്ഥാൻ പീപ്പിൾസ് പാർട്ടിയുടെ നേതൃസ്ഥാനം ഏറ്റെടുത്തു. അതിന്റെ ഫലമായി 1979മുതൽ 1984വരെ കൂടെക്കൂടെ വീട്ടുതടങ്കലിൽ കഴിയേണ്ടതായും വന്നു.

1984മുതൽ 1986വരെയുള്ള പ്രവാസ ജീവിതത്തിനിടയിൽ പട്ടാളനിയമം പിൻവലിക്കപ്പെട്ടപ്പോൾ ബേനസീർ പാകിസ്ഥാനിലേക്ക് തിരിച്ചെത്തുകയും വളരെ പെട്ടെന്നുതന്നെ സിയാവുൾഹഖിന്റെ മുഖ്യ എതിരാ

ളിയെന്ന നിലയിൽ പി പി പി യുടെ പ്രമുഖസ്ഥാനത്തേക്കുയരുകയും ചെയ്തു. 1988 ഡിസംബർ ഒന്നിന് ഒരു കൂട്ടുകക്ഷി മന്ത്രിസഭയ്ക്ക് നേതൃത്വം കൊടുത്തുകൊണ്ട് പ്രധാനമന്ത്രി സ്ഥാനം ഏറ്റെടുത്തു.

1993 ഒക്ടോബറിൽ നടന്ന തിരഞ്ഞെടുപ്പിലും പി പി പി ക്ക് ജനപിന്തുണ കിട്ടുകയും കൂട്ടുകക്ഷി ഭരണത്തിന്റെ നേതൃത്വം വീണ്ടും ഭൂട്ടോയുടെ കൈകളിൽ വന്നുചേരുകയുമുണ്ടായി. എന്നാൽ അഴിമതി, സാമ്പത്തിക കെടുകാര്യസ്ഥത, ക്രമസമാധാനത്തകർച്ച എന്നിവയുടെ പേരിൽ 1996 നവംബറിൽ പ്രസിഡന്റ് ഫാറൂഖ് ലഗാരി ഭൂട്ടോ ഗവൺമെന്റിനെ പിരിച്ചുവിട്ടു. രാജ്യത്തെ പ്രത്യേക സ്ഥിതിവിശേഷങ്ങളെ തുടർന്ന് ലണ്ടൻ കേന്ദ്രീകരിച്ചുകൊണ്ട് പ്രവാസ ജീവിതം നയിക്കാൻ അവർ തീരുമാനിച്ചു. എന്നാൽ 2007 ഡിസംബർ 27-ാം തീയതി റാവൽപ്പിണ്ടിയിൽവച്ച് അൽഖയ്ദ അവരുടെ ജീവൻ എടുത്തു.

1995 ഏപ്രിൽ 11-ന് അമേരിക്കൻ പ്രസിഡന്റ് ബിൽക്ലിന്റണുമായി വൈറ്റ്ഹൗസിലെ ക്രോസ്ഹാളിൽ നടത്തിയ കൂടിക്കാഴ്ച്ചയിൽ നിന്ന്

പ്രസിഡന്റിന്റെ ഉത്തേജനപരവും ശക്തിദായകവുമായ വാക്കുകൾക്ക് നന്ദി പറഞ്ഞുകൊണ്ട് ആരംഭിക്കുവാൻ ഞാനാഗ്രഹിക്കുന്നു.

ഞാൻ അവസാനമായി വാഷിങ്ടൺ സന്ദർശിച്ച 1989-നുശേഷം ലോകത്തിലും പാക്-അമേരിക്കൻ ബന്ധങ്ങളിലും ദൂരവ്യാപകമായ പല മാറ്റങ്ങളും സംഭവിക്കുകയുണ്ടായി. നൂറ്റിമുപ്പതുദശലക്ഷം ജനങ്ങൾ അധിവസിക്കുന്ന മിത, ജനാധിപത്യ, ഇസ്ലാമിക രാഷ്ട്രമായ പാകിസ്ഥാൻ, ശീതയുദ്ധാനന്തര യുഗത്തിൽ ലോകത്ത് മുഖ്യപങ്കു വഹിക്കാൻ കഴിയുന്ന രാഷ്ട്രമെന്ന നിലയിലും തെന്നേഷ്യ, മധ്യേഷ്യ, ഗൾഫ് എന്നിവയുടെ സംഗമസ്ഥാനത്തുള്ള തന്ത്രപ്രധാനമായ പ്രദേശമെന്ന നിലയിലും രാഷ്ട്രീയ അസ്ഥിരതയുടെയും സാമ്പത്തിക അവസരങ്ങളുടെയും ഇടമെന്ന നിലയിലും ലോകത്തിന്റെ മുഖ്യശ്രദ്ധയിലേക്ക് ആനയിക്കപ്പെട്ടിട്ടുണ്ട്.

ആഗോളമായി, ഐക്യരാഷ്ട്രസഭയുടെ സമാധാന പരിശ്രമങ്ങളിൽ പാകിസ്ഥാൻ വളരെ സജീവമാണ്. അന്താരാഷ്ട്ര തലത്തിലുള്ള ഭീകരവാദം, മയക്കുമരുന്ന്, നിയമവിരുദ്ധ കുടിയേറ്റം, കള്ളപ്പണം എന്നിവയ്ക്കെതിരായ മുന്നണിപ്പോരാളികളാണ് ഞങ്ങൾ. സംഹാരശേഷിയുള്ള ആയുധങ്ങൾ ഇല്ലായ്മ ചെയ്യുന്നതിനും നിയന്ത്രിക്കുന്നതിനും അതുപോലെ അവയുടെ പ്രാദേശികതലത്തിലുള്ള വിവേചനരഹിതമായ വിതരണസമ്പ്രദായത്തിനുമെതിരെ ചുമതലപ്പെട്ട രാഷ്ട്രമായി പാകിസ്ഥാൻ നിലകൊള്ളുന്നു.

1993 മുതൽ പാകിസ്ഥാനും അമേരിക്കയും കൂടി ഉഭയകക്ഷിബന്ധം വിപുലപ്പെടുത്തുന്നതിനുവേണ്ടി തുടർച്ചയായി നടത്തിയ പ്രവർത്തനങ്ങൾക്ക് നല്ലഫലം കണ്ടുതുടങ്ങിയിട്ടുണ്ട്. അതിന്റെ വ്യംഗ്യമായ സൂചനയെന്നോണം 1994 സെപ്തംബറിൽ, ജനസംഖ്യാസൂത്രണത്തിനായി അമേ

രിക്ക പാകിസ്ഥാന് പത്തുദശലക്ഷം ഡോളർ നൽകുകയുണ്ടായി. ജന സംഖ്യാസൂത്രണവുമായി ബന്ധപ്പെട്ട കെയ്റോ സമ്മേളനത്തിൽ വച്ചാണ് വൈസ് പ്രസിഡന്റ് ഇതുസംബന്ധിച്ച പ്രഖ്യാപനം നടത്തിയത്. അതിന്റെ തുടർച്ചയായി പ്രസിഡന്റിന്റെ ദൗത്യസംഘം ഊർജസെക്രട്ടറി ഹസൽ ഒ ലിയറിയുടെ നേതൃത്വത്തിൽ രൂപീകരിക്കപ്പെടുകയും 4.6ലക്ഷം കോടിഡോളറിന്റെ കരാറിൽ ഒപ്പിടുന്നതിലേക്ക് നയിക്കുകയും ചെയ്തു. ഇപ്പോൾ, ഈ സന്ദർശനവേളയിൽ 6 ലക്ഷം കോടി ഡോളറിന്റെ കൂടി കരാറുകൾ ഒപ്പിടുവാൻ സാധിച്ചതിൽ ഭരണകൂടത്തോടും ക്യാബിനറ്റ് സെക്രട്ടറിമാരോടും ഞങ്ങൾക്കുള്ള കടപ്പാട് അറിയിച്ചു കൊള്ളുന്നു.

പ്രതിരോധ സെക്രട്ടറിയുടെ 1995 ജനുവരിയിലെ സന്ദർശന വേള യിൽ, രണ്ടുരാജ്യങ്ങളും ചേർന്ന് 'പാകിസ്ഥാൻ-ഐക്യനാടുകൾ പ്രതി രോധ കൂടിയാലോചനാ സംഘം' പുനരുജ്ജീവിപ്പിക്കാൻ തീരുമാനിച്ചി രുന്നു. ഈയടുത്തകാലത്ത് പ്രഥമവനിതയും പ്രഥമപുത്രിയും ഞങ്ങളുടെ രാജ്യം സന്ദർശിക്കുകയും ആ സമയത്ത് സ്ത്രീകളുമായി ബന്ധപ്പെട്ട പ്രശ്നങ്ങളും കുട്ടികളുമായി ബന്ധപ്പെട്ട പ്രശ്നങ്ങളും അവരുമായി ചർച്ച ചെയ്യാൻ അവസരം ലഭിക്കുകയും ചെയ്തു. പ്രഥമപുത്രി വളരെ അവ ബോധമുള്ളവരാണെന്ന് അപ്പോൾ ബോധ്യമായി. ഇസ്ലാമുമായി ബന്ധ പ്പെട്ട പ്രശ്നങ്ങളിലും ചെൽസിയയ്ക്ക് നല്ല അറിവുണ്ടെന്ന് ഞങ്ങൾക്ക് മനസിലായി. ചെൽസിയ ഇസ്ലാമിക ചരിത്രം പഠിക്കുന്നുണ്ടെന്നും *ഖുറാൻ* വായിച്ചിട്ടുണ്ടെന്നും പ്രസിഡണ്ടിൽ നിന്നറിഞ്ഞതിൽ ഞാൻ സന്തോഷി ക്കുന്നു.

വാഷിങ്ടണിലേക്കുള്ള പ്രസിഡന്റ് ക്ലിന്റൺന്റെ ക്ഷണം സ്വീകരി ക്കുന്നതിലും എനിക്ക് അതിയായ സന്തോഷമുണ്ടായിരുന്നു. ആറു വർഷത്തിനിടയിൽ പാകിസ്ഥാനിലെ ഭരണത്തലവൻ നടത്തുന്ന ആദ്യ സന്ദർശനം ആണിത്. കാശ്മീർ, അഫ്ഗാനിസ്ഥാൻ, മധ്യേഷ്യ, ഗൾഫ്, ഇന്ത്യാ-പാക്ക് ബന്ധങ്ങൾ, ആണവനിർവ്യാപനം, ഐക്യരാഷ്ട്രസമാ ധാന പരിശ്രമങ്ങൾ, തീവ്രവാദം, മയക്കുമരുന്ന് തുടങ്ങിയ വൈവിധ്യ മാർന്ന നിരവധി വിഷയങ്ങൾ ഞങ്ങൾ രണ്ടുപേരും ചർച്ച ചെയ്തിട്ടുണ്ട്.

പാകിസ്ഥാനിൽ സംഘടിതമായ അമേരിക്കൻ സാമ്പത്തികശക്തി കൾക്കുള്ള താൽപ്പര്യങ്ങളെക്കുറിച്ച് ഞാൻ അദ്ദേഹത്തിന് ചുരുക്കി വിവ രിച്ചു കൊടുത്തിട്ടുണ്ട്. ഈ താൽപ്പര്യങ്ങളുടെ ഫലമായി പന്ത്രണ്ടുലക്ഷം ഡോളർ മൂല്യമുള്ള എം ഒ യുകൾക്ക് എന്റെ സർക്കാർ അധികാരത്തിലി രിക്കെ കഴിഞ്ഞ പതിനേഴുമാസത്തിനുള്ളിൽ ഒപ്പിടുകയുണ്ടായി. ഞങ്ങ ളുടെ മേഖലയിലെ ശാന്തതയ്ക്കും സുരക്ഷിതത്വത്തിനും ഭീഷണിയായി വർത്തിക്കുന്ന കാശ്മീർപ്രശ്നം എത്രയും വേഗം പരിഹരിക്കുന്നതിനാ വശ്യമായ നടപടികൾ സ്വീകരിക്കണമെന്ന് ഞാൻ ആവശ്യപ്പെട്ടിട്ടുണ്ട്. ആണവ-മിസൈൽ നിർവ്യാപനമുൾപ്പെടെയുള്ള എല്ലാ വിഷയങ്ങളിലു മുള്ള പുരോഗതിയെ അത് പിന്നോട്ടടിപ്പിച്ചിട്ടുണ്ട്. രക്ഷാസമിതി പ്രമേയ ത്തിനനുസരിച്ചും കാശ്മീരികളുടെ താൽപ്പര്യം പരിഗണിച്ചുകൊണ്ടുള്ള

തുമായ നീതിപൂർവമായ ഒരു പരിഹാരം കാലഘട്ടത്തിന്റെ ആവശ്യമായി തീർന്നിരിക്കുന്നു. ഈ പ്രശ്നം പരിഹരിക്കുന്നതിനാവശ്യമായ ആത്മാർഥമായ ചർച്ചകൾ ഇന്ത്യയുമായി നടത്തുന്നതിന് പാകിസ്ഥാൻ സന്നദ്ധമാണെങ്കിലും ഞങ്ങളുടെ അയൽരാജ്യത്തിന് അന്താരാഷ്ട്ര സമൂഹത്തെ തെറ്റിദ്ധരിപ്പിക്കാൻ വേണ്ടിയുള്ള ഒരഭിനയത്തിന് നിന്നുകൊടുക്കാൻ പാകിസ്ഥാൻ തയാറല്ല. കാശ്മീർപ്രശ്നം ഒരു തർക്കവിഷയമാണെന്ന് അംഗീകരിച്ചതിലും കാശ്മീർ ജനതയുടെ താൽപ്പര്യംകൂടി പരിഗണിച്ചതിനുശേഷമേ പ്രശ്നത്തിന് ശാശ്വതപരിഹാരം കാണാൻ കഴിയുകയുള്ളൂവെന്ന് സമർഥിക്കുകയും ചെയ്തതിൽ എനിക്ക് അതിയായ ആഹ്ലാദമുണ്ട്. വിവേചനപരമായ പ്രസ്ലർ ഭേദഗതിയെപ്പറ്റി പുനരാലോചിക്കണമെന്ന് പാകിസ്ഥാൻ ആവശ്യപ്പെട്ടിട്ടുണ്ട്. ഞങ്ങളുടെ അഭിപ്രായത്തിൽ പ്രാദേശികമായ തലത്തിൽ ആണവപ്രശ്നങ്ങൾ പരിഹരിക്കപ്പെടുന്നതിന് അത് പ്രോത്സാഹജനകമല്ല. തടഞ്ഞുവയ്ക്കപ്പെട്ട 1.4ലക്ഷംകോടി ഡോളർ വിലമതിപ്പുള്ള ഉപകരണങ്ങളുമായി ബന്ധപ്പെട്ട പ്രശ്നം പരിഹരിച്ചു തരണമെന്നും പാകിസ്ഥാൻ ആവശ്യപ്പെട്ടിട്ടുണ്ട്. പ്രസിഡന്റുമായി ഇന്നുരാവിലെ നടത്തിയ ചർച്ചകളും പാകിസ്ഥാന്റെ അവസ്ഥ സംബന്ധിച്ച് അദ്ദേഹം കാണിച്ച അറിവും എന്നെ ഉത്തേജിപ്പിച്ചിട്ടുണ്ട്. പ്രസ്ലർ ഭേദഗതി പരിഷ്കരിക്കാൻ കോൺഗ്രസിനോടാവശ്യപ്പെടാനുള്ള ക്ലിന്റൺ ഭരണകൂടത്തിന്റെ തീരുമാനത്തെ ഞാൻ സ്വാഗതം ചെയ്യുന്നു.

നിങ്ങൾക്കു നന്ദി, ബഹുമാന്യനായ പ്രസിഡന്റ്.

ജോൺ എഫ് കെന്നഡി ഗവൺമെന്റ് സ്കൂളിൽ ബേനസീർ ഭൂട്ടോ 1997 നവംബർ ഏഴിന് നടത്തിയ പ്രസംഗം

നിങ്ങൾക്ക് നന്ദി, ആദരണീയരായ അതിഥികളേ, സഹോദരീ സഹോദരന്മാരേ, നിങ്ങൾക്കറിയാവുന്നതുപോലെ അമേരിക്കയ്ക്ക് ഞാനൊരപരിചിതയല്ല. ഇവിടെ, ജോൺ എഫ് കെന്നഡി ഗവൺമെന്റ് സ്കൂളിൽ നിന്നുകൊണ്ട് എത്ര ആഹ്ലാദകരമാണ് വീട്ടിലേക്കുള്ള തിരിച്ചു വരവെന്ന് എനിക്ക് നിങ്ങളെയെല്ലാം അറിയിക്കണമെന്നുണ്ട്. ഒരു വിദ്യാർഥിനിയായി എന്റെ ജീവിതത്തിലെ ഏറ്റവും സന്തോഷകരമായ നാലുവർഷങ്ങൾ ഞാൻ ഹാർവാർഡ് യൂണിവേഴ്സിറ്റിയിൽ ചെലവിട്ടിട്ടുണ്ട്. ആ ദിവസങ്ങൾ ഇപ്പോഴെനിക്കൊരു സ്വപ്നം പോലെ തോന്നുന്നു.

കഴിഞ്ഞ ഒരുവർഷം എനിക്കും, എന്റെ കുടുംബത്തിനും രാജ്യത്തിനും അസാധാരണമാംവിധം വൈഷമ്യമേറിയതായിരുന്നു. നിങ്ങളിൽ പലരും പലവൃത്താന്തങ്ങളും കേട്ടിട്ടുണ്ടാവുമെന്ന് എനിക്കു നന്നായറിയാം. അല്ലെങ്കിൽ ഞാൻ തെറ്റായ വിവരങ്ങളാണ് നൽകുന്നതെന്ന് കരുതുന്നവരുമുണ്ടാകാം. എന്നെയും, രണ്ടുതവണ പാകിസ്ഥാന്റെ ഭരണചക്രം തിരിച്ചവളെന്നനിലയിൽ എന്റെ പേരിലുള്ള റെക്കോഡിനെയും ആക്രമിക്കുന്ന തരത്തിലുള്ള തെറ്റായ സന്ദേശങ്ങളാണ് നിങ്ങൾക്കു കിട്ടിയിരിക്കുകയെന്നും എനിക്കറിയാം. അതുകൊണ്ടാണ് ഞാനിന്നിവിടെ നിൽക്കു

ന്നത്; എനിക്കിപ്പോഴും കരുത്തുണ്ട്; എനിക്കിപ്പോഴും ചെറുക്കാൻ ശക്തിയുണ്ട് -- പ്രത്യേകിച്ചും അത് സത്യത്തിനു വേണ്ടിയാകുമ്പോൾ. എന്റെയും എന്റെ പേരിലുള്ള റെക്കോർഡിനുമെതിരെയുള്ള നിഷ്ഠൂരവും ലിംഗപരവുമായ സ്വഭാവഹത്യയെ പ്രതിരോധിക്കുവാൻ തന്നെയാണ് ഞാനുദ്ദേശിച്ചിരിക്കുന്നത്.

എനിക്കു സംഭവിച്ചതും പാകിസ്ഥാനിൽ സംഭവിച്ചു കൊണ്ടിരിക്കുന്നതുമൊന്നും അവിടത്തെ മാത്രം പ്രശ്നങ്ങളല്ല; പുതിയ സഹസ്രാബ്ദത്തെ അഭിമുഖീകരിച്ചു കൊണ്ടിരിക്കുന്ന വേളയിൽ ലോകത്താകമാനമുള്ള ഒരു പ്രവണതയാണത്. എനിക്കെതിരെയുള്ള ആക്രമണങ്ങളെല്ലാം വേദനാജനകവും ശുദ്ധകളവുമാണ്. പക്ഷേ, അതൊക്കെത്തന്നെ ആഗോളതലത്തിൽ സംഭവിച്ചുകൊണ്ടിരിക്കുന്ന അപചയങ്ങളുടെ ബഹിർസ്ഫുരണമായി വേണം വിലയിരുത്തപ്പെടാൻ; പാകിസ്ഥാനിൽ മാത്രമല്ല എല്ലായിടത്തും. രാഷ്ട്രീയാഭിപ്രായ സമന്വയമെന്ന ജനാധിപത്യ സമൂഹത്തിന്റെ സുപ്രധാനമായ സ്വഭാവം പക്ഷപാതത്വത്തിന്റെ ഉന്മാദത്തിലേക്ക് തരംതാണു പോയിരിക്കുന്നു. കൊല്ലാതെ കൊല്ലുന്ന തത്വദർശനം.

സഹകരണമില്ലായ്മ ശീതയുദ്ധാനന്തര അന്താരാഷ്ട്ര സമൂഹത്തിലെ ജനാധിപത്യമൂല്യങ്ങളുടെയും ചട്ടങ്ങളുടെയും നിയമസാധുതയ്ക്ക് ഒരു ഭീഷണിയായിത്തീർന്നിരിക്കുന്നു. സംഘടിതമായ രാഷ്ട്രീയ സംവിധാനത്തെ കളങ്കപ്പെടുത്താനുള്ള പുതിയ പ്രതിഭാസമാണിത്. അഭിപ്രായ സമന്വയം, സഭ്യത, കൂടിയാലോചനസമിതി എന്നിവയ്ക്കൊക്കെ അപഖ്യാതി, മുൻവിധി പക്ഷപാതിത്വം എന്നിവയ്ക്കു വഴിമാറികൊടുത്തിരിക്കുന്നു.

ഞാനിന്ന് നിങ്ങളോടു പറഞ്ഞുകൊണ്ടിരിക്കുന്ന കാര്യങ്ങൾക്കു പോൽബലകമായ ചില അഭിപ്രായങ്ങൾ നിങ്ങളുടെ മുമ്പാകെ വായിക്കുവാൻ ഞാനാഗ്രഹിക്കുന്നു. ഞാനുദ്ധരിക്കാം. “പക്ഷപാത രാഷ്ട്രീയം സുപ്രധാനമായ നമ്മുടെ നിയമപരവും ധാർമികവുമായ പ്രക്രിയയെ മലീമസമാക്കുകയാണ്, നമ്മുടെ രാഷ്ട്ര വ്യവസ്ഥയെ നശിപ്പിക്കുകയാണ്. നിഷ്പക്ഷമെന്നു പറഞ്ഞു നടത്തുന്ന പ്രവർത്തനങ്ങളെല്ലാം നിഴൽ യുദ്ധങ്ങളും എതിർക്കുന്ന രാഷ്ട്രീയ പ്രസ്ഥാനത്തെ അവമതിക്കാനുള്ളതും ആണ്. വികസിപ്പിക്കപ്പെട്ട ഈ രാഷ്ട്രീയ ഗൂഢാലോചന വലിയ രാഷ്ട്രീയ പദ്ധതികളിലെ പണയവസ്തുക്കളാക്കി മാറ്റി വ്യക്തികളെ പാപ്പരീകരിക്കുന്നു. രാഷ്ട്രത്തിനാവശ്യമായ കർമകുശലതയും അർപ്പണമനോഭാവമുള്ളവരെ ആകർഷിച്ചെടുക്കുവാനുള്ള രാഷ്ട്രീയ വ്യവസ്ഥയുടെ പ്രാപ്തിയെ അത് ഭീഷണിപ്പെടുത്തുന്നു.”

ഇതൊന്നും എന്റെ വാക്കുകളല്ല; പക്ഷേ അതുപോലെയിരിക്കുന്നു. ഇതൊന്നും പാകിസ്ഥാനെപ്പറ്റി എഴുതപ്പെട്ടതല്ല; പക്ഷേ അതുപോലെ തോന്നിപ്പോകും. കാരണം ഞാൻ മേലുദ്ധരിച്ചത് പ്രസിഡന്റ് ക്ലിൻന്റെ വക്കീലായ റോബർട്ട് ബെണറ്റിന്റെ വാക്കുകളാണ്, നിർലജ്ജമായ പക്ഷപാത രാഷ്ട്രീയ അജണ്ടയ്ക്ക് നിയമപരവും ധാർമികവുമായ നടപടിക്രമങ്ങൾ കീഴ്പ്പെടുന്നതിനെതിരെ എഴുതപ്പെട്ട അദ്ദേഹത്തിന്റെ ഒരു ഉപ

ന്യാസത്തിൽ നിന്ന്. നിയമപരമായ നടപടിക്രമങ്ങളെന്നപേരിൽ, ഇന്നിപ്പോൾ ഏഷ്യയിലുടനീളം, ഞാൻ നയിക്കുന്ന പാകിസ്ഥാൻ പീപ്പിൾസ് പാർട്ടിക്കെതിരെ നിഴൽയുദ്ധം നടത്തുകയാണ്.

കഴിഞ്ഞ പത്തുവർഷത്തിനിടയിൽ, രണ്ടുതവണ നടന്ന സ്വതന്ത്രവും നീതിപൂർവകവുമായ തിരഞ്ഞെടുപ്പുകളിൽ രണ്ടിലും തങ്ങളുടെ പ്രധാനമന്ത്രിയായി ജനങ്ങൾ എന്നെയാണ് തിരഞ്ഞെടുത്തത്. എന്റെ രാഷ്ട്രീയ എതിരാളികൾ അത് കാണുകയും രണ്ടുതവണയും പ്രസിഡന്റിനെ ഇടപെടുവിച്ചു കൊണ്ട് കാലാവധി പൂർത്തിയാക്കുവാൻ അനുവദിക്കാതെ സ്ഥാനഭ്രഷ്ടയാക്കുകയും ചെയ്തു. എന്റെ കുടുംബാംഗങ്ങളെപ്പോലും വെറുതെ വിട്ടില്ല. ഭർതൃപിതാവ്, ഭർത്താവ്, ഭർതൃസഹോദരൻ എന്നിവരെല്ലാം അറസ്റ്റ് ചെയ്യപ്പെട്ടു. എന്റെ അമ്മയും ഭർതൃസഹോദരിയും നിയമനടപടികളെ അഭിമുഖീകരിക്കുന്നു. മജിസ്ട്രേട്ടിൽ നിന്നുള്ള ഒരുസെർച്ച് വാറണ്ട് പോലുമില്ലാതെ എന്റെ ഭർതൃസഹോദരിയുടെ വീട് അർധരാത്രിയിൽ റെയ്ഡ് ചെയ്തു. മറ്റൊരു ബന്ധു പ്രധാനമന്ത്രിയുടെ വീട്ടിലേക്ക് വിളിപ്പിക്കപ്പെട്ടപ്പോൾ "നിങ്ങൾ ഒന്നുകിൽ ഞങ്ങൾ പറയുന്നതുപോലെ ചെയ്യുക അല്ലെങ്കിൽ ഒരു തടവറയ്ക്കുള്ളിൽ ഒടുങ്ങുക" എന്ന് കുപ്പായത്തിൽ ബലമായി പിടിച്ച് ഭീഷണിപ്പെടുത്തപ്പെട്ടപ്പോൾ രാജ്യം വിട്ടു.

ഞങ്ങളുടെ കേസുവാദിക്കുന്ന വക്കീലിനെ, ഭരണകൂടം, എവിടെയാണെന്നതിന്റെ ഒരു സൂചനപോലുമില്ലാതെ തട്ടിക്കൊണ്ടുപോയി രണ്ടു മാസക്കാലം ഒളിപ്പിച്ചു. പാകിസ്ഥാൻ പീപ്പിൾസ് പാർട്ടി അംഗങ്ങളെയും എന്റെ സ്റ്റാഫിൽപ്പെട്ട വനിതകളുൾപ്പെടെയുള്ളവരെയും ഇതേപോലെ പീഡിപ്പിക്കുകയുണ്ടായി. അപ്പോൾ മനുഷ്യാവകാശ ധ്വംസനങ്ങൾക്കെതിരെ എനിക്ക് ഐക്യരാഷ്ട്ര സെക്രട്ടറി ജനറലിന് കത്തെഴുതേണ്ടിവന്നു. അതിനും ഭരണകൂടം എന്നെ നിന്ദിച്ചു. പാകിസ്ഥാന്റെ വിഴുപ്പ് പൊതുസ്ഥലത്തുവെച്ച് അലക്കിയതിന് ഞാൻ വിമർശിക്കപ്പെട്ടു. വിഴുപ്പുകൾ സൃഷ്ടിക്കുന്നത് അവരാണെന്നതിനെയോർത്ത് വ്യാകുലപ്പെടാതെ ഞാനത് പൊതുസ്ഥലത്തുവെച്ച് വൃത്തിയാക്കുന്നതിനെപ്പറ്റിയാണ് അവർ ഉൽക്കണ്ഠാകുലരായത്.

അർധരാത്രി ഭർതൃസഹോദരിയുടെ വീട് റെയ്ഡ് നടത്താൻ തീരുമാനിച്ച്, എന്നെയും അവരെയും ശല്യം ചെയ്തപ്പോൾ അതാണ് കണ്ടത്. ആദ്യം കേസുവാദിച്ച വക്കീലിനെ തട്ടിക്കൊണ്ടുപോയത് അയാളാണെന്നാരോപിച്ച് രണ്ടാമത്തെ വക്കീലിനെ അറസ്റ്റ് ചെയ്യാൻ തീരുമാനിച്ചപ്പോഴും അതാണ് സംഭവിച്ചത്. മറ്റൊരു കൊലപാതകക്കേസുകൂടി എന്റെ ഭർത്താവിന്റെ പേരിൽ ഫയൽ ചെയ്യാൻ തീരുമാനിച്ചപ്പോഴും അതുതന്നെയാണുണ്ടായത്. എന്റെ പേരിലുള്ള എട്ടുകമ്പനികൾ സ്വിസ് അധികാരികൾ മരവിപ്പിച്ചുവെന്ന് തെറ്റായി പ്രചരിപ്പിച്ചപ്പോഴും അവർ വിഴുപ്പ് സൃഷ്ടിക്കുന്നത് തന്നെയാണു കണ്ടത്. ആ കമ്പനികളുമായി എനിക്കു യാതൊരു ബന്ധവുമുണ്ടായിരുന്നില്ല. അന്താരാഷ്ട്ര തലത്തിൽ എന്നെ അവമതി

ക്കാനും അപമാനിക്കുവാനും ഭരണകൂടം ആ കമ്പനികളുടെ അവകാശം എന്റെ തലയിൽ കെട്ടിവച്ചു.

സത്യവും നീതിയും ആത്യന്തികമായി വിജയം വരിക്കുമെന്നെനിക്കു വിശ്വാസമുണ്ട്. എനിക്കുവേണ്ടി മാത്രമല്ല ലോകത്തെമ്പാടുമുള്ള സ്ത്രീകൾക്കു വേണ്ടി, ഞങ്ങൾക്ക് നിവർന്നു നിൽക്കാനുള്ള ശക്തിയും കുറ്റപ്പെടുത്തലുകളെ പ്രതിരോധിക്കാനുള്ള കഴിവുണ്ടെന്ന് തെളിയിച്ചു കൊടുക്കാനുള്ള മനഃശക്തി എനിക്കുണ്ടെന്ന് ഞാൻ വിശ്വസിക്കുന്നു. പക്ഷേ, ഇതിനൊക്കെയിടയിൽ ഞങ്ങളുടെ കുടുംബജീവിതം താറുമാറായി. എന്റെ കൊച്ചുകുട്ടികൾക്ക് പിതാവിന്റെ സാന്നിധ്യം ലഭിക്കാതെയായി. എന്റെ കുടുംബം മാത്രമല്ല, ബന്ധുക്കൾ, രാഷ്ട്രീയ പ്രവർത്തകർ, സഹപ്രവർത്തകർ എല്ലാവരും കോടതികളിൽ കേസിനുവേണ്ടി പണം ചെലവഴിച്ച് പാപ്പരാക്കപ്പെട്ടു. ഞങ്ങളുടെ സമയവും ശക്തിയും പ്രവർത്തനങ്ങൾക്കായല്ല, ഭരണകൂടത്തിന്റെ പ്രതികാര ദാഹത്തെ തൃപ്തിപ്പെടുത്താനുള്ള പ്രതിപ്രവർത്തനങ്ങൾക്കായി വഴിതിരിച്ചുവിടേണ്ടതായി വന്നു.

എന്നാലും ഏറ്റുമുട്ടലിന്റെ രാഷ്ട്രീയം പാകിസ്ഥാനിൽ മാത്രം ഒതുങ്ങുന്ന ഒന്നല്ല. ലോകത്തെമ്പാടുമുള്ള രാഷ്ട്രീയ വ്യക്തിത്വങ്ങൾക്കിടയിൽ മാനുഷികമായ ദൗർബല്യങ്ങൾ വലിയ സ്വാധീനം ചെലുത്തിക്കൊണ്ടിരിക്കുന്നത് നാം കാണുന്നു. മനുഷ്യന്റെ ചാപല്യം നമ്മെ അടിമപ്പെടുത്തുന്നു. വളച്ചൊടിക്കലിന്റെയും ദുർബലമാക്കലിന്റെയും ഈ പുതിയ രാഷ്ട്രീയം സൃഷ്ടിപരമായ ആശയവിനിമയത്തെ ശക്തിഹീനമാക്കുന്നു. അത് പൊതുജനത്തെ തെറ്റിദ്ധരിപ്പിക്കുന്നു. ഭൂഖണ്ഡങ്ങളിലുടനീളം പൊതുപ്രവർത്തകന്മാരെപ്പറ്റി വലിയ തെറ്റിധാരണകൾക്ക് വഴിയൊരുക്കി. ഈയൊരു പ്രവണത ദുർബലപ്പെടുകയല്ല; ശക്തിപ്പെടുകയാണെന്നതാണു സത്യം. അമേരിക്കയിൽ രാസായുധങ്ങളുടെ നിരോധനത്തിനുള്ള അംഗീകാരത്തെ സംബന്ധിച്ചുള്ള ചർച്ചകൾപോലും തെരുവുയുദ്ധത്തിന്റെ സ്വഭാവമാർജിക്കുകയുണ്ടായി.

പുതിയ നൂറ്റാണ്ടിലെ അമേരിക്കയുടെ സാമ്പത്തിക ഭദ്രതയ്ക്ക് ഭീഷണി ഉയർത്തുന്ന അവകാശ പ്രതിസന്ധിയെ സംബന്ധിച്ച വാദം കേൾക്കാൻ ജനപ്രതിനിധി സഭയും സെനറ്റും ആവശ്യത്തിനും അനാവശ്യത്തിനും കോടികൾ ചെലവഴിച്ചിട്ടും പ്രായോഗികമെന്നതിനെക്കാൾ രാഷ്ട്രീയമാണെന്നു തോന്നുന്ന അതിന്റെ ലക്ഷ്യത്തിൽ യാതൊരു പുരോഗതിയും കൈവരിക്കാൻ കഴിഞ്ഞെന്നു തോന്നുന്നില്ല.

റീഗൻ ഭരണകാലത്ത് സ്പെഷ്യൽ പ്രോസിക്യൂട്ടറുടെ അധികാരത്തിന്മേൽ കത്തിവയ്ക്കാൻ ശ്രമിച്ച ഒരു ഭരണകക്ഷി, ക്ലിന്റൺ ഭരണകാലത്ത് അതിനുവേണ്ടി നടത്തുന്ന പരിശ്രമങ്ങളെ എതിർക്കുന്നു. എൺപതുകളിൽ സ്പെഷ്യൽ പ്രോസിക്യൂട്ടർമാരുടെ അധികാരത്തിന്മേൽ ആജ്ഞ പുറപ്പെടുവിച്ചിട്ടുള്ള മറ്റൊരു പാർട്ടി തൊണ്ണൂറുകളിൽ പ്രതിപക്ഷത്തെക്കുറിച്ച് അന്വേഷണം നടത്താൻ കൂടുതൽക്കൂടുതൽ സ്പെഷ്യൽ പ്രോസിക്യൂട്ടർമാരെ നിയമിക്കാൻ താൽപ്പര്യപ്പെടുന്നു. ഭരിക്കുക അല്ലെങ്കിൽ നശിപ്പിക്കുക.

മര്യാദകളിലേക്കു മടങ്ങുന്നതിനായി ഒരു യോഗം വിളിച്ചുകൂട്ടുന്നതിനെക്കുറിച്ചുപോലും ആലോചിക്കത്തക്ക വിധത്തിൽ പരിതാപകരമാണ് വാഷിങ്ടണിലെ അവസ്ഥ. അടിസ്ഥാനപരമായി അത് അമേരിക്കൻ ഐക്യനാടുകളിലെ സഭാംഗങ്ങളെ സാമാന്യ മര്യാദകളെപ്പറ്റിയും പൊതുസംഭാഷണങ്ങളെ സംബന്ധിച്ചും ബോധ്യപ്പെടുത്താനാവണം. ഇതാണ്, പ്രിയ സുഹൃത്തുക്കളേ, ഭൂമിയിലെ ഏറ്റവും മഹത്തരവും പുരാതനവുമായ ജനാധിപത്യം. കാര്യസാധ്യത്തിനു മാത്രമായുള്ള രാഷ്ട്രീയത്തിന്റെ സ്ഥാനത്ത് ആദർശരാഷ്ട്രീയത്തെ പുനഃപ്രതിഷ്ഠിക്കണം. കാര്യസാധ്യത്തിനായുള്ള രാഷ്ട്രീയത്തിന് ബാധ്യതകളില്ല, അതിർവരമ്പുകളില്ല, ആസ്വാദ്യതയില്ല. ഈ പ്രവണതയ്ക്ക് ഞാൻ പറഞ്ഞതുപോലെ, ഭൂഖണ്ഡങ്ങളിലെല്ലാം വേരുറച്ചിരിക്കുന്നു. ഒരുകലണ്ടർവർഷത്തിൽ നാലുപ്രധാനമന്ത്രിമാരാണ് ഇന്ത്യയിൽ വരികയും പോവുകയും ചെയ്തത്. സർക്കാരുകൾ ദുർബലമാവുന്നത് നയങ്ങളുടെ മേലല്ല, രാഷ്ട്രീയത്തിന്റെ മേലാണ്. പദ്ധതികളുടെ മേലല്ല, അധികാരത്തിന്റെ മേലാണ്. കഴിഞ്ഞ മാസം ഇന്ത്യയിലെ ഏറ്റവും വലിയ സംസ്ഥാനത്തിലെ നിയമസഭയ്ക്കകത്തു തന്നെ കലാപം പൊട്ടിപ്പുറപ്പെട്ടു. സാമാജികർ മരസാമഗ്രികൾ ഉപയോഗിച്ച് പരസ്പരം ഇടിച്ചു. മഷിക്കുപ്പികൾ വലിച്ചെറിഞ്ഞു. പതിനാലുപേർക്കു പരിക്കുപറ്റി. സാധാരണ പറയാറുള്ള ഭൂമിയിലെ ഏറ്റവും വലിയ ജനാധിപത്യത്തിന്റെ സ്ഥിതിയാണിത്.

ചർച്ചകളുടെ പൊരുളിനെ സംബന്ധിച്ച് എപ്പോഴുമുണ്ടായ കുത്തുവാക്കുകൾ നിഴൽ വീഴ്ത്തിയതിന്റെ ഫലമായി മധ്യപൂർവദേശത്തെ സമാധാന പരിശ്രമങ്ങൾ മരവിച്ചു കിടക്കുകയാണ്. ഒരു ദശാബ്ദക്കാലത്തെ സംഭാഷണ പുരോഗതി തുലാസിൽ തൂങ്ങിക്കിടക്കുന്നു. ബംഗ്ലാദേശിൽ ഭരണകക്ഷിയും പ്രതിപക്ഷവും പാർലമെന്റ് ബഹിഷ്കരണം, അട്ടിമറി തുടങ്ങിയ ഒരേതരത്തിലുള്ള പരിപാടികൾ അധികാരം ഒരു പാർട്ടിയിൽ നിന്ന് മറ്റൊരു പാർട്ടിയിലേക്ക് മാറുന്നതിനനുസരിച്ച് കൈമാറ്റം ചെയ്തുപോരുന്നു. ബോസ്നിയായിൽ ഡേയ്റ്റൺ കരാറിന്റെ നിലനിൽപ്പിനെപോലും ഭീഷണിപ്പെടുത്തിക്കൊണ്ട്, വംശീയ രാഷ്ട്രവാദികൾ, ബഹുവംശീയ രാഷ്ട്ര രൂപീകരണത്തിനു വേണ്ടിയുള്ള നേതാക്കളുടെ പ്രതിജ്ഞയെപ്പോലും പരാജയപ്പെടുത്തുകയാണ്.

പാകിസ്ഥാനിൽ മാർച്ച് മാസത്തിൽ അധികാരത്തിൽ വന്ന സർക്കാർ നീതിപീഠത്തെ തുരങ്കംവെക്കാൻ ശ്രമിച്ചതിനെത്തുടർന്ന് ഒക്ടോബറിൽ നിലം പൊത്തി. പ്രധാനമന്ത്രിക്കെതിരെ എന്റെ പാർട്ടി ഫയൽ ചെയ്ത അഴിമതി ആരോപണങ്ങൾ സുപ്രീംകോടതി ശരിവെച്ചു. ലോകത്തെല്ലായിടത്തും നാമെന്താണ് കാണുന്നത്? പരസ്പരം കുറ്റപ്പെടുത്തൽ, ഭീഷണിപ്പെടുത്തൽ, പക്ഷപാതപരമായ കുറ്റാരോപണം, ഇതൊക്കെത്തന്നെയാണ് ലോകത്തെല്ലായിടത്തുമുള്ള പുതിയ രാഷ്ട്രീയ സംവിധാനങ്ങളുടെ പ്രവർത്തന വഴികൾ.

നമുക്ക് ചുറ്റുമുള്ള പ്രശ്നങ്ങളിൽ നിന്നൊഴിഞ്ഞു മാറാൻ സഹോ

ദരീ സഹോദരന്മാരേ, നമുക്ക് സാധ്യമല്ല. രാഷ്ട്രീയ സമന്വയം സൃഷ്ടിച്ചെടുക്കേണ്ടത് പുതിയ രാഷ്ട്രീയ കാലാവസ്ഥയ്ക്ക് അത്യാവശ്യമാണ്. നമ്മുടെ തലമുറ ചരിത്രത്തിന്റെ ഇടനാഴിയിലാണെന്ന് ഞാൻ വിശ്വസിക്കുന്നു. പുതിയ നൂറ്റാണ്ടിന്റെ ഇടനാഴിയിൽ മാത്രമല്ല, സഹസ്രാബ്ദത്തിന്റെ ഇടനാഴിയിൽ കൂടിയാണ്. പുതിയ നൂറ്റാണ്ടിനെയും പുതിയ സഹസ്രാബ്ദത്തെയും വരവേൽക്കാൻ നാം തയാറെടുക്കുമ്പോൾ, ഞാൻ കരുതുന്നു, നമ്മെയും പുതിയ നൂറ്റാണ്ടിനെയും കാത്തുനിൽക്കുന്ന വെല്ലുവിളികൾ എന്തൊക്കെയാണെന്നതിനെ സംബന്ധിച്ച് നമുക്ക് വ്യക്തമായ ധാരണ അത്യാവശ്യമാണ്. ഒരേസമയത്ത് നാലു വെല്ലുവിളികളെയാണ് ലോകമിന്നഭിമുഖീകരിച്ചു കൊണ്ടിരിക്കുന്നത് എന്നെനിക്കു തോന്നുന്നു. ഒന്നാമതായി, വർഗീയവും മതപരവുമായ സ്പർധയും, അസഹിഷ്ണുതയും പക്ഷപാതിത്വവുമാണ്. രണ്ടാമതായി, ആരോഗ്യ സാമ്പത്തിക രംഗങ്ങളിൽ വികസിത-വികസ്വര രാഷ്ട്രങ്ങൾ തമ്മിലും രാഷ്ട്രങ്ങൾക്കുള്ളിൽത്തന്നെയും വളർന്നു വരുന്ന വലിയ അന്തരം തന്നെ. മൂന്നാമതായി, സങ്കീർണവും ചടുലവുമായ ലോകത്ത് ജനങ്ങളിൽ ദർശനീയമായ അന്യതാ ബോധവും പുതിയ സാങ്കേതിക യുഗം മുന്നോട്ടു കൊണ്ടുവന്നിട്ടുള്ള പ്രശ്നങ്ങൾ പരിഹരിക്കാൻ അവരുടെ സർക്കാരിനുള്ള കഴിവുമാണ്. നാലാമതായി, പുതുയുഗത്തിലേക്ക് കാലെടുത്തുവയ്ക്കാൻ വെമ്പുന്ന നമ്മുടെ സമൂഹത്തിൽ വിള്ളലുകൾ സൃഷ്ടിക്കുന്ന, കിഴക്കും പടിഞ്ഞാറുമെല്ലാമുള്ള രാഷ്ട്രങ്ങളിലെ ലിംഗപരമായ അസന്തുലിതാവസ്ഥയാണ്.

നാൽപ്പതുവർഷക്കാലം നീണ്ടുനിന്ന ശീതയുദ്ധത്തിനെക്കുറിച്ച് എനിക്കുപറയാനുള്ള ഒരേയൊരു നല്ലകാര്യം അതിന്റെ ഭാഗമായ ഉഭയകക്ഷി മത്സരത്തിലൂടെ, ഇരുപതാംനൂറ്റാണ്ടിന്റെ ആദ്യപകുതിയിൽ ലോകത്തെ ഗ്രസിച്ചിരുന്ന വംശീയവും മതപരവുമായ ശത്രുതകൾ അടിച്ചമർത്തപ്പെട്ടുവെന്നതാണ്. പടിഞ്ഞാറെന്നും കിഴക്കെന്നുമുള്ള ലോകരാഷ്ട്രങ്ങളുടെ രണ്ടായിട്ടുള്ള ലഘൂകരണം ലോകക്രമത്തെ ചിട്ടപ്പെടുത്തുകയും കൂടുതൽ സ്പഷ്ടമാക്കുകയും ചെയ്തു. എന്നാൽ ഇതിനൊക്കെ വിപരീത ദിശയിലുള്ള ചില പ്രത്യാഘാതങ്ങൾ ഉണ്ടായിട്ടുണ്ട്. വൻശക്തി ഏറ്റുമുട്ടലുകൾ നടന്നകാലത്ത്, കമ്യൂണിസം, ജനാധിപത്യത്തെ ബലികഴിച്ചായാലും എന്തിന് മനുഷ്യാവകാശങ്ങളെ ബലികൊടുത്തായാലും അത്യുന്നതമായി പരിഗണിക്കപ്പെട്ടിരുന്നു. പാകിസ്ഥാനെപ്പോലുള്ള രാജ്യങ്ങളിൽ ഏകാധിപതികളുടെ നീണ്ട ഭരണമുണ്ടായി; ദശാബ്ദങ്ങളോളം എല്ലാ അവകാശങ്ങളും അടിച്ചമർത്തപ്പെട്ടു. പത്രങ്ങൾ അധിക്ഷേപിക്കപ്പെട്ടു. പട്ടാളത്തിനുവേണ്ടി കോടിക്കണക്കിനു ഡോളർ ചെലവാക്കി, സാമ്പത്തിക സഹായങ്ങൾ ചോർന്നുപോയി. ഇതു തന്നെയായിരുന്നു തെക്കേഅമേരിക്കയിലെയും മധ്യഅമേരിക്കയിലെയും സ്ഥിതി, പോർച്ചുഗലിലെയും സ്പെയിനിലെയും സ്ഥിതി, ഗ്രീസിലെയും ദക്ഷിണകൊറിയയിലെയും സ്ഥിതി, ആഫ്രിക്കാ വൻകരയിലെ വലിയൊരു പ്രദേശത്തെയും സ്ഥിതി.

പുതിയ വിവരസാങ്കേതിക യുഗത്തിന്റെ പിറവി ഏകാധിപത്യത്തിന്റെ കൈപ്പിടിയിൽനിന്നും രക്ഷപ്പെടാൻ രാഷ്ട്രങ്ങളെ സഹായിച്ചു. കമ്യൂണിസത്തിന്റെ അന്ത്യത്തിലേക്കു നയിക്കാൻ സി എൻ എന്നിന് ഒരു സുപ്രധാന പങ്കുണ്ടെന്ന് ഞാൻ വിശ്വസിക്കുന്നു. പ്രസിഡന്റ് റീഗൺ ആയിരുന്നു അതിനുത്തരവാദിയെന്നു വിശ്വസിക്കുന്ന കുറെയാളുകളുണ്ടെന്ന് എനിക്കറിയാം. പക്ഷേ, അദ്ദേഹത്തിന് നല്ല സഹായം സി എൻ എന്നിൽ നിന്ന് കിട്ടിയിട്ടുണ്ടെന്നാണ് ഞാൻ കരുതുന്നത്. കാരണം അവരിൽക്കൂടിയാണ് പൂർവ-മധ്യയൂറോപ്യൻ രാഷ്ട്രങ്ങളിലെ ജനങ്ങൾ സ്വാതന്ത്ര്യത്തിന്റെ മാഹാത്മ്യം ദർശിച്ചത്. ലഭ്യമായിട്ടുള്ളവയിൽനിന്ന് ഉപഭോക്താവ് ഇഷ്ടാനുസരണം തെരഞ്ഞെടുക്കുന്നത് കണ്ടപ്പോൾ അവർ ഒരു ലളിതമായ ചോദ്യം ചോദിച്ചു. എന്തുകൊണ്ട് ഇവിടെയും ആയിക്കൂടാ? ദക്ഷിണേഷ്യയിലെയും ദക്ഷിണ അമേരിക്കയിലെയും ജനങ്ങൾ, സ്വതന്ത്രജനത സ്വതന്ത്രതീരുമാനങ്ങളെടുക്കുന്നതു കണ്ടു. തിരഞ്ഞെടുപ്പുകളിൽ മാത്രമല്ല, സ്വതന്ത്രമായി തൊഴിൽ തെരഞ്ഞെടുക്കുന്നതും ജീവിതരീതി തെരഞ്ഞെടുക്കുന്നതും കണ്ടു. അവരും ഒരു ലളിതമായ ചോദ്യം ചോദിച്ചു. എന്തുകൊണ്ട് ഇവിടെയും ആയിക്കൂടാ?

ബർലിൻ മതിൽ തകർക്കപ്പെട്ടതിനുശേഷം, നാൽപ്പത്തഞ്ച് വർഷം നീണ്ടുനിന്ന രാസ-ആണവ ദുഃസ്വപ്നങ്ങൾക്കറുതിയായെന്നും ലോകത്തിന്റെ എല്ലാ മുക്കിലും മൂലയിലും സമാധാനം വ്യാപരിക്കുമെന്നും ധാരാളം പേർ കരുതി. പക്ഷേ, ടി എസ് എലിയറ്റ് ഒരിക്കൽ നിരീക്ഷിച്ചതുപോലെ സങ്കൽപ്പത്തിനും യാഥാർഥ്യത്തിനുമിടയിൽ ഒരു നിഴൽ പതിയുകയാണ്. പുതിയ നൂറ്റാണ്ടിന്റെ പൊൻപുലരിയാണ് എലിയറ്റിന്റെ നിഴൽ. ജനാധിപത്യം കൊണ്ടർഥമാക്കുന്നത് അനുക്ഷണമായ സാമ്പത്തികോന്നമനമാണെന്നും അനുക്ഷണമായ ജീവിത നിലവാരക്കുതിപ്പാണെന്നും വിശ്വസിച്ചവർക്ക് സർക്കാർ സമ്പ്രദായങ്ങളോടുള്ള വിശ്വാസം നഷ്ടപ്പെട്ടു. പുതുതായി വോട്ടു ചെയ്യാനധികാരപ്പെട്ടവരുടെ ഇച്ഛാഭംഗവും, ദീർഘകാലമായി അടിച്ചമർത്തപ്പെട്ടിരുന്ന വംശീയവും മതപരവുമായ പ്രശ്നങ്ങളും ചേർന്ന് പുതിയ സഹസ്രാബ്ദത്തിലേക്ക് പടികടക്കാനിരിക്കുന്ന ലോകത്തിന്റെ മുന്നിൽ അപകടകരമായ സാഹചര്യം സംജാതമാക്കിയിരിക്കുന്നു. ഐക്യനാടുകൾക്ക്, അന്താരാഷ്ട്ര തലത്തിൽ അത്യധികം സ്വാധീനമുള്ള ഈ അസാധാരണമായ സന്ദർഭത്തിൽ ജനാധിപത്യത്തെ ശക്തിപ്പെടുത്താനുള്ള ഒരു ത്വരകമായി പ്രവർത്തിക്കാനും സ്വയംനിർണയാവകാശം ഉറപ്പാക്കാനും ഐക്യരാഷ്ട്ര പ്രമേയങ്ങൾ നടപ്പിലാക്കാനും അന്താരാഷ്ട്രതലത്തിലുള്ള ചില പ്രധാന പ്രശ്നങ്ങൾ, അവ, ലോകത്തെ വിഴുങ്ങുന്നതിന് മുമ്പ് ഇല്ലാതാക്കാനുമുള്ള ബാധ്യതയുണ്ട്.

കുറെക്കാലമായി തിളച്ചുമറിഞ്ഞുകൊണ്ടിരിക്കുന്ന ഇത്തരത്തിലുള്ള പിരിമുറുക്കങ്ങളിലൊന്നാണ് ജമ്മു-കാശ്മീരിന്മേലുള്ള അവകാശത്തർക്കം. ഇന്ത്യ ദീർഘകാലമായി കൈവശം വച്ചുകൊണ്ടിരിക്കുന്ന കാശ്മീർ താഴ്‌വരയിൽ മൗലികമായ സ്വയം നിർണയാവകാശംപോലും നിഷേധി

ക്കപ്പെട്ടിരിക്കുകയാണ്. നൂറുകണക്കിന് പുരുഷന്മാരും കുട്ടികളും സ്ത്രീകളും സ്വാതന്ത്ര്യത്തിനുവേണ്ടി മരിച്ചുവീണു. പ്രസിഡന്റ് ക്ലിന്റന്റെ പ്രതിസന്ധി നിവാരണ നയങ്ങളുമായി ബന്ധപ്പെടുത്തി ഇന്ത്യയും പാകിസ്ഥാനും തമ്മിൽ അഭിപ്രായ ഐക്യത്തിലെത്താനുള്ള സമയമായിട്ടുണ്ട്; അതുവഴി കാശ്മീരിലെയും ജമ്മുവിലെയും ജനങ്ങൾക്ക് ആത്യന്തികമായി അവരുടെ ഭാവി തീരുമാനിക്കുവാനുള്ള അവകാശം അനുവദിക്കപ്പെടുകയും ചെയ്യും.

സഹോദരീസഹോദരന്മാരെ, ഇസ്ലാമും പാശ്ചാത്യലോകവും കൂടുതൽ ശ്രദ്ധാകേന്ദ്രങ്ങളായി മാറിക്കൊണ്ടിരിക്കുന്ന ഒരവസരമാണിത്. ലോകത്തിന് പൊതുവെയും ഐക്യനാടുകൾക്ക് പ്രത്യേകിച്ചും മൗലികവും തന്ത്രപ്രധാനവുമായ താൽപ്പര്യം മുസ്ലിം ലോകത്തിലെ ഓരോ സംഭവവികാസങ്ങളോടുമുണ്ട്. ലോകത്തങ്ങോളമിങ്ങോളം, മധ്യേഷ്യയിലും തെക്കുപടിഞ്ഞാറൻ ഏഷ്യയിലും ദക്ഷിണപൂർവേഷ്യയിലും ആഫ്രിക്കയിലും നൂറുകോടി മുസ്ലിങ്ങൾ തെരുവാധാരമായി കഴിയുകയാണ്. അവർ പുരോഗതിയോ തീവ്രവാദമോ തെരഞ്ഞെടുക്കാൻ നിർബന്ധിതരാണ്. വിദ്യാഭ്യാസമോ അജ്ഞതയോ തെരഞ്ഞെടുക്കാൻ നിർബന്ധിതരാണ്. പുതിയ സാങ്കേതിക വിദ്യകളുടെ മേന്മകളോ പഴയ അടിച്ചമർത്തൽ ശക്തികളെയോ തെരഞ്ഞെടുക്കാൻ നിർബന്ധിതരാണ്. അങ്ങനെ നൂറുകോടി മുസ്ലിങ്ങൾ ഭൂതമോ ഭാവിയോ തെരഞ്ഞെടുക്കുവാൻ നിർബന്ധിക്കപ്പെടുന്നു.

ഇസ്ലാമികലോകത്തിന് പൊതുവെ മാതൃകയാക്കാവുന്ന ഒരവസ്ഥയിലേക്ക് പാകിസ്ഥാനെപ്പോലുള്ള ബഹുസ്വര, പുരോഗമന മുസ്ലിം രാഷ്ട്രത്തെ എത്തിക്കുന്നതിന് അധികാര പരിധിയിൽനിന്നുകൊണ്ട് ചെയ്യാൻ കഴിയുന്നതെല്ലാം ഐക്യനാടുകൾ തീർച്ചയായും ചെയ്യേണ്ടതുണ്ട്. പാകിസ്ഥാൻ ഏഷ്യയിലെ പ്രധാനപ്പെട്ട ഒരു രാഷ്ട്രമാണ്. ഗൾഫിലെ തന്ത്രപ്രധാനമായ എണ്ണ സംഭരണമേഖലയ്ക്കും മധ്യേഷ്യയ്ക്കുമിടയിലാണ് അതിന്റെ കിടപ്പ്; അതുപോലെ, തെന്നേഷ്യയിലെയും പൂർവേഷ്യയിലെയും വിപണന കേന്ദ്രങ്ങൾക്കിടയിലും. ജനസംഖ്യാ വിതരണത്തിന്റെ അടിസ്ഥാനത്തിലായാലും ഉൽപ്പാദനത്തിന്റെ അടിസ്ഥാനത്തിലായാലും ഉപഭോഗത്തിന്റെ അടിസ്ഥാനത്തിലായാലും വിപണന കേന്ദ്രങ്ങളുടെ അടിസ്ഥാനത്തിലായാലും മൂലധനം സ്വരൂപിക്കാൻ കഴിയുന്ന മധ്യവർഗത്തിന്റെ വികാസത്തിന്റെ അടിസ്ഥാനത്തിലായാലും, ഏഷ്യാവൻകരയ്ക്കാണിനി നാദവും വേഗവും നിശ്ചയിക്കുവാൻ കഴിയുന്നത്, വരുംകാലത്തിന്റെ സാമ്പത്തികവും ഭൂമിശാസ്ത്രപരവും രാഷ്ട്രീയപരവുമായ ആവശ്യങ്ങൾ നിറവേറ്റാൻ കഴിയുന്നത്.

പാകിസ്ഥാൻ ലോകത്തിലെ ഏറ്റവും വലിയ രണ്ടാമത്തെ മുസ്ലിം രാഷ്ട്രമാണെന്ന് എത്രയാൾക്കറിയാമെന്ന് ഞാൻ സന്ദേഹിക്കുകയാണ്. മുമ്പ്, ഞാൻ പറഞ്ഞതുപോലെ എണ്ണ സമ്പന്നമായ ഗൾഫിന്റെയും മധ്യേഷ്യയുടെയും ഇടവഴിയിലുള്ളൊരു രാജ്യമാണത്. ഭൂമുഖത്തുള്ള നൂറു

കോടി മുസ്ലിങ്ങൾക്ക് മിതവാദത്തിന്റെയും സാമ്പ്രദായികതയുടെയും മാതൃകയായി വർത്തിക്കുന്ന രാജ്യം. ഒരു പാകിസ്ഥാൻകാരിയെന്ന നിലയിൽ ഇസ്ലാമികലോകവുമായി പാശ്ചാത്യരാജ്യങ്ങൾക്കുള്ള ബന്ധം നിങ്ങളുമൊത്ത് വിശകലനം ചെയ്യുവാനും കിഴക്കും പടിഞ്ഞാറും തമ്മിൽ ഈ നിർണായക കാലഘട്ടത്തിൽ രാഷ്ട്രീയ-സാമ്പത്തിക-മത-പൗരസംബന്ധിയായ വിഷയങ്ങളിൽ സംഭാഷണത്തിനുള്ള അവസരമുണ്ടാക്കുന്നതിന് നമുക്കെന്തു പങ്കുവഹിക്കാൻ കഴിയുമെന്ന് പരിശോധിക്കുവാനും ഞാനാഗ്രഹിക്കുന്നു.

ഞാൻ വിചാരിക്കുന്നു നാലുവർഷംമുമ്പാണ് ഹാർവാർഡിലെ പ്രൊഫസർ സാമുവൽ ഹണ്ടിങ്ടൺ പ്രകോപനപരമായ 'സംസ്കാരങ്ങളുടെ സംഘട്ടനം' എന്ന ഒരു പ്രബന്ധത്തിലൂടെ ലോകത്തെ ഞെട്ടിച്ചത്. ഐക്യനാടുകളിലും ബ്രിട്ടനിലും ഏറെക്കാലം ജീവിക്കുകയും വിദ്യാഭ്യാസം പൂർത്തിയാക്കുകയും ചെയ്ത ഒരു മുസ്ലിം സ്ത്രീയെന്ന നിലയ്ക്ക് തുടക്കത്തിൽ അതിലെ നിഷേധാർഥകമായ നിഗമനങ്ങളും ഒഴിവാക്കാൻ കഴിയാത്ത സംഘർഷമെന്ന അദ്ദേഹത്തിന്റെ വിശകലനവും എന്നെ ഞെട്ടിക്കുകയുണ്ടായി. സുസജ്ജവും സാമ്പത്തികവുമായി സ്വതന്ത്രമായ മുസ്ലിംലോകവും പാശ്ചാത്യനാടുകളും തമ്മിൽ ഉദയം കൊണ്ട സംഘർഷത്തെ സംബന്ധിച്ച പ്രൊഫസർ ഹണ്ടിങ്ടണിന്റെ അചഞ്ചലമായ നൈരാശ്യവാദത്തോട് പ്രത്യേകിച്ചും ഞാൻ വിയോജിച്ചു.

എന്നാൽ നാലുവർഷത്തിനു ശേഷം പ്രൊഫസർ ഹണ്ടിങ്ടണിന്റെ സിദ്ധാന്തത്തെ കുറച്ചുകൂടി മിതത്വത്തോടുകൂടി എനിക്ക് വിലയിരുത്തേണ്ടി വന്നു. താർക്കികവും അന്വേഷണാത്മകവുമായ പ്രധാന പ്രശ്നങ്ങളെ സംബന്ധിച്ച് ബൗദ്ധികചർച്ചകൾക്ക് അവസരമൊരുക്കാനെങ്കിലും കുറഞ്ഞപക്ഷം, അദ്ദേഹത്തിന്റെ പ്രബന്ധം കൊണ്ടു സാധിച്ചു. കാരണം നാം ഇഷ്ടപ്പെട്ടാലുമില്ലെങ്കിലും അതങ്ങനെതന്നെയായിരുന്നാലും അല്ലെങ്കിലും ലോകം പാശ്ചാത്യമൂല്യങ്ങളെയും നടപടിക്രമങ്ങളെയും ഇസ്ലാമിന്റെ മൂല്യങ്ങളെയും പാരമ്പര്യങ്ങളെയും പരസ്പര വിരുദ്ധവും എതിരിടുന്നതുമായാണ് പലപ്പോഴും നോക്കിക്കാണുന്നത്.

ഇവയിൽ ചില വാദമുഖങ്ങളെ ഇന്ന് നമുക്ക് പരിശോധിച്ചു നോക്കാം. ഒരുപത്തുവർഷം മുമ്പുണ്ടായിരുന്ന ലോകമല്ല ഇന്നുള്ളത്. ആണവഭീഷണിയുടെ നിഴലിലായിരുന്നു അന്ന് ലോകം. ശീതയുദ്ധം ലോകത്തെ, പാശ്ചാത്യമെന്നും സോവിയറ്റെന്നുമുള്ള രണ്ടടുക്കുകളാക്കി മാറ്റുകയും അഫ്ഗാനിസ്ഥാനിലെ സ്വയംനിർണയാവകാശത്തിനുവേണ്ടിയുള്ള പോരാട്ടത്തിന്റെ വിഷയത്തിൽ നിർണായകമായ ഒരവസ്ഥയിലെത്തി നിൽക്കുകയുമായിരുന്നു. ഇസ്ലാമികലോകവും പാശ്ചാത്യലോകവും തമ്മിലുള്ള സഖ്യമായിരുന്നു അമ്പതുകളിലും അറുപതുകളിലും എഴുപതുകളിലും എൺപതുകളിലും കമ്യൂണിസത്തെ ഏഷ്യയിൽ ഒതുക്കി നിർത്തുന്നതിൽ നിർണായക പങ്കുവഹിച്ചത്.

പടിഞ്ഞാറുള്ള കുറച്ചാളുകൾ മുസ്ലിങ്ങളെ ഭീകരവാദികളും മതഭ്രാ

ന്തന്മാരുമായി ചിത്രീകരിക്കുന്നുണ്ട്. മുസ്ലിങ്ങൾ ഇതുരണ്ടുമല്ലെന്ന് നിങ്ങൾക്കുറപ്പുനൽകാൻ എനിക്കു കഴിയും. അരനൂറ്റാണ്ടോളം പടിഞ്ഞാറിൽ നിന്നുള്ള സാമ്പത്തിക-സൈനിക സഹായങ്ങൾ ലഭിച്ച മുസ്ലിങ്ങൾ യാതൊരു സഹായവും ലഭിക്കാത്ത വിധത്തിൽ കാര്യങ്ങൾ തകിടം മറിഞ്ഞതിൽ മറുപുറത്ത്, ആശങ്കാകുലരാണ്. സ്വയം പാശ്ചാത്യലോകത്തിന്റെ സുഹൃത്തുക്കളാണെന്ന് കരുതിയിരുന്ന മുസ്ലിങ്ങൾക്ക് ഈ അകൽച്ചയുടെ കാരണം മനസിലാകുന്നില്ല. ഉദാഹരണത്തിന് പാകിസ്ഥാനെപ്പോലുള്ള രാജ്യങ്ങൾക്ക് ഐക്യനാടുകളിൽ നിന്ന് 4.6ശതകോടി ഡോളറിന്റെ സൈനിക-സാമ്പത്തിക സഹായം ലഭിച്ചു കൊണ്ടിരുന്നതാണ്. മാസത്തിൽ ആയിരം ഡോളർ വരുമാനമുള്ള ഒരാൾക്ക് ഒരുസുഹൃത്തിന്റെ വകയായി അഞ്ഞൂറുഡോളർകൂടി മാസാമാസം കിട്ടിയിരുന്നുവെന്ന് കരുതുക. ഒരു ദിവസം സുഹൃത്തു പറയുന്നു; മാപ്പാക്കണം, ഇനി എന്റെ വകയായി അഞ്ഞൂറുഡോളർ തരാനാവില്ല; ആയിരം കൊണ്ടു തന്നെ ജീവിച്ചോളൂ എന്ന്. ഇതിന്റെ ഫലമായി അയാളുടെ ജീവിതനിലവാരത്തിൽ പെട്ടെന്നൊരു ഇടിച്ചിൽ സ്വാഭാവികമാണ്. ഇതാണിപ്പോൾ പാകിസ്ഥാനുൾപ്പെടെയുള്ള പല മുസ്ലിംരാഷ്ട്രങ്ങളിലും സംഭവിച്ചുകൊണ്ടിരിക്കുന്നത്.

പൊടുന്നനെ സഹായങ്ങൾ ഇല്ലാതായി. ജനാധിപത്യത്തിന്റെ പുനരുജ്ജീവനവുമായി അതിന് നേരിട്ട് ബന്ധമുണ്ട്. ജനങ്ങൾ നല്ല അവസ്ഥയിലാവുന്നതിനുപകരം ദുഷിച്ച അവസ്ഥയിലാവും. കാരണം ഇപ്പോൾ അവർക്ക് കുറച്ചു വിഭവങ്ങളും കുറച്ചു വരുമാനവും മാത്രമേയുള്ളൂ. ഒരിക്കൽ ലഭ്യമായി വരുന്ന വിഭവങ്ങൾ കുറയുന്നതെന്താണ്, പാശ്ചാത്യലോകം മുസ്ലിങ്ങളെ മുൻവിധിയോടെ കാണുന്നതെന്താണ്, അതിന്റെ കാരണങ്ങൾ പലർക്കും ഇനിയും മനസിലാക്കാൻ സാധിക്കുന്നില്ല. അബ്രഹാമിനെയും മോശയെയും യേശുവിനെയും വിശുദ്ധന്മാരായ പ്രവാചകന്മാരായി കാണുന്ന മതമാണ് ഇസ്ലാം, ആ മുസ്ലിങ്ങളെ പാശ്ചാത്യർ സംശയദൃഷ്ട്യാ വീക്ഷിക്കുന്നുവെന്നത് അവരെ സംഭ്രമിപ്പിക്കുകയാണ്. യഹൂദ-ക്രിസ്ത്യൻ സംസ്കാരത്തിന്റെ അവിഭാജ്യഘടകമാണ് ഇസ്ലാം, അങ്ങനെ വരുമ്പോൾ, യഹൂദ-ക്രിസ്ത്യൻ സംസ്കാരത്തിന്റെ അവിഭാജ്യഘടകമായിരിക്കെ പടിഞ്ഞാറൻ ബ്ലോക്കും ഇസ്ലാം ബ്ലോക്കും എന്ന രീതിയിൽ ലോകം രണ്ടുതട്ടായി കണക്കാക്കപ്പെടുന്നുവെന്നത് മുസ്ലിങ്ങൾക്ക് ശരിക്കും ഒരാഘാതം തന്നെയാണ്.

ഇപ്പോൾ, ചില സംഭവങ്ങളോട് പടിഞ്ഞാറുനിന്നുണ്ടാകുന്ന പ്രതികരണങ്ങൾ മുസ്ലിങ്ങൾക്ക് ബുദ്ധിമുട്ടുണ്ടാക്കുന്നുണ്ട്. ഉദാഹരണത്തിന്, എന്തുകൊണ്ടാണ് യൂറോപ്പിലെ ഒരു മഹാനഗരം വളരെ ബോധപൂർവമായി തകർത്തു തരിപ്പണമാക്കിയതെന്ന് മുസ്ലിങ്ങൾക്ക് മനസിലാകുന്നില്ല. ഈ സംഭവം സി എൻ എൻ എല്ലായിടത്തും എത്തിച്ചിട്ടുണ്ട്. എന്തുകൊണ്ടാണ് പാശ്ചാത്യലോകം യാതൊന്നുമറിയാത്തതു പോലെ നിന്നുകളഞ്ഞതെന്ന് മുസ്ലിങ്ങൾക്ക് മനസിലാകുന്നില്ല. ഇത്തരത്തിൽ യൂറോ

പ്പിന്റെ ഹൃദയഭാഗത്തുള്ള ഒരു നഗരത്തിലുണ്ടായ രക്തച്ചൊരിച്ചിലിനു നേരെകാണിച്ച മൗനം തീവ്രവാദികളാണേറ്റെടുത്തിരിക്കുന്നത്; അവർ ചോദിക്കുന്നു മുസ്ലിങ്ങളുടെ സെറാജാവോയിലല്ല, ക്രിസ്ത്യാനികളുടെ പാരീസിലാണിങ്ങനെ സംഭവിച്ചതെങ്കിൽ പാശ്ചാത്യലോകം അടങ്ങിയിരിക്കുമായിരുന്നോ? യൂറോപ്പിന്റെ ഹൃദയഭാഗത്തുള്ള ഒരുമുസ്ലിം നഗരം നശിപ്പിക്കപ്പെട്ടപ്പോൾ പാശ്ചാത്യലോകം തങ്ങളെ ഉപേക്ഷിച്ചുവെന്ന തോന്നലാണ് ലോകത്തെമ്പാടുമുള്ള മുസ്ലിങ്ങൾക്കുണ്ടായത്.

അങ്ങനെ, ചരിത്രത്തിൽ നിന്നുള്ള പാഠങ്ങളും മനുഷ്യപ്രകൃതിയെപ്പറ്റിയുള്ള പാഠങ്ങളുമാലോചിച്ച് നാം സമയം കഴിക്കുന്നു. കുറച്ച് മുസ്ലിം രാഷ്ട്രങ്ങളെ ചൂണ്ടിക്കാണിച്ച് ഇസ്ലാമിൽ ജനാധിപത്യത്തിന് യാതൊരു സ്ഥാനവുമില്ലെന്ന് പാശ്ചാത്യനാടുകളിൽ പലരും വിശ്വസിക്കുമ്പോൾ മറുഭാഗത്ത് തങ്ങളുടെ വിശ്വാസപ്രമാണത്തിന്റെ ഭാഗമാണ് ജനാധിപത്യമെന്ന് മുസ്ലിങ്ങൾ വിശ്വസിക്കുന്നു. ഇസ്ലാമിൽ ഏകാധിപത്യം ഒരിക്കലും അനുവദനീയമല്ല. ജനങ്ങളുടെ അവകാശങ്ങൾക്കുമേലുള്ള കടന്നുകയറ്റമാണ് ഏകാധിപത്യം. എവിടെയാണോ നിഷ്ഠൂരവാഴ്ച നടക്കുന്നത് അവിടെ പോരാട്ടത്തിനിറങ്ങാൻ മുസ്ലിങ്ങൾ ബാധ്യസ്ഥരാണ്. കണ്ടിട്ടും നിഷ്ഠൂരവാഴ്ചയ്ക്കെതിരെ പൊരുതുവാൻ കഴിയാതെ വന്നാൽ രാജ്യം വിട്ടുപോയ്ക്കൊള്ളാനാണ് മുസ്ലിങ്ങളോട് പറഞ്ഞിട്ടുള്ളത്. എന്നാൽ അതിനെതിരെ ശാന്തനായിരിക്കരുത്, അങ്ങനെ ചെയ്താൽ അത് നിഷ്ഠൂരവാഴ്ചയെ അംഗീകരിക്കുന്നതിനു തുല്യമാവും.

ഇസ്ലാമിന്റെ അന്തഃസത്തയിൽ നാലു പ്രധാനപ്പെട്ട ജനാധിപത്യ തത്വങ്ങളുണ്ട്. ആദ്യത്തേത് കൂടിയാലോചന അഥവാ ഷൂറ; അടുത്തത് അഭിപ്രായ സമന്വയം അഥവാ ഇജ്മ; അവസാനമായി സ്വതന്ത്രമായ വിധിന്യായം അഥവാ ഇജ്ദാഹ. ജനാധിപത്യവുമായി ഇണങ്ങാത്തതാണ് എന്നതിനു പകരം, ഞങ്ങളുടെ വിശുദ്ധപുസ്തകം, ജനാധിപത്യ പ്രക്രിയയുടെ താത്വിക വിശകലനങ്ങൾ വ്യക്തമാക്കുന്നുണ്ട്. തെരഞ്ഞെടുക്കപ്പെട്ടവരും ജനങ്ങളും തമ്മിലുള്ള ആശയവിനിമയം, ജനങ്ങൾക്കിടയിൽ നേതാക്കന്മാർക്കുണ്ടായിരിക്കേണ്ട സ്വീകാര്യത എന്നിവയാണവ; അതാകട്ടെ ഇസ്ലാമിന്റെ മൗലിക നിയമങ്ങളുമാണ്. വിശുദ്ധ പുസ്തകം പറയുന്നു, സംതുലിതമായ പരിഗണനയോടെ പരസ്പരം ചർച്ചകൾ നടത്തുന്ന, പരസ്പരം ഉപദേശിക്കുന്ന പരസ്പരാശ്രയ സംഘമാണ് ഇസ്ലാമിക സമൂഹം. സന്തുലിത പരിഗണനയെന്നത് ഞാൻ വീണ്ടും ആവർത്തിക്കുകയാണ്. സഹോദരീസഹോദരന്മാരേ വിശുദ്ധ *ഖുറാൻ* സമത്വത്തിനു വേണ്ടിയെന്നതുപോലെ ജനാധിപത്യത്തിനുവേണ്ടിയും പ്രതിജ്ഞാബദ്ധമാണ്. ബഹുസ്വരതയ്ക്കും സഹിഷ്ണുതയ്ക്കും കടപ്പെട്ടതുപോലെ ക്രമപാലനത്തിനും അനുശാസനത്തിനും കടപ്പെട്ടിരിക്കുന്നു. എനിക്കറിയാം, പടിഞ്ഞാറൻ സ്ഥിരരൂപിയായ മാതൃകകളുമായി ചേർച്ചയില്ലാത്തതാണിത്. എന്നാൽ, എങ്ങനെയായിരുന്നാലും അതാണു ശരി. കൂടിയാലോചനയെന്നതു കൊണ്ട് വിശുദ്ധ *ഖുറാൻ* ആവശ്യപ്പെടുന്നത് പ്രാതിനിധ്യമുള്ള

വ്യക്തികൾ തീരുമാനമെടുക്കുകയെന്നതാണ്. ജനങ്ങളുടെ വിശ്വാസം ആർജിക്കുവാൻ കഴിയുന്ന സ്ത്രീകളും പുരുഷന്മാരും തീരുമാനമെടുക്കുകയെന്നതാണ്, അതുപോലെ അവരുടെ സ്വഭാവഗുണത്തിന്റെ ഉദ്ഗ്രഥനവുമാണ്. അഭിപ്രായസമന്വയം ഭൂരിപക്ഷത്തിന്റെ ഭരണത്തിന് ഒരു അടിസ്ഥാനമുണ്ടാക്കുന്നു. മുസ്ലിംപണ്ഡിതനായ ലൂയിസ് സഫിയുടെ അഭിപ്രായത്തിൽ രാഷ്ട്രത്തിന്റെ നിയമസാധുത ഒമറിന്റെ അഥവാ ജനങ്ങളുടെ താൽപ്പര്യം എത്രത്തോളം രാഷ്ട്രത്തിന്റെ സംഘാടനത്തിലും അധികാരത്തിലും പ്രതിഫലിക്കുന്നുവെന്നതിന്റെ അടിസ്ഥാനത്തിലാണ്.

ഇസ്ലാമിക ജനാധിപത്യത്തിന്റെ മൂലതത്വമെന്നു പറയുന്നത് സ്വതന്ത്രമായ വിധിന്യായമാണ്. സാമൂഹ്യശാസ്ത്രജ്ഞനായ അമതായി എഡ്സിയോനി രൂപം കൊടുത്ത, ക്ലിൻൺ ഭരണകൂടത്തിന്റെ കാര്യക്രമത്തെ സംബന്ധിച്ച ആശയസംഹിതയുടെ കാതലായിക്കിടക്കുന്ന, പാശ്ചാത്യലോകംപോലും അന്ധമായി അനുകരിക്കാൻ ശ്രമിക്കുന്ന വ്യക്തിപരമായ ഉത്തരവാദിത്തമെന്ന അനുബന്ധഘടകംകൂടി നാമിവിടെ ദർശിക്കുന്നു. ബ്രിട്ടനിലെ പാർലമെന്ററി ജനാധിപത്യംപോലെ ജനതാൽപ്പര്യത്തെ മുൻനിർത്തിയുള്ള അമേരിക്കൻ അധികാര വിഭജനം പോലെ ഇസ്ലാമികനിയമങ്ങളും ജനങ്ങളുടെ അംഗീകാരവും കൂടിയാലോചനയുമായി ബന്ധപ്പെട്ടു കിടക്കുന്നതും അവരുടെ ഇച്ഛാശക്തിയിൽ കെട്ടിപ്പടുത്തതുമാണ്.

കൂടുതൽ ഫലപ്രദമായ പങ്കാളിത്ത ജനാധിപത്യരൂപങ്ങളെ സൃഷ്ടിക്കാനുള്ള ജനപ്രീണന തന്ത്രങ്ങളെക്കുറിച്ച് ആലോചിക്കുകയാണിപ്പോൾ പടിഞ്ഞാറൻ രാഷ്ട്രീയ ശാസ്ത്രജ്ഞന്മാർ. പക്ഷേ, ജനാധിപത്യ ക്രമത്തെ സംബന്ധിച്ച് ആശയവ്യക്തത കൈവരുത്തുവാൻ ബോർഡിനടുത്തു പോകേണ്ടതുണ്ടെന്ന് മുസ്ലിങ്ങൾ വിശ്വസിക്കുന്നില്ല. അത് വിശുദ്ധ ഗ്രന്ഥത്തിൽ തന്നെയുണ്ട്. ഇസ്ലാമിന് സമുദായ ബോധമോ വ്യക്തിപരമായ ഉത്തരവാദിത്തമോ പ്രത്യേകം സൃഷ്ടിച്ചെടുക്കേണ്ട ആവശ്യമില്ല. അതും വിശുദ്ധഗ്രന്ഥത്തിൽ പറയുന്നുണ്ട്. പരിജ്ഞാനമുള്ള മുസ്ലിങ്ങൾക്ക് ജനാധിപത്യത്തെക്കുറിച്ചുള്ള പാശ്ചാത്യഭാഷണങ്ങൾ ഗൗരവമില്ലാത്തതായിട്ടാണ് തോന്നുക. മുസ്ലിങ്ങൾക്ക് പാശ്ചാത്യലോകത്തെ അറിയിക്കുവാനുള്ളത്, കമ്യൂണിസത്തെ തന്ത്രപരമായി പ്രതിരോധിക്കുവാനുള്ള മാർഗമെന്ന നിലയിലാണ് ചിലയിടങ്ങളിൽ ഏകാധിപത്യഭരണം നിലവിൽ വന്നതെന്നാണ്. ഏകാധിപത്യം മുസ്ലിം വിശ്വാസത്തിന്റെയോ സംസ്കാരത്തിന്റെയോ ഭാഗമെന്ന നിലയ്ക്കല്ല നിലവിൽവന്നത്.

അക്കാരണത്താലാണ്, ദശാബ്ദങ്ങളായി മുസ്ലിം ഏഷ്യമാത്രമല്ല സ്പെയിനും പോർച്ചുഗലുമെല്ലാം ഫാസിസത്താൽ ഭരിക്കപ്പെട്ടത്. ഗ്രീസിന്റെ ഭരണം സൈനിക സംഘത്തിന്റെ കൈയിലകപ്പെട്ടത്. അർജൻന്റീനയിലും ബ്രസീലിലും പരാഗ്വേയിലും ചിലിയിലുമെല്ലാം സാമൂഹികവും രാഷ്ട്രീയവുമായ അടിച്ചമർത്തലുകളുണ്ടായത്. 1997 ഒക്ടോബർ 21-ന് നടത്തിയ പ്രസംഗത്തിൽ, പ്രൊഫസർ ഹണ്ടിങ്ടൺ അനുതാപത്തോടെ

ഊന്നിപ്പറഞ്ഞു, ജനാധിപത്യ വിരുദ്ധഭരണകൂടങ്ങൾ കൂടുതലും അമേരിക്കൻ അനുകൂലികളാണെന്ന്. ശീതയുദ്ധാനന്തര കാലഘട്ടത്തിലെ ജനാധിപത്യത്തിന്റെ ഭാവി പാക്സ് അമേരിക്കാനയുടെ തന്ത്രപ്രധാനമായ താൽപ്പര്യങ്ങൾക്ക് മീതെ അനിശ്ചിതമായി തുടരും. തന്ത്രപ്രധാനമായ താൽപ്പര്യങ്ങൾക്ക് മാറ്റം വന്നിട്ടുണ്ട്. അവയൊന്നും ഒരിക്കലും പ്രത്യയശാസ്ത്രപരമായ സ്വഭാവമുള്ളവയായിരുന്നില്ല. അവയെല്ലാംതന്നെ സാമ്പത്തിക സ്വഭാവമുള്ളവയായിരുന്നു. വിപണന രാഷ്ട്രീയം, ആഗോളവ്യാപാരം, ഊർജ ഉറവിടങ്ങൾ തുടങ്ങിയവയാണ് പാശ്ചാത്യർക്ക് ശീതയുദ്ധാനന്തരകാലത്തെ പുതിയ രാഷ്ട്രീയകാലാവസ്ഥയിൽ തന്ത്രപ്രധാനമായ താൽപ്പര്യങ്ങൾ.

പുതിയ സഹസ്രാബ്ധത്തിലേക്ക് പ്രവേശിക്കുവാനൊരുങ്ങുന്ന അവസരത്തിൽ ഒരു പുതിയ സാമ്പത്തിക സാമൂഹിക ക്രമം കെട്ടിപ്പടുക്കുവാൻ ഇസ്ലാമിനും പാശ്ചാത്യർക്കും കൂടി സാധിക്കും. എന്നാൽ ഇരുപത്തിയൊന്നാം നൂറ്റാണ്ട് വിശ്വസനീയമായ ധർമനീതിയുടെ ഒരു നൂറ്റാണ്ട് ആയിരിക്കും; നിർധാരണ ശക്തിയുടേതായിരിക്കില്ല. ഭൗതികതലത്തിലായിരുന്നാലും ആത്മീയതലത്തിലായിരുന്നാലും കോളനിവൽക്കരണത്തിന്റെയും ചൂഷണത്തിന്റെയും കാലം കഴിഞ്ഞുവെന്ന് പടിഞ്ഞാറൻ ശക്തികൾ മനസിലാക്കേണ്ട സമയമാണിത്. അതുപോലെ ഇരുപതാംനൂറ്റാണ്ടിൽ പരിഹരിക്കപ്പെടാതെ കിടക്കുന്ന പ്രശ്നങ്ങളും ഇരുപത്തിയൊന്നാം നൂറ്റാണ്ടിലെ അനന്തമായ അവസരങ്ങളും കൈകാര്യം ചെയ്യുവാനായി ഇസ്ലാമിക ലോകം തനിയെയും പരസ്പരം ആശ്രയിച്ചുകൊണ്ടും തുടങ്ങേണ്ടുന്ന കാലമാണിത്.

ഉദിച്ചുവരുന്ന പുതിയ രാഷ്ട്രീയ ക്രമത്തിലും, പുത്തൻ സാങ്കേതിക വിപ്ലവത്തിലും ആഗോളസമ്പദ്വ്യവസ്ഥയിലെ ആശയവിനിമയ മാർഗങ്ങളിലും ഇസ്ലാമിന്റെ പങ്ക് രേഖപ്പെടുത്തുവാനും പുതിയ അവസരങ്ങൾക്കുള്ള പൊതുമാനദണ്ഡങ്ങൾ രൂപപ്പെടുത്തുവാനും കഴിയുന്ന നേതൃത്വത്തെ മുസ്ലിം ലോകത്തിനാവശ്യമുണ്ട്. പുതിയ കാലഘട്ടത്തിലെ പുതിയ അവശ്യകാര്യങ്ങളെ പരിഗണിക്കുന്നതിനായി, കിഴക്കും പടിഞ്ഞാറും മറ്റെല്ലാ മതങ്ങളുംകൂടി തോളോടു തോൾ ചേർന്ന്, ഈ ഭൂമുഖത്തെ എല്ലാ ജനങ്ങളുടെയും ജീവിതനിലവാരം ഉയർത്തുന്നതിനു വേണ്ടി പ്രവർത്തിക്കാൻ തയാറാകണം. അതുപോലെ, നാം മുസ്ലിങ്ങൾ ഇസ്ലാമിന്റെ അന്തഃസത്തയ്ക്കനുസരിച്ച് ജീവിക്കണം; അതിന്റെ ആചാരങ്ങൾക്കനുസരിച്ചല്ല. ഇസ്ലാമിനുവേണ്ടി വാദിക്കുന്നുവെന്നു പറയുന്നവർ സ്ത്രീകൾക്ക് സമൂഹത്തിലൊരു സ്ഥാനം നൽകാൻ തയാറല്ല. ഞാൻ പറയുന്നു ഇസ്ലാമിന്റെ സഹജസ്വഭാവം സമത്വമാണെന്ന്. ലിംഗപരമായ സമത്വം. ലോകത്ത് ഇസ്ലാമിനെ പോലെ, എഴുത്തിലും വാക്കിലും, സമൂഹത്തിൽ സ്ത്രീകൾക്കുള്ള പങ്കിനെ ബഹുമാനിച്ച മറ്റുമതമില്ല.

സ്ത്രീവിരുദ്ധമാണ് ഇസ്ലാമെന്ന് കുറ്റപ്പെടുത്തുന്ന പാശ്ചാത്യലോകത്തുള്ളവർ ഒരു രാഷ്ട്രത്തിലെ ആദ്യ വനിതാപ്രധാനമന്ത്രിയായി

തിരഞ്ഞെടുക്കപ്പെട്ട എന്നെ, മൂന്നു മുസ്ലിം രാഷ്ട്രങ്ങളായ പാകിസ്ഥാൻ, ബംഗ്ലാദേശ്, തുർക്കി എന്നീ രാഷ്ട്രങ്ങളിൽ തിരഞ്ഞെടുക്കപ്പെട്ട വനിതകളാണ് ഭരണത്തിന് നേതൃത്വം കൊടുക്കുന്നതെന്നോർമിപ്പിക്കുവാൻ അനുവദിക്കണം. മറ്റൊരു തരത്തിൽ പറഞ്ഞാൽ സുഹൃത്തുക്കളേ, നമുക്ക് പരസ്പരം മനസിലാക്കുവാനേറെയുണ്ടെന്നു സാരം. പുതിയ നൂറ്റാണ്ടിന്റെ പടി കടന്നീടുമ്പോൾ, പുതിയ സഹസ്രാബ്ദത്തിലേക്ക് കാലെടുത്തുവയ്ക്കുമ്പോൾ ഇസ്ലാം പാശ്ചാത്യരിൽ നിന്നും പാശ്ചാത്യർ ഇസ്ലാമിൽ നിന്നും.

തുടർച്ചയായ പല പ്രശ്നങ്ങളും നാമിന്നഭിമുഖീകരിക്കുന്നു. പുസ്തകങ്ങൾ കത്തിക്കുകയും സ്ത്രീകളെ പർദയ്ക്കുള്ളിലാക്കുകയും ചെയ്യുന്ന ഇസ്ലാമിക തീവ്രവാദികൾ, ചികിത്സാലയം ആക്രമിക്കുന്ന അമേരിക്കയിലെ ക്രിസ്ത്യൻ മൗലികവാദികളിൽനിന്നും ഹെബ്രോണിലെ വിശ്വാസികളെ കൂട്ടക്കൊല ചെയ്യുന്ന ജൂത തീവ്രവാദികളിൽനിന്നും വ്യത്യസ്തരല്ല. അതുകൊണ്ട് നമ്മെപ്പറ്റി നാംതന്നെ വച്ചുപുലർത്തുന്ന തെറ്റിദ്ധാരണകൾ ഇല്ലാതാക്കേണ്ടതുണ്ട്. നമ്മുടെ സമൂഹത്തിന്റെ പൊതുവായ, യഥാർഥശത്രുക്കളെ നേരിടാൻ ഇസ്ലാമിനും പാശ്ചാത്യർക്കും കഴിയേണ്ടുന്ന സമയമാണിത്. ഈ ശത്രുക്കൾ മനുഷ്യരല്ല; അജ്ഞതയും വെറുപ്പുമാണ്. വംശീയ ന്യൂനപക്ഷങ്ങളല്ല; പട്ടിണിയും അസഹിഷ്ണുതയുമാണ്. ഇടുങ്ങിയ മനസും മുൻവിധിയുമാണ്, അത് മതപരമായാലും രാഷ്ട്രീയ, വംശീയ, ലിംഗപരമോ ബൗദ്ധികമോ, എന്തായിരുന്നാലും ഇരുപത്തിയൊന്നാംനൂറ്റാണ്ടിനെ സംബന്ധിച്ച നമ്മുടെ പ്രതീക്ഷകളുടെ പൊതുശത്രുക്കൾ. സംസ്കാരങ്ങളുടെ സംഘർഷത്തിന് എണ്ണപകരുന്നതും ഇവ തന്നെയാണ്.

സഹോദരീ സഹോദരന്മാരെ, നാം പുതിയ നൂറ്റാണ്ടിലേക്കും സഹസ്രാബ്ദത്തിലേക്കും കടന്നുചെല്ലാൻ പോവുകയാണ്. പുതിയ സഹസ്രാബ്ദത്തിലേക്ക് കൈയും മടക്കി ആരോടും ഉരിയാടാതെ ഒറ്റയാനായി പോകണമോയെന്നത് നമ്മുടെതന്നെ സ്വന്തം നിയന്ത്രണത്തിലാണിരിക്കുന്നത്. പുതുയുഗത്തിന്റെ അനുഗ്രഹാശിസുകളിൽ വിശ്വാസമുള്ളവർക്കുമുന്നിൽ അനന്തസാധ്യതകളാണുള്ളത്; മനുഷ്യരുടെ സാമൂഹിക സാമ്പത്തികാവസ്ഥകൾ കൈകാര്യം ചെയ്യാൻ സാങ്കേതികവിദ്യയെ എങ്ങനെ ഉപയോഗപ്പെടുത്താം, അസഹിഷ്ണുത ഒഴിവാക്കാം, ജനാധിപത്യവും മനുഷ്യാവകാശവും ശക്തിപ്പെടുത്താം എന്നിങ്ങനെ. ഇസ്ലാമിനെ സംബന്ധിച്ചിടത്തോളവും പാശ്ചാത്യരെ സംബന്ധിച്ചിടത്തോളവും മാറ്റത്തിന്റെ പ്രേരണാശക്തിയും, സാങ്കേതികതയ്ക്കും സാമ്പ്രദായികതയ്ക്കും വേണ്ടിയുള്ള തള്ളലും, സഹിഷ്ണുതയുടെ ഉൾബലവും, സ്വാതന്ത്ര്യത്തിന്റെയും സ്വതന്ത്രമായി പ്രവർത്തിക്കാനുള്ള അവസരങ്ങളുടെ ആവശ്യകതയും മനുഷ്യാവകാശങ്ങളുടെ പരിശുദ്ധിയുമെല്ലാം കേന്ദ്രീകരിക്കപ്പെട്ടിരിക്കുന്നത് പുതുയുഗത്തിലാണ്, എന്റെയും നിങ്ങളുടെയും നമ്മുടെയും തലമുറയിലാണ്. അത് ലോകത്തെ ചലിപ്പിക്കുവാൻ നമുക്ക് അസാ

ധാരണങ്ങളായ അവസരങ്ങൾ പ്രദാനം ചെയ്യുന്നു. എന്തുകൊണ്ടെന്നാൽ, നിർണായക പ്രാധാന്യമുള്ള പുതിയ സഹസ്രാബ്ദത്തിലേക്കുള്ള രേഖപ്പെടുത്തപ്പെട്ട ചരിത്രത്തിലെ മൂന്നാമത്തെ ഗതിമാറ്റത്തിന് കഷ്ടിച്ച് എണ്ണൂറുദിവസത്തിനുള്ളിൽ നാം സാക്ഷ്യം വഹിക്കുകയാണ്. അതെവിടെയായിരുന്നാലും ആ അസാധാരണമായ നിമിഷത്തിൽ എന്തുണ്ടായിരുന്നാലും, ആ മഹായുഗം പിറന്നു വീഴുകയും 2000-ാമാണ്ട് ആകാശത്ത് പ്രോജ്വലിക്കാൻ തുടങ്ങുകയും ചെയ്യുമ്പോൾ നാം ഭൂതകാല മനസിന്റെ തടവറയിൽ തന്നെയായിരിക്കുമോ? അല്ലെങ്കിൽ, അനന്തസാധ്യതകളുടെ ചരിത്രപരമായ ഭാവിയിലേക്ക് നാം സ്വതന്ത്രരാക്കപ്പെടുമോ?

സ്വന്തം ഭാഗധേയത്തിന് മേൽനോട്ടം വഹിക്കാനധികാരപ്പെട്ടതാണ് എന്റെയും നിങ്ങളുടെയും നമ്മുടെയും തലമുറ. അജ്ഞത, റോബർട്ട് ബ്രൗണിങ്ങിന്റെ ഭാഷയിൽപ്പറഞ്ഞാൽ നിഷ്കളങ്കമായ ഒന്നല്ല; അടിച്ചേൽപ്പിക്കപ്പെട്ടതാണെന്ന് ലോകം അവസാനമായി അംഗീകരിച്ചിട്ടുണ്ട്. അതുകൊണ്ടുതന്നെ, സഹോദരീസഹോദരന്മാരേ, ഞാൻ ഒരിക്കൽ പഠിച്ചിരുന്നതും ഇപ്പോൾ നിങ്ങൾ പഠിച്ചുകൊണ്ടിരിക്കുന്നതുമായ ഹാർവാർഡിൽ വന്നത് എന്റെ കാഴ്ചപ്പാടുകൾ അവതരിപ്പിക്കാനാണ്. ഞാൻ മൂന്നാം സഹസ്രാബ്ദത്തെ കാണുന്നത് ധനികവും ദരിദ്രവുമായ രാഷ്ട്രങ്ങൾക്കിടയിലെ അകലം അലിഞ്ഞു തീരുന്നൊരിടമായാണ്. നിരക്ഷരതയും വിശപ്പും പോഷണക്കുറവും കീഴടക്കപ്പെടാവുന്ന ഒരടിമയാണ്. സാർവജനീനമായ മനുഷ്യാവകാശങ്ങൾ കളിയാടുന്നൊരിടമായാണ്. പൊതുസംഭാഷണങ്ങൾ പുനരാരംഭിക്കുന്നൊരിടമായാണ് ഞാൻ മൂന്നാം സഹസ്രാബ്ദത്തെ വിവക്ഷിക്കുന്നത്. മതങ്ങൾ മതങ്ങളെ സ്നേഹിക്കുന്ന സഹിഷ്ണുതയുടെ ഒരിടം. പിറന്നുവീഴുന്ന ഓരോ കുട്ടിയും പരിലാളിക്കപ്പെടുന്ന, സംരക്ഷിക്കപ്പെടുന്ന, അവലംബമുള്ളവനാക്കപ്പെടുന്ന, സമൂഹത്തിന്റെ ആവശ്യക്കാരനാക്കപ്പെടുന്ന ഒരിടം. അത് ആൺകുട്ടികളുടെതുപോലെ പെൺകുട്ടികളുടെയും ജനനം ആഘോഷിക്കപ്പെടുന്ന ഒരിടമായിരിക്കും. ഇതാണ് എന്റെ രാജ്യത്തിനും നിങ്ങളുടെ രാജ്യത്തിനുമായി ഞാൻ വിഭാവനം ചെയ്യുന്ന മൂന്നാം സഹസ്രാബ്ദം. അതുകൊണ്ട്, ഞാൻ പ്രത്യാശിക്കുകയാണ്, നമുക്കൊന്നിച്ച് മുന്നേറാം. എല്ലാവർക്കും വളരെ നന്ദി.

8

ഇന്ദിരാഗാന്ധി

ജവാഹർലാലിന്റെയും കമലാനെഹ്റുവിന്റെയും ഏകമകളായി 1917 നവംബർ 19 ന് ഇന്ദിരാഗാന്ധി ജനിച്ചു. അവർ ഏറെക്കൊതിച്ചിരുന്ന കോൺഗ്രസ് പാർട്ടിയിലേക്കുള്ള പ്രവേശനം 1938-ലാണ് നടന്നത്. അധികം കഴിയും മുമ്പെ 1942-ൽ, ഒരു പത്രലേഖകനായിരുന്ന ഫിറോസ് ഗാന്ധിയെ അവർ വിവാഹം കഴിക്കുകയും രണ്ടുപുത്രന്മാർക്ക് ജന്മം നൽകുകയും ചെയ്തു.

വിവാഹം കഴിഞ്ഞയുടനെ അട്ടിമറിക്കുറ്റം ചുമത്തി ബ്രിട്ടീഷുകാർ ദമ്പതിമാരെ തടവിലിട്ടു. ജീവിതത്തിൽ ഒരിക്കൽ മാത്രം അനുഭവിച്ചിട്ടുള്ളതും ആദ്യത്തേതുമായ തടവുജീവിതം 1942 സെപ്റ്റംബർ 11 മുതൽ 1943 മെയ് 13 വരെ അലഹബാദിലെ നൈനി സെൻട്രൽ ജയിലിലായിരുന്നു.

1966 ജനുവരി കോൺഗ്രസ് പാർട്ടി നേതാക്കന്മാർ ശ്രീമതി ഇന്ദിരാഗാന്ധിയെ പ്രധാനമന്ത്രിയായി തെരഞ്ഞെടുത്തു. പതിനാറുവർഷം ഇന്ദിര ഇന്ത്യയെ നയിച്ചു. ആധുനിക ഇന്ത്യാചരിത്രത്തിന്റെ ഭാഗമാണ് അവരുടെ ജീവിതം. അറുപത്തിനാലാം വയസിൽ രണ്ട് അംഗരക്ഷകന്മാരാൽ ഇന്ദിരാഗാന്ധി കൊലചെയ്യപ്പെട്ടു. 1980-നും 1984-നുമിടയിലുണ്ടായ അക്രമാസക്തമായ ആഭ്യന്തരകലഹങ്ങളിൽ സായുധസേനയെ ഇടപെടുവിച്ച് പരിഹാരം കാണാൻ ഇന്ദിരാഗാന്ധി ശ്രമിച്ചിരുന്നു. അത് 1984 ഒക്ടോബർ 31-ന്

സ്വന്തം അംഗരക്ഷകന്മാരാൽ അവർ വധിക്കപ്പെടുന്നതിലേക്ക് നയിക്കപ്പെട്ടു.

മാർട്ടിൻ ലൂഥർകിങ്: സമത്വത്തിന്റെ പോരാളി

ഡോ. മാർട്ടിൻ ലൂഥർകിങ്ങിനെക്കുറിച്ച് ഇന്ദിരാഗാന്ധി 1969 ജനുവരി 24-ന് ന്യൂഡൽഹിയിൽ നടത്തിയ പ്രസിദ്ധമായ പ്രസംഗം.

(അന്താരാഷ്ട്രധാരണയ്ക്കുള്ള ജവഹർലാൽ നെഹ്റു അവാർഡ് കൊറേറ്റസ്കോട്ട് കിങ്ങിന് സമ്മാനിച്ചുകൊണ്ട് നടത്തിയത്).

നാമെല്ലാവരും ഹൃദയത്തിൽ സൂക്ഷിക്കേണ്ട ഒരുനിമിഷമാണിത്. നിങ്ങൾ അവസാനമായി ഈ രാഷ്ട്രത്തിലേക്ക് നടത്തിയ സന്ദർശനത്തിന്റെ ഓർമകൾ മനസിലിപ്പോഴും തളംകെട്ടിനിൽക്കുന്നു. ഈ വേദിയിൽവച്ച് പുരസ്കാരം ഏറ്റുവാങ്ങാൻ നിങ്ങൾ രണ്ടുപേരും വരണമെന്നായിരുന്നു ഞങ്ങളുടെ ആഗ്രഹം. അതുനടന്നില്ല. നമ്മുടെ കൂടെയില്ലെങ്കിലും അദ്ദേഹത്തിന്റെ അദൃശ്യസാന്നിധ്യം നാം അനുഭവിക്കുന്നു. ഡോ. കിങ്ങിനെ എല്ലാവരും ആരാധിച്ചിരുന്നു. അതുകൊണ്ട് അദ്ദേഹത്തിന്റെ വിയോഗം എല്ലാവരെയും ദുഃഖത്തിലാഴ്ത്തിക്കളഞ്ഞു. ആ ദുരന്തം, മനുഷ്യവർഗത്തിന് ജീവിക്കുവാനും പുരോഗതി നേടുവാനും വേണ്ടി ജീവൻ ബലിനൽകിയ എക്കാലത്തെയും മഹാന്മാരായ രക്തസാക്ഷികളുടെ സ്മരണകളെ പ്രോജ്ജ്വലിപ്പിക്കുന്നു. താങ്കളുടെ സ്വന്തം ദേശത്ത് കൊലപാതകിയുടെ വെടിയുണ്ടകൾക്കു മുന്നിൽ പിടഞ്ഞുവീണ മഹാന്മാരെയും അതുപോലെ ഈ നഗരത്തിൽ, ഇരുപത്തിയൊന്നുവർഷങ്ങൾക്കുമുമ്പ് ഇതേമാസത്തിൽ ഗാന്ധിജിയുടെ രക്തസാക്ഷിത്വവും നാമോർമിക്കുന്നു. അത്തരം സംഭവങ്ങൾ നമ്മുടെ മനസിൽ മുറിവുകളായിട്ടവശേഷിക്കുന്നു, ഇനി നടത്താനുള്ള പോരാട്ടങ്ങളെയും ഇനി പൂർത്തീകരിക്കേണ്ടുന്ന കർത്തവ്യങ്ങളെയും ഓർമപ്പെടുത്തിക്കൊണ്ട് ഉന്നതശീർഷരെയോർത്ത് വ്യസനിച്ചിരിക്കുവാൻ തീർച്ചയായും പാടുള്ളതല്ല. അവരുടെ ദീപ്തമായ വ്യക്തിത്വംകൊണ്ട് നമ്മെ പ്രചോദിപ്പിച്ചതിന്, നമ്മുടെയിടയിൽ ചെലവഴിക്കാനുള്ള സന്മനസ്സ് കാണിച്ചതിന്, നാം സന്തോഷിക്കുകയാണ് വേണ്ടത്. അതുകൊണ്ട് ഇന്നിവിടെ നാം സമ്മേളിച്ചിരിക്കുന്നത് സന്താപം നിവേദിക്കുവാനല്ല, കുറഞ്ഞ സമയത്തിനുള്ളിൽ വളരെയേറെ സംഭാവനകളർപ്പിച്ച ഒരുമനുഷ്യനെ ആദരിക്കുവാനാണ്. അതുകൊണ്ടുതന്നെ മാഡം, “എന്റെ പാർശ്വത്തിലെ ധൈര്യം” എന്ന് ആരെയാണോ അദ്ദേഹം വിശേഷിപ്പിച്ചത്, ആരാണോ ചരിത്രനിയോഗത്തിന് ഊർജവും പ്രോത്സാഹനവും നൽകിയത്, ആ വ്യക്തിയായ താങ്കൾ തന്നെ അവാർഡുസ്വീകരിക്കുവാൻ ഞങ്ങൾക്കിടയിലേക്ക് വന്നത് വളരെ അനുയോജ്യമായി.

അക്രമത്തിലൂടെവന്ന് മരണം അദ്ദേഹത്തെ കീഴടക്കുവാനിടയുണ്ടെന്ന് നിങ്ങൾ രണ്ടുപേരും മുൻദർശിച്ചിട്ടുണ്ടായിരുന്നു. അത്തരമൊരു സാഹചര്യമായിരുന്നു നിലനിന്നിരുന്നത്. നീതിക്കും സമാധാനത്തിനും

സത്യത്തിനും വേണ്ടിയുള്ള ഒരു ഭേരീനാദമായി ഓർമിക്കപ്പെടണമെന്ന് ഉദ്ഘോഷിച്ചുകൊണ്ട് ഒരു ധാർമികതത്വത്തിനുവേണ്ടിയാണ് ഡോ. കിങ് മരണത്തെ വരിച്ചത്. ഒരിക്കൽ, ഭർത്താവ് കൊല്ലപ്പെടുകയാണെങ്കിൽ താങ്കൾ എന്തുചെയ്യുമെന്നു ചോദിച്ചപ്പോൾ ധൈര്യത്തോടെ താങ്കൾ പറഞ്ഞു. "തേങ്ങും; പക്ഷേ, അദ്ദേഹത്തിന്റെ പ്രവൃത്തി തുടർന്നുകൊണ്ടു പോകുമെന്ന്. താങ്കളുടെ ശോകഛായയുള്ള വദനം, ഔദ്ധത്യത്താലും അപരിമേയമായ അനുകമ്പയാലും മനോഹരമാണ്, അത് ഞങ്ങളുടെ അകത്തളങ്ങളിൽ മായാത്ത രൂപമായി കൊത്തിവയ്ക്കപ്പെടുകതന്നെ ചെയ്യും."

മഹാത്മാഗാന്ധിയും അദ്ദേഹത്തിന്റെ മരണം മുൻകൂട്ടിക്കണ്ട്, അതിനുവേണ്ടി തയാറെടുക്കുകയും ചെയ്തു. അക്രമത്തിനുവേണ്ടിയുള്ള പരിശീലനത്തിൽ കൊലപാതകപഠനം ഉൾപ്പെടുന്നതുപോലെ അദ്ദേഹം പറഞ്ഞു, — അക്രമരാഹിത്യത്തിനുള്ള പരിശീലനത്തിൽ എങ്ങനെ മരണത്തെ നേരിടണമെന്നതുകൂടി ഉൾപ്പെടുന്നു. ഒരു സത്യഗ്രഹിയുടെ യഥാർഥ മുദ്ര ഭയരാഹിത്യമാണ്. —

മഹാത്മാഗാന്ധിയുടെയും മാർട്ടിൻ ലൂഥർകിങ്ങിന്റെയും രക്തസാക്ഷിത്വം നേരിൽക്കണ്ടിട്ടെന്നപോലെ ഒരിക്കൽ രവീന്ദ്രനാഥ ടാഗോർ പാടി:

കോപത്താൽ നശിപ്പിച്ചു നാമവനെ
സ്നേഹത്താൻ പുണർന്നീടാം നമുക്കിപ്പോൾ
മൃതിയിലും നമുക്കിടയിലവനിരിപ്പൂ
മരണത്തെയും വെന്ന സാമ്രാട്ടുതാൻ

ഈ പുരസ്കാരം മാദ്ധ്യം, ധാരണയ്ക്കും സാഹോദര്യത്തിനും വേണ്ടി പ്രവർത്തിക്കുന്ന മനുഷ്യർക്കായി ഞങ്ങളുടെ രാഷ്ട്രത്തിന് സമർപ്പിക്കുവാൻ നാധിക്കുന്ന ഏറ്റവും ഉന്നതമായ പുരസ്കാരമാണ്. ഈ പുരസ്കാരം അറിയപ്പെടുന്നത്, സ്വയം ഒരു സമാധാനസ്രഷ്ടാവും ജീവിതകാലം മുഴുവൻ സ്വാതന്ത്ര്യത്തിനും നീതിക്കും സമാധാനത്തിനും വേണ്ടി ഇന്ത്യയിൽ മാത്രമല്ല ലോകത്താകമാനം പ്രവർത്തിച്ച ഒരുമനുഷ്യന്റെ നാമധേയത്തിലാണ്. ഡോ. മാർട്ടിൻ ലൂഥർ കിങ്ങിന്റെയും പ്രയത്നങ്ങൾ ഈ മൂല്യങ്ങൾക്കു വേണ്ടിയുള്ളതായിരുന്നു. തന്റെ ആദർശങ്ങൾ പുലർന്നുകാണുവാൻ ജീവരക്തം നൽകുകവഴി അദ്ദേഹം എല്ലാ രാഷ്ട്രങ്ങളിലും വർഗങ്ങളിലുംപെട്ട ധീരന്മാരും ബോധവാന്മാരുമായവരെ കൂട്ടിച്ചേർത്ത് ഒരു പുതിയ ബാന്ധവം സൃഷ്ടിച്ചെടുത്തിരിക്കുന്നു.

ഭൂമുഖത്താകമാനമുള്ള അടിച്ചമർത്തപ്പെട്ടവരും പാവപ്പെട്ടവരുമെല്ലാം ഡോ. കിങ്ങിന്റെ സ്വപ്നത്തിലുണ്ടായിരുന്നു. അദ്ദേഹത്തിന്റെ പ്രവർത്തനങ്ങൾ നമ്മുടെ മഹിമ വർധിപ്പിച്ചു. മനുഷ്യരാശിയുടെ അതിജീവനത്തിനായുള്ള അവകാശത്തെപ്പറ്റി എടുത്തുപറഞ്ഞ അദ്ദേഹം അതിനു ഭീഷണി ഉയർത്തുന്ന മൂന്നുസംഗതികൾ — വർഗപരമായ അനീതി, ദാരിദ്ര്യം, യുദ്ധം — കണ്ടെത്തി. ശാസ്ത്രം ഉൽബുദ്ധമാക്കുന്ന സമൃദ്ധിയുടെ വെളിച്ചത്തിലും ലോകത്തിലെ മൂന്നിലൊന്നുഭാഗം ജനങ്ങൾ വിശപ്പടക്കാനാവാതെ ആവശ്യങ്ങൾ നിറവേറ്റാനാകാതെ, ദാരിദ്ര്യത്തിന്റെ നിഴലിലാ

ണെന്ന് അദ്ദേഹം തിരിച്ചറിഞ്ഞു. സമാധാനത്തെ കണ്ണിലെ കൃഷ്ണമണിപോലെ പരിപാലിക്കുകയും അതിനുവേണ്ടി സമർപ്പിക്കുകയും ചെയ്യുകവഴി യുദ്ധത്തിന്റെ ഭീഷണിയിൽ നിന്നും മാനവരാശിയെ രക്ഷപ്പെടുത്താനാകുമെന്ന് അദ്ദേഹം ഉച്ചൈസ്തരം ഉദ്ഘോഷിച്ചു.

ഡോ. മാർട്ടിൻ ലൂഥർ കിങ് പ്രചോദനം നേടിയത് യേശുവിൽ നിന്നും, പ്രവർത്തനമാർഗം സ്വീകരിച്ചത് മഹാത്മാഗാന്ധിയിൽ നിന്നുമായിരുന്നു. സത്യത്തിൽക്കൂടി മാത്രമേ അസത്യത്തെ പരാജയപ്പെടുത്താൻ കഴിയുകയുള്ളൂ. സ്നേഹത്തിൽക്കൂടി മാത്രമേ വെറുപ്പിന്റെ തീ കെടുത്താനാകൂ. ബുദ്ധന്റെയും യേശുവിന്റെയും മാർഗമതായിരുന്നു, അതുതന്നെയാണ് ഇക്കാലത്ത് മഹാത്മാഗാന്ധിയും മാർട്ടിൻ ലൂഥർ കിങ്ങും സ്വീകരിച്ചത്.

മനുഷ്യസമത്വത്തിലാണ് അവർ വിശ്വസിച്ചത്. ഒരു വർഗം മറ്റൊരു വർഗത്തിന് അധഃസ്ഥിതമാണെന്ന അനുശാസനം പോലെ തെറ്റായ ഒന്ന് ലോകത്തിതുവരെ പ്രചരിച്ചിട്ടില്ല. ഈ ലോകത്ത് ആളുകളെ ധാർമിക മൂല്യങ്ങളുടെയോ മേധാശക്തിയുടെയോ അടിസ്ഥാനത്തിലല്ലാതെ, തൊലിയുടെ നിറം നോക്കിയോ ഭൗതികസവിശേഷതകളുടെയോ അടിസ്ഥാനത്തിൽ വിലയിരുത്തുന്നത് വിരോധാഭാസം തന്നെ.

ചില സർക്കാരുകൾ ഇപ്പോഴും വർഗമഹിമാ സിദ്ധാന്തത്തിൽ മുറുകെപ്പിടിക്കുകയാണ് – ദക്ഷിണാഫ്രിക്കയിലെ സർക്കാരും റൊഡേഷ്യയിലെ നിയമവിരുദ്ധമായ സർക്കാരും ഉദാഹരണങ്ങളാണ്. മറ്റു രാഷ്ട്രങ്ങളിലെ ചില നവീകരണ വിരുദ്ധ സംഘങ്ങളും ഒരുനിറം മറ്റൊന്നിനെക്കാൾ ഉൽക്കൃഷ്ടമാണെന്ന് വിശ്വസിക്കുന്നു. നമ്മുടെ നാട്ടിലും പോരാട്ടം അവസാനിച്ചിട്ടില്ല. ജാതിയും മറ്റു മുൻവിധികളും ഇപ്പോഴും നിലനിൽക്കുന്നുണ്ട്. പക്ഷേ, നമ്മളിലധികംപേരും അത് നാണക്കേടായി കരുതുകയും നേരിടേണ്ട തിന്മയായി കരുതുകയും ചെയ്യുന്നു. അവ ഉന്മൂലനം ചെയ്യുവാൻ നാം കഠിനപ്രയത്നം ചെയ്യുകയാണ്.

എവിടെയെങ്കിലും ഒരു ബാന്ധവമുണ്ടെങ്കിൽ, അവിടെ നമുക്ക് സർവതന്ത്രസ്വതന്ത്രരാകാനാവില്ല. എവിടെയെങ്കിലും പീഡനമുണ്ടെങ്കിൽ അതിനു മുകളിൽക്കൂടി സ്വയം പറന്നുപൊങ്ങാനാവില്ല. വർഗമഹിമാ സിദ്ധാന്തത്തിൽ വിശ്വസിക്കുന്ന വഴിപിഴച്ച ജനതയ്ക്ക് ഒരുനാൾ അവരുടെ തെറ്റായ മാർഗങ്ങളെ തിരിച്ചറിയാൻ കഴിയുമെന്ന് മാർട്ടിൻ ലൂഥർ കിങ്ങിന് ഉത്തമബോധ്യമുണ്ടായിരുന്നു. സൗരാഭിമുഖമായി നിൽക്കുന്ന പൂന്തോട്ടത്തിലെ പൂവുകൾ പോലെ വെള്ളയും കറുപ്പും ബ്രൗണും മഞ്ഞയും എല്ലാമൊന്നിച്ച് ജീവിക്കുകയും വളരുകയും ചെയ്യണമെന്നതായിരുന്നു അദ്ദേഹത്തിന്റെ സ്വപ്നം. താങ്കൾതന്നെ പറഞ്ഞതുപോലെ "മാർട്ടിൻ ലൂഥർ കിങ് എന്തിനുവേണ്ടിയാണോ നിലകൊണ്ടത് അതിൽ വിശ്വസിക്കുന്ന നാമെല്ലാവരും അതോടൊപ്പം തീർച്ചയായും അറിയണം അദ്ദേഹത്തിന്റെ ആത്മാവ് ഒരിക്കലും മരിക്കുകയില്ലെന്ന്." ആ ചേതനയ്ക്ക് മരണമില്ല. മനുഷ്യ സമത്വത്തിനുവേണ്ടിയുള്ള നമ്മുടെ സമരത്തിന് തിരി

ച്ചടികളുണ്ടായിട്ടുണ്ടാവാം. മ്ലാനമായിപ്പോയ സന്ദർഭങ്ങളുണ്ടാകാം. പക്ഷേ, വിജയം തീർച്ചയായും നമ്മുടേതാകും, ആയിരിക്കുകയും ചെയ്യും. എല്ലാ വർഗങ്ങളും എല്ലാ മതങ്ങളും തുല്യമായി പരിഗണിക്കപ്പെടുന്നതുവരെ നമുക്കിനി വിശ്രമമില്ല. അതാണ് ഡോ. കിങ്ങിന് സമർപ്പിക്കാവുന്ന ഏറ്റവും ഫലപ്രദവും ഈടുറ്റതുമായ സ്നേഹോപഹാരം.

യഥാർഥ വനിതാവിമോചനം

(ഇന്ദിരാഗാന്ധി 1980 മാർച്ച് 26-ന് ന്യൂഡൽഹിയിലെ ബിൽഡിങ് കോംപ്ലക്സിൽ അഖിലേന്ത്യാ വനിതാസമ്മേളനത്തിന്റെ ഉദ്ഘാടന വേളയിൽ നടത്തിയ പ്രസംഗം)

ദശാബ്ദങ്ങളായി, ഇന്ത്യയിലെ സ്ത്രീകളുടെ സംഘടിതശബ്ദമാണ് അഖിലേന്ത്യാ വനിതാ കോൺഫറൻസ്. ഞാനൊരിക്കലും ഒരു വനിതാ സംഘടനയിലും അംഗമായിരുന്നില്ലെങ്കിലും അവരുടെ പ്രവർത്തനങ്ങളുമായിട്ടൊത്തുപോകാൻ വേണ്ടത്ര താൽപ്പര്യമെടുക്കുകയും ആവശ്യമുള്ളപ്പോഴൊക്കെ സഹായിക്കുകയും ചെയ്യുമായിരുന്നു.

അഖിലേന്ത്യാ വനിതാകോൺഫറൻസിന് അവസാനം, സ്വന്തമായ ഒരു ആസ്ഥാനമുണ്ടായതിലും അതും, കാതൽവരെ പെണ്ണായ, പുരുഷന്മാരുടെ മേഖലകളിൽപ്പോലും സ്വന്തമായ കഴിവുതെളിയിച്ച, നമ്മുടെ കാലഘട്ടത്തിലെ ഏറ്റവും അറിയപ്പെടുന്ന വനിതകളിലൊരാളും അസാമാന്യയുമായ സരോജിനി നായിഡുവിന്റെ നാമധേയത്തിലായതിൽ ഞാൻ അതീവസന്തുഷ്ടയാണ്.

സന്ദർഭത്തിന്റെ പ്രാധാന്യം വർധിപ്പിക്കാനും അതിനൊരു സൗന്ദര്യസ്പർശം ലഭിക്കാനുമായി നമുക്കിടയിൽ വന്ദ്യശ്രീമാൻ ആഗാഖാനും വന്ദ്യശ്രീമതി ബീഗം ആഗാഖാനും ഉപവിഷ്ടരായിട്ടുണ്ട്. ഭാരതത്തിന്റെ മിത്രങ്ങളായ അവർ നിരവധി വിദ്യാഭ്യാസ-ആരോഗ്യ-ക്ഷേമപദ്ധതികൾ പ്രോത്സാഹിപ്പിക്കുകയോ അവയ്ക്ക് അസ്ഥിവാരമിടുകയോ ചെയ്തിട്ടുണ്ട്. അവരുടെ സംയോജിതവും ഉദാരവുമായ സഹായമില്ലായിരുന്നെങ്കിൽ ഈ കെട്ടിടസമുച്ചയം ഇന്നും പൂർത്തിയാക്കപ്പെടുമായിരുന്നില്ല. ആകർഷകമായ ആഗാഖാൻ ഹാളും മുന്നിലുണ്ടാകുമായിരുന്നില്ല. അവരെ നാം സ്വാഗതം ചെയ്യുകയും അവരുടെ പ്രവർത്തനങ്ങൾക്ക് ആശംസകൾ നേരുകയും ചെയ്യുന്നു.

നിരവധി വ്യത്യസ്തമായ തൊഴിൽമേഖലകളിൽ തിളങ്ങിയ ഒരു കൂട്ടം പ്രഗത്ഭരായ വനിതകളെ ഞാൻ കണ്ടിട്ടുണ്ട്; സാമൂഹ്യപ്രവർത്തനത്തിലും വിദ്യാഭ്യാസത്തിലും ശാസ്ത്രത്തിലും ഭരണത്തിലും നിയമത്തിലും തീർച്ചയായും രാഷ്ട്രീയത്തിലുമെല്ലാം. ഈ കെട്ടിടം പൂർത്തിയായതിൽ അവരെല്ലാം സന്തോഷിക്കുന്നുണ്ടാവും.

ഞാനൊരു സ്ത്രീപക്ഷവാദിയല്ലെന്ന് പലപ്പോഴും സൂചിപ്പിച്ചിട്ടുണ്ട്. എന്നിട്ടും, അവഗണിക്കപ്പെടുന്നവരെപ്പറ്റിയുള്ള എന്റെ ഉൽക്കണ്ഠകളിൽനി

ന്ന്, എനിക്കെങ്ങെനെയാണ് ചരിത്രാരംഭം മുതൽക്കുതന്നെ സാമൂഹ്യാചാരങ്ങളിലും നിയമങ്ങളിലുമെല്ലാം അവഗണിക്കപ്പെടുകയും ആധിപത്യം സ്ഥാപിക്കപ്പെടുകയും ചെയ്ത വനിതകളെ മറന്നുകളയാനാവുക. ലോകത്തുള്ള മുഴുവൻ ഭാഷകളിലെയും പദാവലികളിൽനിന്നുമുദ്യുക്തമാവുന്ന പുരുഷമേധാവിത്വമനോഭാവം എത്ര വ്യാപകവും വഞ്ചനാപരവുമാണ്. ഇതാകട്ടെ വളരെ ന്യൂനപക്ഷമായ കുറച്ച് വനിതകളും അതുപോലെ പുരുഷന്മാരും ചോദ്യം ചെയ്യാതെയും പരാതികളില്ലാതെയും സ്വീകരിച്ചു. ഇപ്പോൾ *ലോകവും സ്ത്രീകളും* എന്ന ഒരുപുസ്തകം ഞാൻ വായിച്ചുകൊണ്ടിരിക്കുകയാണ്. പുരുഷവർഗപരമായ സർവനാമങ്ങളുടെ ഉപയോഗത്തെപ്പറ്റി യു എസിലെ മിൽസ് കോളേജിന്റെ അധ്യക്ഷനായ ശ്രീ. ലിങ്വൈറ്റ് പറഞ്ഞത് ഞാൻ നന്നായി പഠിച്ചു. അത് ഉദ്ധരിക്കാം:

> വനിതകളായി വളർന്നുവരുന്ന ഘട്ടത്തിൽ പെൺകുട്ടികളുടെ മനസിലേക്കുള്ള ഭാഷാശീലങ്ങളുടെ നുഴഞ്ഞുകയറ്റം വനിതകൾ ഉൾപ്പെടെയുള്ള അധികമാളുകളും മനസിലാക്കിയതുമാതിരിയല്ല. കാരണം അതിന്റെ ധ്വനി, വ്യക്തിത്വമെന്നത് ശരിക്കുമൊരു പുരുഷലക്ഷണമാണെന്നും അതുപോലെ സ്ത്രീകൾ താഴ്ന്ന അല്ലെങ്കിൽ മനുഷ്യരിലെ ഒരു കീഴ്‌വർഗവുമാണെന്നാണ്.

ചിന്താശൂന്യമായ പ്രയോഗങ്ങൾ നമ്മെ റാഞ്ചുന്ന സന്ദർഭങ്ങളെപ്പറ്റി സൂക്ഷിക്കേണ്ടതിന്റെ സമയമാണിതെന്ന് എഴുത്തുകാരൻ തുടർന്നുപറയുന്നു:

> പുരുഷൻ നേതാവാണ്, സ്ത്രീ അനുയായിയും. പുരുഷൻ ഉൽപ്പാദകനാണ്. സ്ത്രീ ഉപഭോക്താവും. പുരുഷൻ ശക്തിയാണ്. സ്ത്രീ ദുർബലയും. ഇതാണ് കൈയ്യേറ്റക്കാരനായ പുരുഷൻ നമ്മുടെ മുന്നിലേക്കിട്ടുതരുന്ന പ്രപഞ്ചവിവരണ ശാസ്ത്രം. മനുഷ്യത്വം വെറുമൊരു ഇര.

അങ്ങനെ സ്ത്രീകളെ പുറന്തള്ളുന്നതിലൂടെ പുരുഷവർഗം അവരുടെതന്നെ പരിപൂർണമായ വിമോചനത്തെയും വളർച്ചയെയും ഇല്ലാതാക്കുകയാണ്.

പടിഞ്ഞാറ്, സ്ത്രീകൾക്കുണ്ടെന്നുപറയുന്ന സ്വാതന്ത്ര്യം പലപ്പോഴും പുരുഷന്മാരുടേതിനോടുള്ള അനുകരണമാണ്. തുറന്നുപറയട്ടെ, ഒരുതരം അടിമത്തത്തിന്റെ വെറും കൈമാറ്റം മാത്രമാണതെന്നാണ് എനിക്ക് തോന്നിയത്. വിമോചിക്കപ്പെടണമെങ്കിൽ സ്വന്തം കഴിവിന്റെയും വ്യക്തിത്വത്തിന്റെയും അടിസ്ഥാനത്തിൽ സ്വതന്ത്രയാണെന്ന് സ്ത്രീക്ക് തോന്നുകയാണ് വേണ്ടത്. പുരുഷനുമായുള്ള മാത്സര്യത്തിലൂടെ നേടിയെടുക്കാൻ ശ്രമിക്കുകയല്ല അഭികാമ്യം. സ്ത്രീകൾ കൂടുതൽ പരിഗണിക്കപ്പെടേണ്ടതുണ്ടെങ്കിൽ, കൂടുതൽ സജീവമാകേണ്ടതുണ്ടെങ്കിൽ, കൂടുതൽ കർമോത്സുകരാകേണ്ടതുണ്ടെങ്കിൽ അത് സ്ത്രീയാണെന്നതിന്റെ അടിസ്ഥാന

ത്തിലാവരുത്. മറിച്ച്, മനുഷ്യരിൽ പകുതിയും അവരാണെന്നതിന്റെ അടിസ്ഥാനത്തിലായിരിക്കണം. ഇഷ്ടപ്പെട്ടാലും ഇല്ലെങ്കിലും ഉത്തരവാദിത്വത്തിൽനിന്നും ഒളിച്ചോടാൻ അവർക്കാവില്ല. അതുപോലെ അതിന്റെ ഗുണങ്ങൾ അവർക്ക് നിഷേധിക്കാനുമാവില്ല. പരമ്പരാഗതമായി ഇന്ത്യയിലെ സ്ത്രീകൾ യാഥാസ്ഥിതികരാണെങ്കിലും സമന്വയിപ്പിക്കുവാനും പൊരുത്തപ്പെടാനും ഉൾക്കൊള്ളുവാനുമുള്ള അസാമാന്യ ധിഷണാപാടവം അവർക്കുണ്ട്. ദുരിതങ്ങൾ സഹിക്കുവാനും, ഉയർച്ചതാഴ്ചകളെ സമചിത്തതയോടെ നോക്കിക്കാണാനും മാറേണ്ടിടത്തൊക്കെ മാറുവാനും സ്ഥിരതയോടിരിക്കാനും അവൾക്കുകഴിയും; ഭാരതത്തിന്റെ സ്വത്വഗുണവും അതുതന്നെയാണ്.

ഇന്നത്തെ പ്രധാന പ്രശ്നങ്ങളിലൊന്ന്, വികസിത-വികസ്വര രാഷ്ട്രങ്ങൾ തമ്മിലും രാഷ്ട്രങ്ങൾക്കുള്ളിൽത്തന്നെയും നടമാടുന്ന അനീതികളും അസമത്വങ്ങളുമാണ്. രണ്ടാമത്, ആത്മഹത്യാപരമെന്നുമാത്രം വിശേഷിപ്പിക്കാവുന്ന, അധിനിവേശത്തിനുവേണ്ടിയുള്ള അടങ്ങാത്ത ആഗ്രഹവും, അതു നടപ്പിലാക്കാനുള്ള കുത്സിതശ്രമങ്ങളും അതിനുമേൽ മനുഷ്യന്റെ വിവേകബുദ്ധിക്ക് വിജയംവരിക്കാനാകുമോയെന്ന ഉൽക്കണ്ഠയുമാണ്. അതിന്റെ ഏറ്റവും അപകടകരമായ ഉൽപ്പന്നമാണ് ആയുധപന്തയം. മൂന്നാമതായി, മനുഷ്യന്റെ ദുർമോഹത്തിൽനിന്നും ദുഷ്ചെയ്തികളിൽനിന്നും നമ്മുടെ ഭൂമിയെ സംരക്ഷിക്കേണ്ടതിന്റെ ആവശ്യകതയാണ്. പ്രകൃതിയെയും അതിന്റെ വിഭവങ്ങളുടെ സമതുലനാവസ്ഥയെയുംക്കുറിച്ചുമുള്ള പൗരാണിക ബോധനങ്ങളെ വളരെ അടുത്തകാലത്താണ് നാം ശ്രദ്ധിക്കുവാൻ തുടങ്ങിയത്.

ഒരുവിഭാഗം ഉദാസീനരായ കാഴ്ചക്കാരായി നിൽക്കുകയോ, പലവിധ സമ്മർദങ്ങൾക്കും ഇരയാക്കപ്പെടുകയോ ചെയ്യുമ്പോൾ, മറ്റൊരുവിഭാഗത്തിനുമാത്രമായി, അവർ എത്ര ഔന്നത്യമുള്ളവരായാലും ശരി, ഇത്തരം ബൃഹത്തായ വെല്ലുവിളികളെ നേരിടാനാവുകയില്ല. താന്താങ്ങളുടെതായ പങ്കുവഹിക്കുന്നതിൽ സമൂഹത്തിലാരും ചെറുതല്ലെന്നുള്ള പരിഗണനയോടെയുള്ള, ബോധപൂർവവും എല്ലാവരാലും പൊരുത്തപ്പെടുന്നതും സമഗ്രവുമായ പദ്ധതികളായിരിക്കണം ആവിഷ്കരിക്കപ്പെടേണ്ടത്. അത് എല്ലാവരും അംഗീകരിക്കുകയും വേണം.

സമയം നഷ്ടപ്പെടുത്താനില്ല. എല്ലാവരെയും കാര്യങ്ങൾ ബോധ്യപ്പെടുത്തുകയെന്ന ബൃഹത്തായ ജോലിയാണ് മുന്നിലുള്ളത്. നമുക്കൊരുമിച്ച് മുന്നോട്ടുനീങ്ങാം. അതിൽ ആണും പെണ്ണുമെല്ലാമുണ്ടായിരിക്കണം. പുരുഷന്മാർ ശങ്കിച്ചുനിന്നെന്നാൽ, വഴികാണിച്ചുതരാൻ സ്ത്രീകൾക്കാകുമോ?

അഖിലേന്ത്യാ വനിതാകോൺഫറൻസിനെ പ്രത്യേകിച്ച്, അതിന്റെ അധ്യക്ഷ ശ്രീമതി ലക്ഷ്മി രഘുരാമയ്യയെ അവരുടെ അഭീഷ്ടസിദ്ധിയെയോർത്ത് അഭിനന്ദിച്ചുകൊണ്ട് അഖിലേന്ത്യാവനിതാകോൺഫറൻസിനുവേണ്ടി ഈ കെട്ടിടസമുച്ചയം ഞാൻ രാഷ്ട്രത്തിനു സമർപ്പിക്കുന്നു.

9

സൂസൻ ബി അന്തോണി

"വനിതാവകാശ പ്രസ്ഥാനത്തിന്റെ നെപ്പോളിയൻ" എന്ന പേരിൽ പ്രസിദ്ധയായ സൂസൻ ബ്രൗനൽ അന്തോണി, മസാച്ചുസെറ്റ്സിലെ ആഡംസിൽ സുഹൃദ്സംഘം എന്ന ക്രിസ്തീയ സഭയിൽപ്പെട്ട ദമ്പതിമാരുടെ പുത്രിയായി 1820 ൽ ജനിച്ചു. അടിമത്തം നിർമാർജനം ചെയ്യപ്പെടണമെന്ന ശക്തമായ വിശ്വാസം വച്ചുപുലർത്തിയിരുന്ന കുടുംബമായിരുന്നു സൂസന്റേത്. പേരുകേട്ട സാമൂഹ്യപരിഷ്കർത്താവും സ്ത്രീകളുടെ അവകാശങ്ങൾക്കും പ്രത്യേകിച്ച് വോട്ടവകാശത്തിനും വേണ്ടിയുള്ള മുന്നണിപോരാളിയുമായി അവർ വളർന്നു. സ്വപിതാവിൽ നിന്നും ദൈവസമക്ഷത്തിൽ സർവരും തുല്യരെന്നുള്ള സഭാസങ്കൽപ്പത്തിൽനിന്നും സ്വന്തം സ്വാതന്ത്ര്യവാഞ്ഛയിൽനിന്നും പാഠമുൾക്കൊണ്ട് അരനൂറ്റാണ്ടോളം ഈയൊരു ആശയത്തിനുവേണ്ടി സമർപ്പിക്കുവാൻ അവർക്ക് കഴിഞ്ഞു.

സൂസൻ ബി അന്തോണിയുടെ കഠിന പ്രയത്നങ്ങളുടെ ഫലമായാണ് വനിതകൾക്ക് വോട്ടുചെയ്യുവാനുള്ള അവകാശം അനുവദിച്ചു കിട്ടിയത്.

1872 ലെ പ്രസിഡന്റ് തിരഞ്ഞെടുപ്പിൽ നിയമപരമല്ലാത്ത വോട്ടുചെ

യ്തതിന് 1873 ൽ അവർ അറസ്റ്റ് ചെയ്യപ്പെട്ടു. വിചാരണയ്ക്കുശേഷം 100 ഡോളർ പിഴ വിധിച്ചുവെങ്കിലും അടയ്ക്കാൻ വിസമ്മതിച്ചു.

എൺപത് വയസായപ്പോൾ അസോസിയേഷൻ അധ്യക്ഷസ്ഥാനം ഒഴിയുകയും 1906 ൽ "പരാജയം അസാധ്യമാണ്" എന്ന പേരിൽ അവസാന പ്രഭാഷണം നടത്തുകയും ചെയ്തു. അതേവർഷം സൂസൻ അന്തരിച്ചു. വിയോഗത്തെ തുടർന്ന് അമ്പതുവർഷത്തെ പരിശ്രമഫലമെന്നോണം ഡെമോക്രാറ്റിക് റിപ്പബ്ലിക്കൻ പാർട്ടികൾ സ്ത്രീകൾക്ക് വോട്ടവകാശം എന്ന ആശയം അംഗീകരിച്ചു. 1920 ആഗസ്റ്റിൽ യു എസ് ഭരണഘടനയുടെ പത്തൊമ്പതാം ഭേദഗതിയിലൂടെ അതിനു സാധുത നൽകുകയും ചെയ്തു.

1872-ലെ പ്രസിഡന്റ് തിരഞ്ഞെടുപ്പിൽ വോട്ടുചെയ്തതിന് ശിക്ഷിക്കപ്പെട്ടതിനെത്തുടർന്ന് ന്യൂയോർക്കിലെ മൺറോ കൗണ്ടിയിലെ 24 പോസ്റ്റൽ ജില്ലകളിലും 1873-ൽ നടത്തിയ പ്രസംഗപര്യടനം

സുഹൃത്തുക്കളേ, നാട്ടുകാരേ, കഴിഞ്ഞ പ്രസിഡന്റ് തിരഞ്ഞെടുപ്പിൽ നിയമപരമായ അവകാശമില്ലാതെ വോട്ടുചെയ്തുവെന്ന കുറ്റാരോപണത്തിന്റെ നിഴലിലാണ് ഈ രാത്രി ഞാൻ നിങ്ങളുടെ മുമ്പിൽ നിൽക്കുന്നത്. വോട്ടുചെയ്തതുവഴി ഒരു അപരാധം ചെയ്യുകയല്ല, മറിച്ച് ആർക്കും നിഷേധിക്കാൻ അധികാരമില്ലാത്ത, ദേശീയഭരണഘടന എനിക്കും അമേരിക്കയിലെ എല്ലാ പൗരന്മാർക്കും ഉറപ്പുനൽകിയതുമായ പൗരാവകാശം വിനിയോഗിക്കുക മാത്രമാണ് ചെയ്തിട്ടുള്ളത് എന്ന് നിങ്ങൾക്ക് ബോധ്യപ്പെടുത്തിത്തരുവാനാണ് ഇപ്പോൾ ഞാൻ ശ്രമിക്കുന്നത്.

രാഷ്ട്രഭരണഘടനയുടെ ആമുഖത്തിൽ പറയുന്നു:

> നാം ഐക്യനാടുകളിലെ ജനങ്ങൾ, സമ്പൂർണമായി ഐക്യപ്പെടുന്നതിനും നീതി ഉറപ്പാക്കുന്നതിനും ആഭ്യന്തര സമാധാനം നിലനിർത്തുന്നതിനും പൊതുവായ പ്രതിരോധ സംവിധാനം ഉയർത്തിക്കൊണ്ടുവരുന്നതിനും പൊതു ക്ഷേമത്തിനും നമുക്കും ഭാവിതലമുറയ്ക്കും സ്വാതന്ത്ര്യത്തിന്റെ ആശിസുകൾ ലഭ്യമാക്കുന്നതിനും അമേരിക്കൻ ഐക്യനാടുകൾക്കുവേണ്ടി ഈ ഭരണഘടനവഴി ആജ്ഞാപിക്കുകയും ഉറപ്പിക്കുകയും ചെയ്യുന്നു.

നാം ജനങ്ങൾ ആണ്; നാം വെള്ളക്കാരായ പുരുഷപ്രജകളല്ല; അതുപോലെ നാം, പുരുഷപ്രജകളല്ല; നാം പൊതുജനങ്ങളാണ് രാഷ്ട്രം രൂപപ്പെടുത്തുന്നത്. നാം അത് രൂപപ്പെടുത്തിയത് സ്വാതന്ത്ര്യത്തിന്റെ വരപ്രസാദം നൽകാനല്ല ഉറപ്പുവരുത്താനാണ്; നമ്മളിൽ പാതിപ്പേർക്കല്ല, ഭാവിതലമുറയിലും പാതിപേർക്കല്ല, എല്ലാവർക്കും - സ്ത്രീകൾക്കും അതുപോലെ പുരുഷന്മാർക്കും. ഡെമോക്രാറ്റിക്-റിപ്പബ്ലിക്കൻ ഗവൺമെന്റുകൾ സൗകര്യപ്പെടുത്തിയ വോട്ട് എന്ന, സ്വാതന്ത്ര്യത്തിന്റെ പുണ്യം ഉറപ്പുവ

രുത്താനുള്ള ഏകമാർഗവും നിഷേധിച്ചുകൊണ്ട് സ്ത്രീജനങ്ങളോട് അതിനെപ്പറ്റി സംസാരിക്കുന്നത് തികഞ്ഞ കൊഞ്ഞനംകുത്തലാണ്.

ഏതുരാഷ്ട്രമായാലും ലിംഗഭേദം ഒരു യോഗ്യതയാക്കി മാറ്റിയാൽ പകുതിയോളം വരുന്ന ജനതയ്ക്ക് വോട്ടവകാശം നിഷേധിക്കപ്പെടുന്നതിനും അവകാശങ്ങൾ നേടിയെടുക്കേണ്ടതാണെന്ന നിയമമോ ഭൂതകാലം പരിശോധിക്കപ്പെടണമെന്ന നിയമമോ പാസാക്കിയാൽ നാടിന്റെ യഥാർഥ ഭരണഘടനയുടെ ലംഘനത്തിനും കാരണമായിത്തീരും. അതുവഴി സ്വാതന്ത്ര്യത്തിന്റെ അനുഗ്രഹം സ്ത്രീകൾക്കും ഭാവിയിലെ സ്ത്രീസമൂഹത്തിനും തടയപ്പെടുന്നതിന് വഴിയൊരുക്കുകയും ചെയ്യും.

അവർക്ക് ഈ സർക്കാർ ഭരിക്കപ്പെടുന്നവരുടെ അംഗീകാരമുള്ള യഥാന്യായമായ അധികാരങ്ങളുള്ള ഒന്നല്ല. ഒരു ജനാധിപത്യ സർക്കാരല്ല. ഒരു റിപ്പബ്ലിക്കല്ല. അറപ്പുളവാക്കുന്ന കുലീനവാഴ്ചയാണ്; വെറുക്കപ്പെട്ട പുരുഷാധിപത്യ വാഴ്ചയാണ്; ഏറ്റവും വെറുക്കപ്പെടേണ്ട ഈ ഭൂമുഖത്ത് ഒരിക്കലും സ്ഥാപിതമായിട്ടില്ലാത്ത കുലീനഭരണമാണ്. അൽപ്പമാത്രരായ ജ്ഞാനികളുടെ ഭരണമാണ്, അവിടെ വിദ്യാസമ്പന്നർ നിരക്ഷരരെ ഭരിക്കുന്നു അല്ലെങ്കിൽ അൽപ്പമാത്രരായ വർഗത്തിന്റെ ഭരണമാണ്, അവിടെ സാക്സണികൾ ആഫ്രിക്കക്കാരെ ഭരിക്കുന്നു. ജനങ്ങൾ സഹിച്ചുപോകുന്നുണ്ടാകാം പക്ഷേ, അച്ഛനമ്മമാരെയും സഹോദരന്മാരെയും ഭർത്താക്കന്മാരെയും ആൺമക്കളെയും അമ്മമാരുടെയും സഹോദരിമാരുടെയും ഭാര്യമാരുടെയും പെൺകുട്ടികളുടെയും മേലെ അധികാരപ്പെടുത്തുന്ന ഈ ഭരണം - എല്ലാവരുടെയും മേൽ ആജ്ഞാപിക്കുന്ന ഭരണം - രാഷ്ട്രത്തിലെ ഓരോ ഭവനത്തിലും കലഹം സൃഷ്ടിക്കുകയാണ്, ഭിന്നിപ്പുണ്ടാക്കുകയാണ്, കലാപമുണ്ടാക്കുകയാണ്.

വെബ്സ്റ്റർ, വോർസെസ്റ്റർ, ബോവിയർ തുടങ്ങിയവരെല്ലാം പൗരനെ നിർവചിച്ചത് ഐക്യനാടുകളിലെ ഒരു വ്യക്തിയായിരിക്കുവാനും വോട്ടു ചെയ്യുവാനും ഔദ്യോഗിക കൃത്യനിർവഹണത്തിന് അധികാരപ്പെട്ടവനുമാണെന്നാണ്. അപ്പോൾ പരിഹരിക്കപ്പെടേണ്ട ഒരേയൊരു പ്രശ്നം ഇതാണ്. വനിതകൾ വ്യക്തികൾ ആണോ? അല്ലെന്നു പറയാനുള്ള ആർജവം എതിർപക്ഷത്തുള്ളവർക്കുപോലും ഉണ്ടെന്ന് ഞാൻ വിശ്വസിക്കുന്നില്ല. വ്യക്തികളായതുകൊണ്ടു തന്നെ സ്ത്രീകളും പൗരന്മാരാണ്. അതുകൊണ്ടുതന്നെ അവരുടെ പ്രത്യേകാവകാശങ്ങളോ ആനുകൂല്യങ്ങളോ എടുത്തുകളയുവാനോ അതിനുവേണ്ടി പുതിയ നിയമങ്ങളുണ്ടാക്കാനോ പഴയവ നടപ്പിലാക്കാനോ ഒരുസർക്കാറിനും അധികാരമില്ല. അതുപ്രകാരം ഭരണഘടനയിലും വിവിധ സംസ്ഥാനങ്ങളിൽ നിലവിലുള്ള നിയമങ്ങളിലും സ്ഥാനം പിടിച്ചിരിക്കുന്ന സ്ത്രീകൾക്കെതിരെയുള്ള വിവേചനങ്ങൾ ശൂന്യവും അസാധുവുമാണ്, നീഗ്രോകൾക്കെതിരെയുള്ളവപോലെ തന്നെ.

10

ചന്ദ്രികാ ബന്ധാരനായകെ കുമാരതുംഗ

പ്രസിഡന്റ് ചന്ദ്രികാ ബന്ധാരനായകെ കുമാരതുംഗ 1945 ജൂൺ 29 ന് ശ്രീലങ്കയിലെ ഏറ്റവും പ്രശസ്തമായൊരു കുടുംബത്തിൽ ജനിച്ചു.

ജനനസമയത്ത് അവരുടെ അച്ഛൻ എസ് ഡബ്ല്യു ആർ സി ബന്ധാരനായകെ ലങ്കാഗവൺമെന്റിന്റെ ഒരു സീനിയർമന്ത്രിയായിരുന്നു. അദ്ദേഹം പിന്നീട് രാഷ്ട്രത്തിന്റെ പ്രധാനമന്ത്രിയായി. അമ്മയായ സിരിമാവോ ബന്ധാരനായകെയാവട്ടെ ലോകത്തിലെ ആദ്യത്തെ-1961-ൽ-വനിതാ പ്രധാനമന്ത്രിയായ വ്യക്തിയുമായിരുന്നു.

കൊളംബോയിലെ സെന്റ് ബ്രിജെ കോൺവെന്റിലായിരുന്നു പ്രസിഡന്റ് ശ്രീമതി കുമാരതുംഗെയുടെ ആദ്യകാല വിദ്യാഭ്യാസം. ന്യൂഡൽഹിയിലെ ജവഹർലാൽ നെഹ്റു യൂണിവേഴ്സിറ്റിയിലും ബ്രിട്ടനിലെ ബ്രാസ്ഫോർഡ് യൂണിവേഴ്സിറ്റിയിലും അവർ ഗസ്റ്റ് ലക്ച്ചററായിരുന്നു. 1988മുതൽ 1991വരെ ലണ്ടൻ യൂണിവേഴ്സിറ്റിയിലെ ഇൻസ്റ്റിറ്റ്യൂട്ട് ഓഫ് കോമൺ വെൽത്ത് സ്റ്റഡീസിൽ ഗവേഷക വിദ്യാർഥിനിയുമായിരുന്നു. പിതാവായ എസ് ഡബ്ല്യു ആർ സി ബന്ധാരനായകെയുടെ ഉദാരമായ രാഷ്ട്രീയതത്വശാസ്ത്രം പ്രസിഡന്റ് ചന്ദ്രികാ കുമാരതുംഗയും പിന്തുടർന്നു. പാരീസിൽ ഒരുവിദ്യാർഥി ആയിരിക്കുമ്പോൾ 1960-കളിലെ പുരോഗമന വിദ്യാർഥി പ്രസ്ഥാനം അവരെ

ഉന്നതമായി സ്വാധീനിച്ചു. അവരുടെ വ്യക്തിത്വത്തിൽ തങ്ങിനിൽക്കുന്ന ആ സ്വാധീനമാണ് വമ്പിച്ച മാറ്റങ്ങൾക്ക് വിധേയമായിക്കൊണ്ടിരിക്കുന്ന ഈ ലോകത്ത് അടിച്ചമർത്തപ്പെട്ടവരുടെയും അശരണരുടെയും ക്ഷേമ ത്തിനായി അർപ്പിക്കുവാൻ അവർക്ക് പ്രചോദനമാകുന്നത്. ബഹുസ്വര മായ സമൂഹത്തിന്റെ അടിയന്തരാവശ്യങ്ങളോടുള്ള പ്രതിജ്ഞാബദ്ധത യാണ് രാഷ്ട്രീയത്തിൽ അവർ പിന്തുടരുന്ന പ്രായോഗികതന്ത്രം. ഇളംപ്രായത്തിൽത്തന്നെ ഒരു രാഷ്ട്രീയ പ്രവർത്തകയായിരുന്നതുകൊണ്ട് രാജ്യത്തുടനീളം ആഴത്തിലുള്ള ജനബന്ധം സൃഷ്ടിച്ചെടുക്കുവാൻ ചന്ദ്രി കയ്ക്ക് കഴിഞ്ഞിട്ടുണ്ട്.

(ഐക്യരാഷ്ട്ര സംഘടനയുടെ 50-ാം വാർഷികം പ്രമാണിച്ച് 1995 ഒക്ടോബർ 22-ന് ന്യൂയോർക്കിൽ ചെയ്ത പ്രസംഗം)

മി. പ്രസിഡന്റ്,
അഭിവന്ദ്യരേ,
ഉൽക്കൃഷ്ട വ്യക്തികളേ,
മാന്യപ്രതിനിധികളേ,

ആദരണീയനായ താങ്കൾ അധ്യക്ഷസ്ഥാനത്തേക്ക് തെരഞ്ഞെടുക്ക പ്പെട്ടതിന് ആശംസകൾ അർപ്പിക്കുവാൻ എന്നെ അനുവദിച്ചാലും.

ഈ ചരിത്രമുഹൂർത്തത്തിൽ ശ്രീലങ്കയിലെ ജനതയെ പ്രതിനിധീ കരിച്ചുകൊണ്ട് പങ്കെടുക്കാൻ കഴിഞ്ഞതിൽ ഞാൻ അഭിമാനം കൊള്ളു ന്നു.

ഞങ്ങളുടെ മുഖ്യലക്ഷ്യമായ സാമൂഹിക-സാമ്പത്തിക വികസന ത്തിനും അതുവഴി സാമൂഹികസ്ഥിരതയും ശാന്തിയും നേടിയെടുക്കുന്ന തിനു വേണ്ടിയുള്ള ഫലപ്രദവും കൂട്ടായതുമായ പരിശ്രമങ്ങൾക്കുവേണ്ടി ശ്രീലങ്ക ഐക്യരാഷ്ട്ര സംഘടനയിൽ വലിയ പ്രതീക്ഷയാണ് അർപ്പി ച്ചിട്ടുള്ളത്.

ശീതയുദ്ധ കാലഘട്ടത്തിൽനിന്നും പുതുലോക ക്രമത്തിലേക്കുള്ള പരിവർത്തനം കലഹത്തിന്റെ വേദി അന്താരാഷ്ട്രതലത്തിൽനിന്നും ദേശീയതലത്തിലേക്ക് മാറ്റിയിട്ടുണ്ട്.

അത്തരം കലഹങ്ങളുടെ പുറംപൂച്ച് എന്തായിരുന്നാലും - മതപ്രോ ക്തമൊ വർഗപ്രോക്തമൊ അല്ലെങ്കിൽ മറ്റേതെങ്കിലുമൊ ആയാലും ദാരി ദ്ര്യത്തിൽനിന്നും സാമൂഹികമായ അസമത്വത്തിൽനിന്നുമാണ് അവ വളർ ന്നുപൊങ്ങുന്നത്. അതുകൊണ്ടുതന്നെ ഞങ്ങൾ വിശ്വസിക്കുന്നത് സമാ ധാനത്തിന്റെ അടിസ്ഥാനം സാമ്പത്തിക-സാമൂഹിക സ്ഥിരതയിൽ നിന്നു തന്നെ പടുത്തുയർത്തണമെന്നാണ്.

വികസനപ്രക്രിയയെ ത്വരിതപ്പെടുത്തുന്നതിനാവശ്യമായ സുപ്രധാ നമായ പങ്കുവഹിക്കുവാൻ ഐക്യരാഷ്ട്രസംഘടനയ്ക്ക് സാധിക്കും; അല്ലെങ്കിൽ സാധിക്കണമെന്നതാണ് ഒരു വികസ്വരരാഷ്ട്രമെന്ന നിലയിൽ ശ്രീലങ്ക ആഗ്രഹിക്കുന്നത്. വികസനത്തിനായുള്ള അവകാശത്തെ സംബ

സ്ഥിച്ച 1986-ലെ പ്രഖ്യാപനത്തിലെ ആശയങ്ങൾ ശരിയായ രീതിയിൽ പ്രതിജ്ഞാബദ്ധമായി വികസിത-വികസ്വര രാഷ്ട്രങ്ങൾ പ്രയോജനപ്പെടുത്തിയില്ലെങ്കിൽ വികസനപ്രക്രിയ വേണ്ടത്ര മുന്നേറുമെന്ന് തോന്നുന്നില്ല.

ഞങ്ങൾ വിശ്വസിക്കുന്നത് ഐക്യരാഷ്ട്രസഭയുടെ ഘടന ഫലപ്രദമായ രീതിയിൽ ശക്തിപ്പെടുത്തിയാൽ മാത്രമെ അതിന്റെ ലക്ഷ്യങ്ങളിൽ മുന്നേറ്റമുണ്ടാക്കുവാൻ സാധിക്കുകയുള്ളൂവെന്നാണ്. പ്രബല രാഷ്ട്രങ്ങളുടെ താൽപ്പര്യത്തിനനുസരിച്ച് സംഘടന പലപ്പോഴും പ്രവർത്തിക്കാറുണ്ടെന്ന് ദുർബലരാഷ്ട്രങ്ങൾക്ക് തോന്നിപ്പോയിട്ടുണ്ട്. ഐക്യരാഷ്ട്ര സംഘടന ശക്തിപ്പെടുത്തുന്നതിന് കഴിഞ്ഞ വർഷത്തെ പൊതുസഭയുടെ അധ്യക്ഷൻ നടത്തിയ കാലോചിതമായ ഇടപെടലിനെ ഞങ്ങൾ സ്വാഗതം ചെയ്യുന്നു.

അത്തരമൊരു ശാക്തീകരണം ഫലപ്രാപ്തിയിലെത്തണമെങ്കിൽ, ഞങ്ങൾക്കു തോന്നുന്നു:

ഒന്നാമതായി, രാഷ്ട്രീയ-സൈനിക നീക്കങ്ങളുടെ ഫലമായെന്നോണം വികസന മുൻഗണനകൾ താളംതെറ്റിക്കരുത്. അതാകട്ടെ യാഥാർഥ്യങ്ങളെ മുൻനിർത്തി, മിതമായ തരത്തിൽ നിശ്ചയിക്കപ്പെടുകയും വേണം.

രണ്ടാമതായി, ഏതുമേഖലയുമായി ബന്ധപ്പെട്ടതായാലും ഐക്യരാഷ്ട്രസഭ തീരുമാനമെടുക്കുമ്പോൾ എല്ലാ അംഗരാജ്യങ്ങളുടെയും പൂർണമായ ഇടപെടലോടുകൂടിയായിരിക്കണം. സുരക്ഷാസമിതി പ്രത്യേകിച്ചും കൂടുതൽ പ്രാതിനിധ്യ സ്വഭാവമുള്ളതും അംഗരാജ്യങ്ങളോട് ഉത്തരം പറയാൻ ബാധ്യതപ്പെട്ടതുമായിരിക്കണം.

മൂന്നാമതായി, എല്ലാ മേഖലകളിലും ബഹുമുഖ പ്രവർത്തനങ്ങൾ ഏറ്റെടുത്തു നടത്തുമ്പോൾ അത് മതിപ്പുളവാക്കുന്നതും ശുഷ്കാന്തിയോടെ കൈകാര്യം ചെയ്യപ്പെടുന്നതും ആയിരിക്കണം.

ചുരുക്കത്തിൽ, പുനരുജ്ജീവന പ്രക്രിയ ഐക്യരാഷ്ട്രസഭയുടെ പ്രാപ്തി വർധിക്കുവാൻ തന്നെയായിരിക്കണം. അല്ലാതെ സാമ്പത്തിക ക്രയവിക്രയത്തെ സ്വാധീനിക്കുവാൻ മാത്രമാവുകയും അതിന്റെ വ്യാപ്തി ചുരുങ്ങിപ്പോകുവാനും വേണ്ടിയാകരുത്.

മനുഷ്യവികസന സൂചികയിൽ ശ്രീലങ്കയുടെ സ്ഥാനം വികസ്വര രാഷ്ട്രങ്ങൾക്കിടയിൽ മുൻനിരയിലാണ്, എന്നാൽ സങ്കുചിത വാദത്തിന്റെയും ഭീകരശക്തികളുടെ പ്രവർത്തനത്തിന്റെയും ഫലമായി രാജ്യത്ത് ഉയർന്ന തോതിൽ നിലനിൽക്കുന്ന വർഗസംഘട്ടനങ്ങൾ ക്ലേശകരമായ ഒരവസ്ഥ സൃഷ്ടിച്ചിരിക്കുന്നു. രാഷ്ട്രീയമായ കൂടിയാലോചനകളിലൂടെ പ്രശ്നം പരിഹരിക്കാനുള്ള ജനങ്ങളുടെ ആജ്ഞ നടപ്പിലാക്കാൻ എന്റെസർക്കാർ ശ്രമം തുടരുകയാണ്. അതുവഴി ഞങ്ങൾക്ക് സമാധാനമായും സുരക്ഷിതരായും സ്വതന്ത്രരായും ജീവിക്കുവാൻ കഴിയും.

എന്നിരുന്നാലും ചില പ്രതിബന്ധങ്ങൾ ഞങ്ങളുടെ വഴിയിലുണ്ട്.

ഒരു വംശീയ ന്യൂനപക്ഷത്തെ പ്രതിനിധീകരിക്കുന്നുവെന്നവകാശ

പ്പെടുന്ന ഒരുസായുധസംഘടന ജനങ്ങളാൽ തിരഞ്ഞെടുക്കപ്പെടുന്ന സർക്കാരുകൾക്കെതിരെ, രാജ്യത്ത് നീതിയും സമാധാനവും ഉറപ്പുവരുത്താനനുവദിക്കാതെ, തുടർച്ചയായി അക്രമപ്രവർത്തനങ്ങൾ നടത്തുകയാണ്.

വിദേശരാഷ്ട്രങ്ങളിലെല്ലാം വ്യാപരിച്ചിരിക്കുന്ന ഈ സംഘടന, ഭീഷണിപ്പെടുത്തിയും അപകീർത്തിപ്പെടുത്തിയും പണമുണ്ടാക്കുന്ന ഒരു അന്താരാഷ്ട്രശൃംഖല വികസിപ്പിച്ചെടുത്തിരിക്കുന്നു. ഈ ശൃംഖലയ്ക്ക് മയക്കുമരുന്ന് കള്ളക്കടത്ത്, നിയമവിരുദ്ധമായ ആയുധക്കടത്ത്, നിയമവിരുദ്ധ കുടിയേറ്റക്കാരിലൂടെയുള്ള കള്ളക്കടത്ത് എന്നിവയിലേർപ്പെട്ട വാണിജ്യ ശക്തികളുമായി അടുത്ത ബന്ധമാണുള്ളത്.

തീവ്രവാദത്തിനെതിരെ പൊരുതാനും അക്രമപാത വെടിഞ്ഞ് ഭീകരരെ ജനാധിപത്യ പ്രക്രിയയിൽ പങ്കുകൊള്ളാൻ പ്രേരിപ്പിക്കാനും അന്താരാഷ്ട്രതലത്തിലുള്ള കൂട്ടായപരിശ്രമം അനിവാര്യമാണ്. നിർഭാഗ്യവശാൽ, ഇതിനുനേർക്കുള്ള ഫലപ്രദമായ ഇടപെടലുകൾ നിരർഥകമായ ദാർശനികതർക്കങ്ങളിലൂടെ നിഷ്ഫലമാക്കപ്പെടുകയാണ്.

എന്നിരുന്നാലും പ്രാദേശിക സഹകരണത്തിനായുള്ള തെന്നേഷ്യൻ രാഷ്ട്രങ്ങളുടെ സംഘടനയിൽ (സാർക്ക്) ഈ പ്രശ്നം തരണം ചെയ്യുവാൻ ഭീകരതയുടെ വ്യത്യസ്തമായ പ്രകടന രീതികളിൽ ശ്രദ്ധകേന്ദ്രീകരിക്കുവാൻ തീരുമാനിച്ചതുവഴി ഞങ്ങൾക്കു സാധിച്ചിട്ടുണ്ട്. ഭീകരതയുടെ നിഗ്രഹത്തിനായുള്ള സാർക്ക് പ്രതിനിധിയോഗവും കൂട്ടായ പ്രതികരണത്തെക്കുറിച്ച് ആലോചിച്ചുറപ്പിച്ചു. അത് ഭീകരതയെ നേരിടാനുള്ള പ്രായോഗിക തന്ത്രങ്ങളിലും ശക്തമായ നിയമവാഴ്ചയിലും ഊന്നൽ കൊടുക്കുന്നു.

പോയവർഷം അംഗീകരിച്ച ഭീകരതയുടെ നിഷ്കാസനത്തിനായുള്ള പ്രഖ്യാപനത്തിലെ വ്യവസ്ഥകൾക്ക് നിയമപ്രാബല്യം നൽകുവാൻ ഉത്സാഹിക്കുന്നതിലൂടെ സമാനമായ പ്രവർത്തനങ്ങൾ ഐക്യരാഷ്ട്രസഭയുടെ ഭാഗത്തുനിന്നും ഉണ്ടാകണമെന്ന് ഞാൻ ആവശ്യപ്പെടുന്നു. പ്രസിഡന്റ് ക്ലിന്റൺന്റെ പ്രസ്താവന കേട്ടതിൽ സന്തോഷമുണ്ട്. ഭീകരവാദത്തിന്റെയും മയക്കുമരുന്ന് കള്ളക്കടത്തിന്റെയും ഭയാനകമായ പ്രത്യാഘാതങ്ങളെപ്പറ്റിയുള്ള നമ്മുടെ യോജിച്ച ധാരണ അവയോട് മല്ലടിക്കാനുള്ള അന്താരാഷ്ട്ര സഹകരണത്തിന്റെ ഒരു പുതുയുഗത്തിന് നാന്ദിയാകുമെന്ന് ഞാനാശിക്കുന്നു.

ശ്രീലങ്കയിൽ എല്ലാ മനുഷ്യവ്യക്തികൾക്കും പരിപൂർണ വികാസത്തിനായുള്ള അവസരങ്ങൾ പ്രദാനം ചെയ്യുന്നതിന് എന്റെ സർക്കാർ പ്രതിജ്ഞാബദ്ധമാണ്. ദ്രുതഗതിയിലുള്ള സാമ്പത്തിക വളർച്ച പ്രോത്സാഹിപ്പിക്കുന്നതോടൊപ്പം അതിന്റെ നേട്ടങ്ങളുടെ സന്തുലിതമായ വിതരണത്തിനും ഞങ്ങൾ ഊന്നൽ നൽകുന്നു. ജനാധിപത്യ സ്ഥാപനങ്ങളുടെ പരിപാലനം, മനുഷ്യാവകാശ സംരക്ഷണം എന്നിവ അതിൽ അടങ്ങിയിരിക്കുന്നു. അത് രാഷ്ട്രീയ പ്രവർത്തനത്തെ ജനവിശ്വാസത്തിന്റെ

ബഹിർസ്ഫുരണമാക്കി മാറ്റുകയും തീരുമാനങ്ങൾ സുതാര്യവും അഴിമതിരഹിതമാക്കുകയും പൊതുജീവിതത്തിൽ എല്ലാവരുടെയും പ്രവർത്തനങ്ങൾ ഉത്തരവാദപ്പെട്ട രീതിയിലാക്കുകയും ചെയ്യും.

അവസാനമായി, ഐക്യരാഷ്ട്രസംഘടന അവശ്യമായി നാം അംഗരാഷ്ട്രങ്ങൾ കെട്ടിപ്പടുക്കുന്ന ഒന്നാകണം അല്ലാതെ, അംഗരാഷ്ട്രങ്ങൾ അതുപയോഗിച്ച് എന്തെങ്കിലും നേട്ടമുണ്ടാക്കുന്ന ഒന്നാകരുത്.

ശ്രീലങ്കയിലെ ജനങ്ങൾക്കും സർക്കാരിനും വേണ്ടി, എല്ലാ രാഷ്ട്രങ്ങളുടെയും വ്യത്യസ്തമായ സ്വപ്നങ്ങളെ ബഹുമുഖമുള്ളതും എന്നാൽ ശ്രുതിമധുരവുമായ ഒരു യാഥാർഥ്യമാക്കി മാറ്റാനുള്ള ഐക്യരാഷ്ട്ര സംഘടനയുടെ പരിശ്രമങ്ങൾക്ക് വിജയം നേരാൻ ഞാൻ ഈ അവസരം ഉപയോഗിക്കുന്നു.

എല്ലാവർക്കും നന്ദി.

II

സാമൂഹ്യ വികസനത്തിനായുള്ള ഐക്യരാഷ്ട്രസഭയുടെ ലോക ഉച്ചകോടിയിൽ 1995 മാർച്ച് 12 ഞായറാഴ്ച ചെയ്ത പ്രസംഗം.

അധ്യക്ഷൻ, ബഹുമാന്യരെ, ഐക്യരാഷ്ട്രസഭയുടെ സെക്രട്ടറി ജനറൽ, സഹോദരീസഹോദരന്മാരെ,

ഐക്യരാഷ്ട്രസഭയുടെ അമ്പതാം വാർഷികാഘോഷവേളയിൽ നടക്കുന്ന ഈ ഉച്ചകോടിയിൽ സംസാരിക്കുവാൻ ക്ഷണിക്കപ്പെട്ടത് എന്നോടും എന്റെ രാഷ്ട്രത്തിലെ ജനങ്ങളോടുമുള്ള വലിയ ആദരമായി ഞാൻ കാണുന്നു.

അധ്യക്ഷനായ താങ്കളോടും ആദരണീയരായ രാഷ്ട്രത്തലവന്മാരോടും ഐക്യരാഷ്ട്ര സഭാസെക്രട്ടറി ജനറലിനോടും ഇന്നിവിടെ എത്തിച്ചേർന്നിട്ടുള്ള മറ്റെല്ലാവരോടുമുള്ള ശ്രീലങ്കയിലെ സർക്കാരിന്റെയും ജനങ്ങളുടെയും ആശംസകൾ ഞാൻ അറിയിക്കുന്നു.

ദാരിദ്ര്യനിർമാർജനം, തൊഴിലവസരങ്ങൾ സൃഷ്ടിക്കൽ, സാമൂഹ്യ ഉദ്ഗ്രഥനം എന്നിവ അന്താരാഷ്ട്ര സമൂഹത്തിന്റെ അടിയന്തരശ്രദ്ധ പതിയേണ്ട പ്രധാന പ്രശ്നങ്ങളാണ്. ദേശീയ അന്താരാഷ്ട്ര തലങ്ങളിൽ അടിയന്തര പ്രാധാന്യത്തോടെ കൈകാര്യം ചെയ്യപ്പെട്ടില്ലെങ്കിൽ ഐക്യരാഷ്ട്ര സഭയുടെ മാഹാത്മ്യമേറിയ ലക്ഷ്യങ്ങൾ - സമാധാനം, സുരക്ഷിതത്വം, മനുഷ്യരാശിയുടെ സാമ്പത്തിക ഉന്നമനം എന്നിവ നേടാൻ കഴിയാതിരിക്കുകയും അത് സമൂഹത്തിന്റെ നിലനിൽപ്പിനെ കുളംതോണ്ടുന്ന അവസ്ഥയിലെത്തിക്കുകയും ചെയ്യും.

സമൂഹത്തിലെ കലഹങ്ങളുടെയും ബഹളങ്ങളുടെയും അടിസ്ഥാന കാരണങ്ങൾ പലപ്പോഴും പട്ടിണിയും തൊഴിലില്ലായ്മയും തന്നെയാണ്. അവ മനുഷ്യജീവിതത്തിന്റെ ഐശ്വര്യവും സന്തോഷവും കളിയാടീടേണ്ട സാമൂഹ്യഘടനയെ കാർന്നുതിന്നുകയും അതിന്റെ അടിവേരിളക്കുകയുമാണ്. അനുകൂലമായ ആഗോള സാഹചര്യങ്ങളുടെ പിൻബല

ത്തിൽ മാത്രമേ ദേശീയ തലത്തിലുള്ള പ്രശ്നപരിഹാര ശ്രമങ്ങൾ വിജയം കാണുകയുള്ളൂവെന്നതിനാൽ ഐക്യരാഷ്ട്രസഭയും മറ്റുധനകാര്യസ്ഥാപനങ്ങളും ദേശീയ സമ്പദ്വ്യവസ്ഥകളുടെ വികസനത്തെ മാതൃകാപരമായി സഹായിക്കുകയാണ് വേണ്ടത്. സ്വതന്ത്രവ്യാപാരത്തിന്മേലുള്ള നിയന്ത്രണങ്ങൾ, വർധിച്ചുവരുന്ന കടബാധ്യതകൾ, കുറഞ്ഞുവരുന്ന വികസന സഹായങ്ങൾ, കടുത്ത വ്യാപാര നിബന്ധനകൾ, ഘടനാപരമായ നിയന്ത്രണങ്ങളുടെ നിഷേധാത്മക വശങ്ങൾ എന്നിവയെല്ലാം സന്തുലിതമായ സാമൂഹിക വികസനപ്രവർത്തനങ്ങളെ താറുമാറാക്കുകയാണ്. അതുകൊണ്ടുതന്നെ ഈ ഉച്ചകോടിയുടെ വിജയം, പ്രഖ്യാപനത്തിൽ പറയുന്നതുപോലെ, ദേശീയ സാമ്പത്തിക വികസനത്തിന്റെയും മനുഷ്യരുടെ അടിസ്ഥാനാവശ്യങ്ങളുടെ ലഭ്യതയുടെയും വഴിയിലുള്ള തടസ്സങ്ങളെ ഇല്ലാതാക്കി ശരിയായ ദിശയിലുള്ളതും മൂർത്തവുമായ നടപടികൾ സ്വീകരിക്കപ്പെടുന്നതിലാണ്.

നമുക്ക് ആഗോളവൽക്കരണത്തിന്റെ ഗുണവശങ്ങളെ പ്രയോജനപ്പെടുത്താനാവശ്യമായ കൂട്ടായതും ബോധപൂർവവുമായ ശ്രമങ്ങൾ നടത്തിയേ മതിയാവൂ. വർധിച്ചുവരുന്ന വ്യാപാരവും പണത്തിന്റെ കുത്തൊഴുക്കും സാങ്കേതിക വിദ്യയുടെ കൈമാറ്റവും വികാസവും തൊഴിലാളികളുടെ കുടിയേറ്റവും നേരിട്ടുള്ള വിദേശനിക്ഷേപവും ജനശാക്തീകരണത്തിനും തൊഴിലവസര വർധനവിനും വഴിയൊരുക്കും. 1948-ൽ സ്വാതന്ത്ര്യസമ്പാദനത്തിനുശേഷം തുടർന്നുപോരുന്ന സാമൂഹിക വികസന നയങ്ങളിൽ ശ്രീലങ്ക അഭിമാനം കൊള്ളുന്നു. ഞങ്ങളുടെ ആളോഹരി വരുമാനം 550 അമേരിക്കൻ ഡോളറിനു തുല്യമാണ്, ശരാശരി ആയുർദൈർഘ്യം 70വർഷമാണ്. സാക്ഷരത 90 ശതമാനമാണ് ജനസംഖ്യാ വർധനനിരക്ക് വെറും 1.2ശതമാനമാണ്. ഇതൊക്കെ ഞങ്ങളുടെ ചുരുക്കം ചില നേട്ടങ്ങൾ മാത്രം.

കഴിഞ്ഞകാല അനുഭവങ്ങളിൽനിന്ന് എങ്ങനെയായിരുന്നാലും ചില പാഠങ്ങൾ ഞങ്ങൾ പഠിക്കേണ്ടതുണ്ട്.

വളർച്ചമാത്രം ലക്ഷ്യമിട്ട ചുരുങ്ങിയ കാഴ്ചപ്പാടോടെയുള്ള സാമ്പത്തിക നയങ്ങളുടെ ഫലമായി,

മുപ്പതുശതമാനത്തോളം കുടുംബങ്ങൾ ദാരിദ്ര്യരേഖയ്ക്ക് താഴെയായി തുടരുന്നു.

തൊഴിൽമേഖലയിൽ പതിനാലുശതമാനത്തോളം പ്രത്യേകിച്ച് യുവജനങ്ങൾ തൊഴിൽരഹിതരാണ്.

മുപ്പതുശതമാനത്തിലധികം പിഞ്ചുകുട്ടികൾ പോഷകാഹാരക്കുറവ് അനുഭവിക്കുന്നു.

കഴിഞ്ഞ കാലങ്ങളിലുണ്ടായ അക്രമങ്ങളുടെ മുഖ്യകാരണം ഈ സാമൂഹിക ഒഴിവാക്കൽ പ്രക്രിയയാണെന്നതിൽ തെല്ലും അത്ഭുതമില്ല. സാമ്പത്തിക വളർച്ചയ്ക്കും സമത്വത്തിനും വഴിയൊരുക്കുന്ന സ്വതന്ത്രവ്യാപാര നയങ്ങൾക്ക് മുന്തിയ പരിഗണനയാണ് ജനകീയ ഐക്യഗവൺ

മെന്റ് നൽകുന്നത്. സമൂഹത്തിന്റെ അടിസ്ഥാനാവശ്യങ്ങൾ പരിഹരിക്കുവാനായി വികസനത്തിന്റെ നേട്ടങ്ങളെ സമതുലിതമായി വിതരണം ചെയ്യപ്പെടുന്നുവെന്നുറപ്പു വരുത്തുന്ന തരത്തിൽ ശ്രദ്ധാപൂർവം നയങ്ങൾ രൂപീകരിക്കാനും ഊന്നൽ കൊടുക്കാനുമാണ് ഉദ്ദേശിക്കുന്നത്.

ദാരിദ്ര്യ നിർമാർജനത്തിനായിരിക്കും ഞങ്ങളുടെ ഏറ്റവും ഉയർന്ന പരിഗണന. ഈ ലക്ഷ്യത്തിലേക്കായി 'സമൃധി' എന്ന സാമൂഹിക സുരക്ഷിതത്വ പദ്ധതി ആരംഭിച്ചിട്ടുണ്ട്. പ്രവിശ്യാ-ജില്ല-ഗ്രാമ തലങ്ങളിലെ സാമൂഹിക വികസന പദ്ധതികളെ കുടുംബ വികസന പ്രവർത്തനങ്ങളുമായി ബന്ധപ്പെടുത്തി ആവശ്യക്കാർക്ക് വിപുലമായ സൗകര്യങ്ങളൊരുക്കുകയാണ് ഇതുവഴി ഞങ്ങൾ ചെയ്തത്.

അതുപോലെ 1995 മുതൽ ദേശീയ ബജറ്റിൽ ആരോഗ്യത്തിനും വിദ്യാഭ്യാസത്തിനും പണം കൂടുതൽ നീക്കിവയ്ക്കുവാനും ഞങ്ങൾ നടപടികൾ എടുത്തിട്ടുണ്ട്.

ബഹുമാനപ്പെട്ട അധ്യക്ഷൻ, കഴിഞ്ഞവർഷം അധികാരത്തിൽ വന്നതുമുതൽ എന്റെ സർക്കാർ രൂപം കൊടുക്കുന്ന നയപരിപാടികളിൽ സാമൂഹിക വികസനം, സാമൂഹിക ഉദ്ഗ്രഥനം, സാമൂഹികനീതി തുടങ്ങിയ വ്യക്തികളുടെ ഭൗതിക ക്ഷേമത്തിനുതകുന്ന ആശയങ്ങളിലുള്ള ദൃഢമായ വിശ്വാസമാണ് പ്രതിഫലിക്കുന്നത്. അതിന്റെ തുടർച്ചയെന്നോണം ജനാധിപത്യത്തിന്റെയും നിയമത്തിന്റെയും ചട്ടക്കൂടുകൾ അതിൽ നയരൂപീകരണത്തിലും നടത്തിപ്പിലും ജനങ്ങൾക്ക് പങ്കെടുക്കുവാൻ പറ്റുന്ന വിധത്തിൽ ശക്തിപ്പെടുത്തണമെന്ന് ഞങ്ങൾ വിശ്വസിക്കുന്നു. മനുഷ്യാവകാശങ്ങളോടുള്ള പരിപൂർണമായ ആദരവ്, മൗലിക സ്വാതന്ത്ര്യങ്ങൾ, നിയമവാഴ്ച, നീതിലഭിക്കൽ, വിവേചനങ്ങൾ അവസാനിപ്പിക്കൽ സുതാര്യവും ഉത്തരവാദിത്വവുമുള്ള സർക്കാർ എന്നിവ ഇതിൽ ഉൾപ്പെടുന്നു.

അവസാനമായി, ബഹുമാനപ്പെട്ട അധ്യക്ഷൻ, കഴിഞ്ഞവർഷം അധികാരമേറ്റെടുത്തതു മുതൽ എന്റെ സർക്കാർ തുടക്കമിട്ട സമാധാനപ്രക്രിയയെപ്പറ്റി ഒരു വാക്കുപറയാൻ ഞാനാഗ്രഹിക്കുന്നു. ശാന്തിയുടെയും സുരക്ഷിതത്വത്തിന്റെയും അഭാവത്തിൽ സാമൂഹികവികസനവും സാമൂഹിക നീതിയും അസാധ്യമാണെന്ന് ഞങ്ങളുടെ അനുഭവം തെളിയിച്ചിട്ടുണ്ട്. ശ്രീലങ്കയുടെ വടക്ക്-കിഴക്കൻ മേഖലകളിലെ സംഘർഷത്തിന്റെ പശ്ചാത്തലത്തിൽ ഉൽപ്പാദനപരമായ പ്രവർത്തനങ്ങൾക്കുപയോഗപ്പെടുത്താമായിരുന്ന വൻതോതിലുള്ള വിഭവങ്ങളും ഊർജവും ദുർവിനിയോഗം ചെയ്യേണ്ടി വന്നിട്ടുണ്ട്. രാഷ്ട്രത്തിന്റെ മുഖ്യധാരയിൽ കൂട്ടായി പങ്കെടുക്കുവാനും ഓരോ സമൂഹത്തിന്റെയും വ്യക്തിത്വം കാത്തുസൂക്ഷിക്കാനും ഉതകുന്ന തരത്തിൽ ബന്ധപ്പെട്ട എല്ലാ കക്ഷികളുമായി നടത്തിയ ക്ഷമാപൂർവമായ സംഭാഷണങ്ങളിലൂടെ വടക്കു കിഴക്കൻ സംഘർഷത്തിന് സമാധാനപരമായ പരിഹാരമുണ്ടാക്കാൻ സാധിച്ചു. ഞങ്ങൾ നടത്തുന്ന സമാധാനപ്രക്രിയയോട് അന്താരാഷ്ട്ര സമൂഹം പ്രകടിപ്പിച്ച വിശ്വാസവും

വിജയത്തിലെത്തിക്കുവാൻ കാണിച്ച പ്രതിജ്ഞാബദ്ധതയും വളരെ പ്രോത്സാഹജനകമാണ്.

അധ്യക്ഷൻ, ഈ ഉച്ചകോടിയുടെ ഉന്നതമായ ലക്ഷ്യങ്ങൾ നേടിയെടുക്കാനുള്ള ശ്രമകരമായ ദൗത്യത്തിൽ ശ്രീലങ്കയെപ്പോലുള്ള വികസ്വരരാഷ്ട്രങ്ങൾക്ക് അന്താരാഷ്ട്ര സമൂഹത്തിന്റെ അനുസ്യൂതമായ സഹായം കൂടിയേതീരൂ. സാമൂഹികവികസന ലക്ഷ്യങ്ങൾ നേടിയെടുക്കുന്നതിനായി ആഭ്യന്തരവും വൈദേശികവുമായ വിഭവങ്ങളെ കാര്യപ്രാപ്തിയോടും ഫലപ്രദമായും ഉപയോഗപ്പെടുത്തുന്ന രാഷ്ട്രങ്ങൾക്ക് ഈ രംഗത്തെ അവരുടെ പരിശ്രമങ്ങൾ തുടർന്നു കൊണ്ടുപോകുന്നതിനായി അന്താരാഷ്ട്ര സഹായം അത്യാവശ്യമാണ്. പ്രാദേശികവും ഉപപ്രാദേശികവുമായ സഹകരണവും അന്താരാഷ്ട്ര സഹായത്തെപോലെ പരമപ്രധാനമാണ്.

1994 ഒക്ടോബറിൽ ഫിലിപ്പൈൻസിൽ നടന്ന ഏഷ്യാ-പസഫിക്ക് മേഖലാ മന്ത്രിതല സമ്മേളനവും അതേവർഷം ഡിസംബറിൽ ഡൽഹിയിൽ നടന്ന സമ്മേളനവും ഈ ഉച്ചകോടിയിൽ സമർപ്പിക്കുവാൻ തയാറാക്കിയ രണ്ടു റിപ്പോർട്ടുകളിലും ശ്രീലങ്ക മേലൊപ്പിട്ടിട്ടുണ്ട്. ശ്രീലങ്കയുടെ ദേശീയ റിപ്പോർട്ടും ഞങ്ങൾ ഈ ഉച്ചകോടിയിൽ സമർപ്പിച്ചിട്ടുണ്ട്. സമ്മേളനത്തിൽ പ്രതിഫലിച്ച പൊതുവായ പ്രവണതകൾ കൂടാതെ ശ്രീലങ്കയെ ബാധിക്കുന്ന പ്രത്യേക പ്രശ്നങ്ങളും അതിൽ പ്രത്യേകം സൂചിപ്പിച്ചിട്ടുണ്ട്.

ഉച്ചകോടിയുടെ ഉദ്ദേശ്യങ്ങൾ സാക്ഷാൽക്കരിക്കപ്പെടുന്നതിനുള്ള ഞങ്ങളുടെ മേഖലാ മുൻഗണനകൾ ഉയർത്തിക്കാട്ടുന്നതിനോടൊപ്പം അതിൽ പരാമർശിച്ചിട്ടുള്ള അടിയന്തര പ്രശ്നങ്ങൾ പരിഹരിക്കുന്നതിനുള്ള ശക്തമായ സന്ദേശവുമാണ് പ്രസ്തുത റിപ്പോർട്ടുകൾ നൽകുന്നത്.

ഇന്നത്തെ അന്താരാഷ്ട്ര ചുറ്റുപാടുകളിൽ നമ്മുടെ അടിയന്തരവും പ്രത്യേകവുമായ ശ്രദ്ധ ആവശ്യപ്പെടുന്ന രണ്ടുകാര്യങ്ങൾ ചൂണ്ടിക്കാണിക്കുവാനാഗ്രഹിക്കുന്നു.

ഒന്നാമതായി, ആഗോളദാരിദ്ര്യത്തിന്റെ പ്രശ്നങ്ങളെക്കുറിച്ച് സംസാരിക്കുമ്പോൾ, ഏഷ്യയിലെ വലിയ ജനസഞ്ചയങ്ങളെ, പ്രത്യേകിച്ച് പട്ടിണിയും പോഷകാഹാരക്കുറവും തൊഴിലില്ലായ്മയും അനുഭവിക്കുന്ന തെന്നേഷ്യൻ രാഷ്ട്രങ്ങളിലെ ജനങ്ങളെ മറന്നു കൂടാത്തതാണ്. ഏഷ്യാ ഭൂഖണ്ഡത്തിലെ ചില രാജ്യങ്ങളിലെ ദ്രുതഗതിയിലുള്ള സാമ്പത്തിക പുരോഗതിയിലൂടെ മൊത്തം ദാരിദ്ര്യപ്രശ്നങ്ങൾ പരിഹരിക്കപ്പെടുമെന്ന് കരുതുന്നത് നിർഭാഗ്യകരമാണ്. അങ്ങനെ വരുമ്പോൾ അന്താരാഷ്ട്ര ദാരിദ്ര്യനിർമാർജന പരിപാടികളിൽ ഏഷ്യയിലെ എല്ലാ ദരിദ്രലക്ഷങ്ങളെയും തീർച്ചയായും പരിഗണിക്കപ്പെടേണ്ടതുണ്ട്.

ലോകത്തിലെ ദരിദ്രരാഷ്ട്രങ്ങൾക്ക് സൗജന്യനിരക്കിൽ കടം നൽകുന്ന ലോകബാങ്കിന്റെ അന്താരാഷ്ട്ര വികസന സംഘടന (ഐ ഡി എ) സഹായത്തിന്റെ കുറവ് നികത്തുന്ന പ്രവർത്തനങ്ങളിൽ ഏർപ്പെട്ടി

രിക്കുകയാണ്. പോയകാലത്തിൽ ഐ ഡി എ യുടെ സഹായം ദാരിദ്ര്യ നിർമാർജനത്തിനുള്ള ഏറ്റവും പ്രധാനപ്പെട്ട ചാലകശക്തിയായിരുന്നു. ഈ സമ്മേളനം 'പതിനൊന്നാം കുറവു നികത്തൽ' പദ്ധതിക്കായുള്ള ലോകബാങ്കിന്റെ ശുപാർശയെ പിന്തുണയ്ക്കുവാൻ എല്ലാ ദായകരോടും ശക്തമായി ആവശ്യപ്പെടുമെന്ന് ഞാൻ പ്രത്യാശിക്കുകയാണ്.

അധ്യക്ഷൻ, കഴിഞ്ഞ കുറച്ചു ദിവസങ്ങളായി നാം ചർച്ച ചെയ്തു കൊണ്ടിരിക്കുന്ന പ്രശ്നങ്ങളെ നേരിടാനുള്ള അടിയന്തരവും പ്രായോഗികവുമായ നടപടികൾ ഉൾക്കൊണ്ടുകൊണ്ട് ഒരു പ്രഖ്യാപനം ഈ ഉച്ചകോടി അംഗീകരിക്കുമെന്ന് ഞങ്ങൾക്ക് ആത്മവിശ്വാസമുണ്ട്. ദേശീയാന്തർദേശീയ തലങ്ങളിൽ അവ നടപ്പിലാക്കുമെന്ന് നമുക്ക് ദൃഢപ്രതിജ്ഞ ചെയ്യാം.

അവസാനമായി, അധ്യക്ഷൻ, ഈ ഉച്ചകോടി സാധ്യമാക്കിത്തീർക്കാൻ അശ്രാന്തം പരിശ്രമിച്ചവരെപ്പറ്റി ചിന്തിക്കുമ്പോൾ, ഡെന്മാർക്കിലെ സർക്കാരിനും ജനങ്ങൾക്കും എന്നോടും എന്റെ സംഘാംഗങ്ങളോടും കാണിച്ച ആതിഥ്യമര്യാദയ്ക്കും ഇതിന് ആതിഥ്യം വഹിച്ചതിനുമുള്ള എന്റെ ആത്മാർഥമായ അഭിനന്ദനവും അഗാധമായ കൃതജ്ഞതയും രേഖപ്പെടുത്തിക്കൊള്ളുന്നു.

നിങ്ങൾക്ക് നന്ദി.

11

ഷെയ്ക്ക് ഹസീന

ബംഗ്ലാദേശ് ജനാധിപത്യ റിപ്പബ്ലിക്കിന്റെ പ്രധാനമന്ത്രിയായ ഷെയ്ക്ക് ഹസീന 1947 സെപ്തംബർ 28-ന് ബംഗ്ലാദേശിലെ തുംഗിപ്പാറയിൽ ജനിച്ചു. ബംഗ്ലാബന്ധു ഷെയ്ക്ക് മുജീബുർ റഹ്മാന്റെ മൂത്തമകളാണ്. അവരുടെ അമ്മയായ ബീഗം ഫസിലത്തുന്നീസയും നാട്ടിലാകെ ബഹുമാനിക്കപ്പെട്ടിരുന്ന വനിതയായിരുന്നു. 1968 ൽ ഹസീന പേരുകേട്ട ബംഗ്ലാദേശ് ശാസ്ത്രജ്ഞനായ എം എ വാജദ്മിയാഹിനെ വിവാഹം കഴിച്ചു.

1981 ൽ രാജ്യഭ്രഷ്ടയായിരിക്കുന്ന അവസരത്തിൽ അവർ അവാമിലീഗിന്റെ അധ്യക്ഷയായി ഐകകണ്ഠ്യേന തെരഞ്ഞെടുക്കപ്പെട്ടു. ആറുവർഷത്തെ ഭ്രഷ്ടജീവിതം അവസാനിപ്പിച്ചുകൊണ്ട് 1981 മെയ് 17 ന് ജനതതിയുടെ സ്നേഹാദരങ്ങൾക്ക് നടുവിലേക്ക് തിരിച്ചുവന്നു. അവിടെവച്ച് ഹസീന പ്രഖ്യാപിച്ചു: "നഷ്ടപ്പെടുവാൻ എനിക്കൊന്നുമില്ല. എന്റെ രാജ്യത്തിലെ ജനങ്ങളുടെ ജനാധിപത്യാവകാശങ്ങൾ പുനഃസ്ഥാപിക്കുംവരെ പോരാടുമെന്ന് ഞാൻ പ്രതിജ്ഞചെയ്യുന്നു.'' 1982 ലെ സൈനിക അട്ടിമറിക്കെതിരെ ഉയർന്ന ആദ്യത്തെ ശബ്ദവും അവരുടേതായിരുന്നു.

1984 ൽ ഫെബ്രുവരിയിലും നവംബറിലും ഷെയ്ക് ഹസീന വീട്ടു തടങ്കലിലായിരുന്നു. 1985-ലും തുടർച്ചയായി അവർക്ക് മൂന്നുമാസം ജയിലിൽ കഴിയേണ്ടിവന്നു.

ജനറൽ ഇർഷാദിന്റെ പതനത്തെത്തുടർന്ന് 1991 ൽ നടന്ന പൊതുതിരഞ്ഞെടുപ്പിൽ പ്രതിപക്ഷത്തിന്റെ മേൽക്കുപ്പായം അവരുടെ കൈകളിലായിരുന്നു. ബംഗ്ലാദേശിന്റെ ചരിത്രത്തിൽ അഞ്ചുവർഷം പൂർത്തിയാക്കിയ ആദ്യത്തെ അവാമിലീഗ് ഗവൺമെന്റിന് ഹസീന നേതൃത്വം നൽകി. 2001-ലെ തിരഞ്ഞെടുപ്പിൽ അവാമിലീഗിന് ഭരണം നഷ്ടമായി.

രാഷ്ട്രീയത്തിൽ സ്ത്രീകളുടെയും പുരുഷന്മാരുടെയും പങ്കാളിത്തം സംബന്ധിച്ച് ന്യൂഡൽഹിയിൽ നടത്തിയ പ്രസംഗം (ഫെബ്രുവരി 15, 1997)

പരമകാരുണികനും ദയാപരനുമായ അള്ളാവിന്റെ നാമത്തിൽ മി. പ്രസിഡന്റ്, ബഹുമാന്യനായ പ്രധാനമന്ത്രി, അഭിവന്ദ്യരേ, സഹോദരീ സഹോദരന്മാരേ,

ലോകത്തെമ്പാടുമുള്ള പാർലമെന്റേറിയന്മാരും പ്രഗത്ഭവ്യക്തികളും സന്നിഹിതരായിട്ടുള്ള ഇതുപോലെ പ്രൗഢമായ ഒരുസദസിനെ അഭിസംബോധന ചെയ്യാൻ കഴിഞ്ഞതിൽ ഞാൻ അഭിമാനം കൊള്ളുന്നു. ഇന്ത്യൻ പ്രധാനമന്ത്രിയായ എച്ച് ഡി ദേവഗൗഡയുടെ ഊഷ്മളമായ ക്ഷണത്തിന് ആദ്യമെ ഞാൻ നന്ദിപറയട്ടെ. ഈയിടെ അദ്ദേഹത്തിന്റെ ബംഗ്ലാദേശ് സന്ദർശനത്തെ സംതൃപ്തിയോടെയും സന്തോഷത്തോടെയും ഞങ്ങൾ ഓർക്കുകയുണ്ടായി. നമുക്കിടയിലേക്ക് അദ്ദേഹത്തെ ബഹുമാനപുരസ്സരം സ്വാഗതം ചെയ്യുന്നു. അതിപ്രധാനമായ ഈ സമ്മേളനത്തിലേക്ക് എന്നെ ക്ഷണിച്ചതിന് ലോക്സഭാസ്പീക്കർ പി എ സാങ്മയോടും രാജ്യസഭാ ഉപാധ്യക്ഷ ശ്രീമതി നജ്മ ഹെപ്ത്തുള്ളയോടും എനിക്കുള്ള നന്ദി അറിയിച്ചുകൊള്ളുന്നു.

ഉന്നതമായ ആ സ്ഥാനത്തേക്ക് തിരഞ്ഞെടുക്കപ്പെട്ടതിന് എനിക്കുവേണ്ടിയും എന്റെകൂടെവന്ന സന്ദർശകസംഘത്തിനുവേണ്ടിയുമുള്ള ഹൃദയംഗമമായ അഭിനന്ദനങ്ങൾ പ്രസിഡന്റിന് കൈമാറുകയാണ്. താങ്കളുടെ അനുഭവജ്ഞാനവും നയതന്ത്രപാടവവും ഈ സമ്മേളനം വിജയകരമാക്കുമെന്ന് എനിക്കുറപ്പുണ്ട്. ഈ സമ്മേളനത്തിനുവേണ്ടി നടത്തിയ ഒരുക്കങ്ങളുടെ പേരിൽ ഭാരതസർക്കാരിനെയും ഞാൻ അഭിനന്ദിക്കുന്നു. പൗരാണികവും ശിൽപ്പസുഭഗവുമായ ഈ നഗരത്തിൽ മുമ്പ് വ്യക്തിപരമായി നടത്തിയ സന്ദർശനങ്ങളുടെ ഓർമകൾ എന്റെ മനസിൽ പരിലാളിക്കപ്പെടുന്നുണ്ട്. പ്രധാനമന്ത്രി ദേവഗൗഡയുടെ ക്ഷണം സ്വീകരിച്ചുകൊണ്ട് ഈയടുത്തകാലത്ത് നടത്തിയ സന്ദർശനവും ഗംഗാജലം പങ്കിടുന്നത് സംബന്ധിച്ച കരാറും പ്രത്യേകിച്ച് ഞാനോർമിക്കുകയാണ്. രാജ്യങ്ങൾ തമ്മിലുള്ള സൗഹൃദവും സഹകരണവും അയൽപ്പക്കബന്ധങ്ങളും ഊട്ടിയുറപ്പിക്കുന്ന ഒരുനാഴികക്കല്ലായിരുന്നു ആ കരാർ.

മനുഷ്യരാശിക്ക് തുലോം പ്രാധാന്യമുള്ള ഒന്നാണ് ഈ സമ്മേളനത്തിന്റെ മുഖ്യവിഷയമായി തെരഞ്ഞെടുക്കപ്പെട്ടിട്ടുള്ളത്. ബംഗ്ലാദേശിലെ ഒരു വിമതകവി സൂചിപ്പിച്ചതുപോലെ, സംസ്കാരം കെട്ടിപ്പടുക്കുന്നതിൽ ആണും പെണ്ണും തുല്യപങ്കാളിത്തമാണ് വഹിച്ചുകൊണ്ടിരിക്കുന്നതെങ്കിലും സ്ത്രീകൾക്ക് എപ്പോഴും തുല്യപദവി നിഷേധിക്കപ്പെടുന്ന അവസ്ഥയാണുള്ളത്. രാഷ്ട്രീയ-സാമൂഹ്യസ്ഥാപനങ്ങളെപ്പോലെതന്നെ നിയമവ്യവസ്ഥയും അവർക്കുനേരെ വിവേചനം കാണിച്ചു. മിക്ക സമൂഹങ്ങളിലും സ്ത്രീകളുടെ പങ്കാളിത്തം ഗാർഹിക സംബന്ധിയായും സ്വകാര്യമായും മാത്രം നിർവചിക്കപ്പെടുന്നു. സമൂഹത്തിന്റെയും സംസ്കാരത്തിന്റെയും കേന്ദ്രമായി കുടുംബത്തെ വാർത്തെടുക്കാൻ കഠിനപ്രയത്നം നടത്തുന്ന അവളുടെ സ്ഥാനം താഴ്ത്തപ്പെട്ടു. വിദ്യാഭ്യാസത്തിലും പരിശീലനത്തിലും ആരോഗ്യപരിപാലനത്തിലും സമ്പാദ്യത്തിലും രാഷ്ട്രീയാധികാരത്തിലുമെല്ലാം സ്ത്രീകളുടെ അവസരങ്ങൾ അസന്തുലിതമാക്കപ്പെട്ടു. അഭിപ്രായസ്വാതന്ത്ര്യമുള്ള പടിഞ്ഞാറൻ രാഷ്ട്രങ്ങൾപോലും അവർക്ക് ഈയടുത്തകാലംവരെ വോട്ടവകാശം നിഷേധിച്ചു. ഭാഗ്യവശാൽ, കഴിഞ്ഞ രണ്ടുദശാബ്ദങ്ങളായി ഇക്കാര്യങ്ങളിൽ സമൂലമായ മാറ്റങ്ങൾക്ക് ലോകം സാക്ഷ്യം വഹിച്ചിട്ടുണ്ട്. പ്രാക്തനങ്ങളായ മുൻവിധികളും ലിംഗപരമായ മുൻവിധികളും ഇല്ലാതാവുകയും ലോകം ലിംഗസമത്വത്തിലും സമതുലിതമായ വികസനത്തിലും ശാശ്വതശാന്തിയിലും ഊന്നി മുന്നേറിക്കൊണ്ടിരിക്കുന്ന ഒരവസരത്തിലാണ് ഈ സമ്മേളനം ചേരുന്നത്. പ്രാന്തവൽക്കരിക്കപ്പെടാതെ, സാമ്പത്തികം, രാഷ്ട്രീയം തുടങ്ങി ജീവിതത്തിന്റെ എല്ലാ മേഖലകളിലും സ്ത്രീകൾ ശരിയായ പങ്കുവഹിക്കേണ്ടതുണ്ട്. വനിതകളെ സംബന്ധിച്ച നെയ്റോബി സമ്മേളനാനന്തരം സാമൂഹ്യ-രാഷ്ട്രീയ മേഖലകളിലെ സ്ത്രീപങ്കാളിത്തത്തിൽ അടിസ്ഥാനപരമായ മാറ്റങ്ങൾ ദർശനീയമാണ്. സ്ത്രീകളുടെ രാഷ്ട്രീയമായ ശാക്തീകരണത്തിന്റെ അനിവാര്യത ഇന്ന് സാർവത്രികമായി അംഗീകരിക്കപ്പെട്ടിരിക്കുന്നു. എന്നിരുന്നാലും മെക്സിക്കോവിൽനിന്നും ബീജിങ്ങിലേക്കുള്ള യാത്ര വളരെ നീണ്ടതായിരുന്നു. സാമൂഹ്യപരവും രാഷ്ട്രീയപരവും നിയമപരവും മാനസികവുമായ സർവതടസ്സങ്ങളെയും തച്ചുടയ്ക്കുവാനുള്ള ആത്മാർപ്പണവും നിയോഗവും അകൃത്രിമമായ ലിംഗസമത്വത്തിനായുള്ള പരിശ്രമങ്ങളുടെ പ്രത്യേകതകളായിരുന്നു. ബീജിങ് ലോകവനിതാസമ്മേളനം സ്ത്രീകളുടെ അവകാശങ്ങളെ ഉദ്ഘോഷിക്കുക മാത്രമല്ല; പ്രവർത്തനോന്മുഖമായ ഒരുവേദിയൊരുക്കുകകൂടി ചെയ്യുകയാണുണ്ടായത്. തീരുമാനമെടുക്കുവാനുള്ള മേഖലയിലാണ് ഇതുസംബന്ധിച്ച രേഖയുടെ മുഖ്യ ഊന്നൽ. സ്ത്രീകൾക്കായുള്ള പുതിയൊരു യുഗത്തിന് തുടക്കമായെന്നും സുപ്രധാനമായ ചില പുരോഗതികൾ ഉണ്ടായിട്ടുണ്ടെന്നും പറയാൻ ആർക്കും കഴിയും. എന്നാലും 'പ്രവർത്തനത്തിനായുള്ള ഒരുപൊതുവേദി'യെന്ന ആശയം ഒരു വിദൂരസ്വപ്നമായി അവശേഷിക്കുന്നു.

ഈ കാര്യങ്ങളിൽ എന്റെ രാഷ്ട്രത്തിലുണ്ടായ അനുഭവങ്ങൾ ഈ സമ്മേളനത്തിലെത്തിയവരുമായി പങ്കുവയ്ക്കാൻ എന്നെ അനുവദിച്ചാലും. മനുഷ്യാവകാശങ്ങൾക്കും സ്വയംഭരണത്തിനും സ്വയംനിർണയാവകാശത്തിനുംവേണ്ടി പടപൊരുതിയ ജനകീയ പ്രസ്ഥാനങ്ങളുടെ നാടാണ് തെന്നേഷ്യ. ദേശവിമോചനത്തിനായുള്ള പോരാട്ടങ്ങളിലേക്ക് ഞങ്ങളെ കൊണ്ടുചെന്നെത്തിച്ച സ്വയംഭരണപ്രക്ഷോഭണങ്ങളുടെ മുൻഗാമിയായി ബംഗാളിലെ കർഷകസമരങ്ങളെ കണക്കാക്കാം. ഈ സമരങ്ങളിലെല്ലാംതന്നെ വനിതകളുടെ സജീവസാന്നിധ്യമുണ്ടായിരുന്നു. പ്രീതിലതാ വഡേദാർ, കൽപ്പന ദത്ത, ഇളമിത്ര, മാതംഗിനി ഹാജറ മുതലായ ധീരവനിതകളുടെ പ്രവർത്തനങ്ങൾ ഇന്നും ഞങ്ങളെ പ്രചോദിപ്പിക്കുന്നു. ഇന്ന് ഏഴുസാർക്ക് രാഷ്ട്രങ്ങളിൽ നാലെണ്ണത്തിലും ഭരണത്തിന് വനിതകളാണ് നേതൃത്വം നൽകുന്നത്. സ്വന്തം ജനതയ്ക്കുവേണ്ടി സ്വജീവൻ ബലിയർപ്പിച്ച ഇന്ത്യയുടെ പ്രിയപുത്രി ശ്രീമതി ഇന്ദിരാഗാന്ധിക്ക് ഇത്തരുണത്തിൽ ഞാൻ ആദരാഞ്ജലികൾ അർപ്പിക്കുന്നു. ബംഗ്ലാദേശിലാവട്ടെ, ബീഗം റുഖിയാ ഷെഖാവത്ത് ഹുസൈന്റെ സ്ഥാനം വിദ്യാഭ്യാസപ്രവർത്തനരംഗങ്ങളിലും സ്ത്രീകളുടെ അവകാശം, സാമൂഹ്യപരിഷ്കരണം എന്നീ മേഖലകളിലും അദ്വിതീയമാണ്. എന്റെ രാജ്യത്തിലെ സ്ത്രീകളുടെ വിമോചനപ്രസ്ഥാനങ്ങളെ അവരുടെ എഴുത്തുകളും പ്രവർത്തനങ്ങളും ആഴത്തിൽ സ്വാധീനിച്ചിട്ടുണ്ട്. രാഷ്ട്രചരിത്രത്തിലെ മഹതികളുടെ നാമധേയങ്ങളോർക്കുമ്പോൾ എന്റെ മാതാവായ ബീഗം ഫസിലത്തുന്നീസയെയും ഓർക്കാതെവയ്യ. ദേശീയസ്വാതന്ത്ര്യം നേടിയെടുക്കുന്നതിന് അവർ നൽകിയ സംഭാവനകൾ ആർക്കും അറിയില്ല. അന്തിമസമരത്തിനായി എന്റെ പിതാവ് രാഷ്ട്രത്തെ തയാറാക്കുകയും പ്രേരിപ്പിക്കുകയും സൈനികസജ്ജീകരണം നടത്തുകയും ചെയ്യുന്ന അവസരങ്ങളിൽ മനസ്ഥൈര്യത്തോടെ കുടുംബകാര്യങ്ങൾ നോക്കിനടത്തുകയും, ജയിലിൽ കിടക്കുമ്പോൾ അനുഭവിക്കേണ്ടിവന്ന വേട്ടയാടലുകളിലും, ക്ലേശകരമായ മറ്റു സന്ദർഭങ്ങളിലുമെല്ലാം കൂടെനിൽക്കുകയും, രാഷ്ട്രചരിത്രത്തിലെ നിർണായകനിമിഷങ്ങളിൽ ശക്തിയും സഹായവും പകർന്നുകൊടുക്കുകയും ചെയ്തു. അവരുടെ സംഭാവനകളെല്ലാം ചരിത്രത്തിൽ രേഖപ്പെടുത്തപ്പെടുമോയെന്നറിയില്ലെങ്കിലും, ഞാൻ വിശ്വസിക്കുന്നു, അവരുടെ ക്ഷമയും നീതിബോധവും എല്ലാറ്റിനുമുപരിയായി ധൈര്യവും പരിഗണിക്കുമ്പോൾ ബംഗ്ലാദേശിലെ ഏറ്റവും ഉന്നതരായ സ്വാതന്ത്ര്യസമരസേനാനികളിൽ ഒരാളാണ് അവർ.

നേതൃപാടവത്തിന്റെയും ധൈര്യത്തിന്റെയും ഉദാത്ത മാതൃകകളുണ്ടായിരുന്നിട്ടും ബഹുഭൂരിപക്ഷം വരുന്ന നമ്മുടെ സ്ത്രീകൾ ഇപ്പോഴും അധഃസ്ഥിതരായിത്തന്നെ കഴിയുന്നുവെന്നത് വളരെ ആഴത്തിൽ പരിശോധിക്കപ്പെടേണ്ടതാണ്. സമൂഹം അവരെ അപവാദമായി ഗണിക്കുന്നു. സാമൂഹ്യ-രാഷ്ട്രീയ ജീവിതത്തിൽ ഇന്നും ആധിപത്യം ശക്തിശാലികൾക്കും പ്രത്യേകാവകാശമുള്ളവർക്കും അതുവഴി പുരുഷന്മാർക്കുമാണ്. ജനാധി

പത്യത്തിന്റെ രാഷ്ട്രീയത്തിൽ ലിംഗഭേദമെന്യെ എല്ലാവരെയും ഉൾപ്പെടുത്തേണ്ടതുണ്ട്. ജനസംഖ്യയിൽ പകുതിയിലധികവും ദരിദ്രരും സ്ത്രീകളുമാണെന്നിരിക്കെ, ജനാധിപത്യം അർഥവത്താകണമെങ്കിൽ ഇവരുടെ സമഞ്ജസമായ ഉദ്ഗ്രഥനം സാധ്യമാകേണ്ടതുണ്ട്. പഴക്കംചെന്ന ആചാരങ്ങളും സാമൂഹ്യചിട്ടവട്ടങ്ങളും മൂല്യങ്ങളും സാമ്പത്തികാശ്രയത്വവും അജ്ഞതയും സ്ത്രീകളുടെ അധികാരപ്രവേശനത്തെയും തീരുമാനമെടുക്കുവാനുള്ള ശേഷിയെയും ഇല്ലാതാക്കിക്കളഞ്ഞു. അംഗബലം വച്ചുനോക്കുമ്പോൾ രാഷ്ട്രീയത്തിൽ അവരുടെ പങ്കാളിത്തം പരിമിതമാണ്. ഈ പ്രൗഢമായ സദസിനുമുമ്പാകെ വരുംനാളുകളിൽ ഈ അസന്തുലനാവസ്ഥ പരിഹരിക്കാനുള്ള നടപടികൾ സ്വീകരിക്കാനുള്ള എന്റെയും എന്റെ പാർട്ടിയുടെയും പ്രതിജ്ഞാബദ്ധത ഞാൻ ഉറക്കെ പ്രഖ്യാപിക്കുന്നു.

ബംഗ്ലാബന്ധു ഷെയ്ഖ് മുജീബുർ റഹ്മാന്റെ ഭരണനടത്തിപ്പുകാലത്ത് രൂപംകൊടുക്കപ്പെട്ട ബംഗ്ലാദേശിന്റെ ഭരണഘടന ജീവിതത്തിന്റെ എല്ലാ തുറകളിലും സ്ത്രീക്ക് തുല്യപരിഗണന ഉറപ്പുനൽകുന്ന അനുപമമായൊരു പ്രമാണമാണ്. പാർലമെന്റിലും പ്രാദേശികഭരണസമിതികളിലും പുരുഷന്മാർക്കു തുല്യമായ സ്ത്രീപങ്കാളിത്തം ഭരണഘടന ഉറപ്പുനൽകുന്നു. സ്ത്രീകളുടെ കുറഞ്ഞ പ്രാതിനിധ്യമെങ്കിലും ഏറ്റവും ഉയർന്ന നിയമനിർമാണവേദിയിൽ ഉറപ്പുവരുത്തുന്നതിനായി കുറച്ചുസീറ്റുകൾ വനിതകൾക്കായി സംവരണം ചെയ്യുവാനും ദീർഘദർശിയായ രാഷ്ട്രപിതാവ് ശ്രമിച്ചു. ഭരണഘടനയുടെ 28, 29 അനുഛേദങ്ങൾ വനിതകളുമായി ബന്ധപ്പെട്ട മൗലികാവകാശങ്ങൾ ഉറപ്പുനൽകുന്നു. വിവേചനങ്ങളില്ലാതെ സ്ത്രീക്കും പുരുഷനും വോട്ടുചെയ്യുവാനുള്ള അവകാശം 122-ാം അനുഛേദവും അനുശാസിക്കുന്നു. സ്ത്രീകൾക്കെതിരായ സകല വിവേചനങ്ങളും ഇല്ലാതാക്കുവാനുള്ള കൺവെൻഷനിൽ ഒപ്പുവയ്ക്കുകവഴി വനിതകൾക്കെതിരായ വിവേചനങ്ങൾക്കെതിരെയുള്ള നിയമപരമായ പടച്ചട്ട ശക്തമാക്കാൻ കഴിഞ്ഞു. ബംഗ്ലാദേശിലെ വനിതകളെ സംബന്ധിച്ചിടത്തോളം ലിംഗസമത്വം, സ്ത്രീകളുടെ സ്വയംഭരണം, തുല്യകൂലി എന്നിവയാണ് മുഖ്യവിമർശന മേഖലകൾ. തുല്യജോലിക്ക് തുല്യവേതനമെന്നതും ഇതിനോട് കൂട്ടിച്ചേർക്കേണ്ടതാണ്.

ദേശീയരാഷ്ട്രീയത്തിലെ പ്രത്യേകിച്ച് തിരഞ്ഞെടുപ്പ് രാഷ്ട്രീയത്തിലെ സ്ത്രീകളുടെ പ്രാന്തവൽക്കരിക്കപ്പെട്ട അവസ്ഥയ്ക്ക്, എൺപതുകളിലും തൊണ്ണൂറുകളിലുമുണ്ടായ സിവിൽ-രാഷ്ട്രീയ പ്രസ്ഥാനങ്ങളുടെ പ്രവർത്തനഫലമായി വമ്പിച്ച മാറ്റം വരുത്താൻ സാധിച്ചിട്ടുണ്ട്. ഗൃഹസ്ഥകളുൾപ്പെടെ സമൂഹത്തിന്റെ എല്ലാ തട്ടുകളിലുമുള്ള ധാരാളം സ്ത്രീകൾ ഈ പ്രസ്ഥാനങ്ങളിൽ പങ്കെടുക്കുകയുണ്ടായി. നിഷ്പക്ഷമായ ഒരു താൽക്കാലിക സർക്കാരിൻ കീഴിൽ സ്വതന്ത്രമായി വോട്ടുചെയ്യാനുള്ള അവകാശം പുനഃസ്ഥാപിക്കണമെന്ന ആവശ്യത്തിന് സാർവദേശീയമായ അംഗീകാരം ലഭിച്ചു. 1996 ജൂൺ 12-ന് നടന്ന തിരഞ്ഞെടുപ്പിൽ വോട്ടു

ചെയ്ത വനിതകളുടെ വമ്പിച്ച അംഗസംഖ്യ, രാഷ്ട്രത്തിന്റെ ഭാഗധേയം നിർണയിക്കുന്നതിൽ അവർക്കുള്ള താൽപ്പര്യത്തിന് നിദർശനമാണ്. വ്യത്യസ്ത രാഷ്ട്രീയ പാർട്ടികളിലെ വനിതാനേതാക്കൾ അവരുടെ കഴിവിന്റെ ബലത്തിൽ മുൻനിരനേതാക്കന്മാരായി ഉയർന്നുവന്നുവെന്നതും സംതൃപ്തിദായകമാണ്. വളരെ പ്രോത്സാഹനജനകമായ ഒരു മാറ്റമാണിതെല്ലാം. 1979-82 കാലത്തെ രണ്ടാം പാർലമെന്റിൽ ഒരുസ്ത്രീമാത്രം തിരഞ്ഞെടുക്കപ്പെട്ടസ്ഥാനത്ത് ഇപ്പോഴത്തെ പാർലമെന്റിൽ ഏഴോളം വനിതകൾ പൊതുമണ്ഡലങ്ങളിൽനിന്നും തിരഞ്ഞെടുക്കപ്പെട്ടവരായുണ്ട്. എന്റെ മന്ത്രിസഭയിൽ എന്നെക്കൂടാതെ രണ്ടുമന്ത്രിമാരും ഒരു ഡെപ്യൂട്ടി മന്ത്രിയും വനിതകളാണ്. ഇക്കാര്യത്തിൽ ഇനിയുമേറെ മുന്നേറുവാനുണ്ടെന്നറിയാമെങ്കിലും ശരിയായ ദിശയിലും സത്യസന്ധവുമായ ഒരു തുടക്കമിടാൻ ഞങ്ങൾക്കു കഴിഞ്ഞുവെന്നഭിമാനിക്കാം.

എങ്ങനെയാണ് സ്ത്രീകളെ നാടിന്റെ സാമൂഹ്യ- സാമ്പത്തിക- രാഷ്ട്രീയ ജീവിതത്തോട് സമന്വയിപ്പിക്കുക? പ്രാദേശികഭരണകൂടങ്ങൾ ഉൽക്കൃഷ്ടമായൊരു തുടക്കമാണെന്നുതോന്നുന്നു. പാർലമെന്റുതലം വരെ അധികാരം വികേന്ദ്രീകരിക്കാനും ഗ്രാമീണസ്ത്രീകളെയടക്കം അധികാരവുമായി ബന്ധപ്പെടുത്താനുംവേണ്ടി പ്രാദേശിക സർക്കാരുകൾ രൂപീകരിക്കാൻ പോകുകയാണ്. പ്രാദേശിക സർക്കാരുകളിൽ എല്ലാതലത്തിലും സ്ത്രീകളെ നേരിട്ട് തെരഞ്ഞെടുക്കുകയാണ് ചെയ്യുന്നത്. രാഷ്ട്രീയത്തിലും രാഷ്ട്രീയമായ തീരുമാനങ്ങളിലും സ്ത്രീകളുടെയും പുരുഷന്മാരുടെയും സമതുലിതമായ പങ്കാളിത്തം ഉറപ്പാക്കുന്നതിന്റെ മുന്നോടിയായിട്ടാണ് ഇതിനെ നാം കാണുന്നത്. എന്നാൽ ഇതുകൊണ്ട് എല്ലാമായില്ല. പാർലമെന്റിൽ പത്തുശതമാനം സീറ്റ് സംവരണം കൂടാതെ സർക്കാർ സേവനമേഖലകളിലും അവർക്ക് ആനുപാതികമായ വീതം അനുവദിച്ചിട്ടുണ്ട്. വനിതാശാക്തീകരണത്തിനായുള്ള സർക്കാരിന്റെ പരിശ്രമങ്ങളെ സ്വകാര്യ-സർക്കാരിതര സംഘടനകളും സഹായിക്കുന്നുണ്ട്. തങ്ങളുടെ ദുരവസ്ഥയിൽനിന്നും മോചനം കൊതിക്കുന്ന ഗ്രാമീണസ്ത്രീകളുടെ കാഴ്ചപ്പാടുകളിൽപ്പോലും മാറ്റമുണ്ടാക്കുന്നതിന് അവരുടെ പ്രവർത്തനങ്ങൾക്ക് കഴിഞ്ഞിട്ടുണ്ട്. ചെറുകിട വായ്പാപദ്ധതികളുടെ സഹായത്തോടെ ഗ്രാമീണമേഖലകളിൽ വരുമാനം ഉണ്ടാക്കുവാനുള്ള പ്രവർത്തനങ്ങളും തുണിവ്യവസായമേഖലയിലേക്കുള്ള സ്ത്രീകളുടെ വമ്പിച്ച കുത്തൊഴുക്കും അവരുടെ സാമൂഹികചുറ്റുപാടുകൾ വികസിക്കുന്നതിന് കാരണമായിത്തീർന്നിട്ടുണ്ട്. അവസാനത്തെ, എന്നാൽ നിസ്സാരമല്ലാത്ത ഒരു പ്രവർത്തനമെന്നനിലയിൽ സ്ത്രീവിദ്യാഭ്യാസത്തിനായുള്ള പരിശ്രമങ്ങളും ഞങ്ങൾ ഊർജിതമാക്കിക്കഴിഞ്ഞു. ഇതുമാത്രമാണ് സ്ത്രീകൾക്ക് അവകാശങ്ങൾ നേടിയെടുക്കാനുള്ള ഉറച്ച മാർഗമെന്ന് ഞങ്ങൾ വിശ്വസിക്കുന്നു. സ്വയം രക്ഷിക്കുവാനുള്ള തങ്ങളുടെ അവകാശങ്ങളെ സംബന്ധിച്ച് സ്ത്രീകൾ ബോധവതികളല്ലെങ്കിൽ നിയമപരമായ സമത്വവും നിയമപരമായ സുരക്ഷയും അപ്രായോഗികമായിത്തീരും.

ഈ പ്രധാനപ്പെട്ട സമ്മേളനം, ലോകമൊട്ടുക്കുള്ള പ്രത്യേകിച്ച് വികസ്വരരാഷ്ട്രങ്ങളിലുള്ള വനിതകൾ അഭിമുഖീകരിച്ചുകൊണ്ടിരിക്കുന്ന താഴെപറയുന്ന നിർണായകമായ പ്രശ്നങ്ങളെ കൈകാര്യം ചെയ്യുമെന്ന് ഞാൻ പ്രത്യാശിക്കുന്നു.

1. ദേശീയ ജനപ്രതിനിധിസഭകളിലെ സ്ത്രീപങ്കാളിത്തം.
2. കക്ഷിരാഷ്ട്രീയത്തിലെ പങ്കാളികളെന്ന നിലയിൽ രാഷ്ട്രീയപ്രക്രിയ യിൽ സ്ത്രീകളുടെ ഇടപെടൽ.
3. രാഷ്ട്രീയവ്യവസ്ഥയിലും പ്രയോഗങ്ങളിലും പ്രതിഫലിക്കുന്ന ലിംഗപരമായ വിവേചനം.
4. ഭരണത്തിന്റെ ഉയർന്ന മേഖലകളിലും ദേശിയ-പ്രാദേശിക സാമ്പത്തിക നിർവഹണമേഖലകളിലെ സ്ത്രീപങ്കാളിത്തം.

ആരും ഊന്നിപ്പറഞ്ഞിട്ടില്ലാത്ത, ഫലപ്രദമായ സ്ത്രീ-പുരുഷ പങ്കാളിത്തം രാഷ്ട്രീയത്തിൽ ഉറപ്പുവരുത്തണമെങ്കിൽ രാഷ്ട്രീയമായി സ്ത്രീശാക്തീകരണത്തിനുള്ള ശരിയായ നടപടികൾ സ്വീകരിക്കപ്പെടേണ്ടതുണ്ട്. സ്ത്രീകളെ രാഷ്ട്രീയബോധമുള്ളവരാക്കി മാറ്റുന്നതിനായി അവർക്കിടയിലേക്കിറങ്ങി പ്രവർത്തിക്കുവാനാവശ്യമായ മാർഗങ്ങൾ നാം തേടേണ്ടിയിരിക്കുന്നു. ഈ ലക്ഷ്യപ്രാപ്തിക്കായി, സർക്കാരിന്റെയും പൊതുസമൂഹത്തിന്റെയും വോളന്ററി സംഘടനകളുടെയും യോജിച്ച പ്രവർത്തനവും സഹകരണവും അത്യാവശ്യമാണ്.

കഴിഞ്ഞുപോയ വർഷങ്ങളിൽ അന്താരാഷ്ട്രസമൂഹത്തിനുവേണ്ടി കുറെ മുൻഗണനാമേഖലകളിൽ ആഗോളസമ്മേളനങ്ങൾ സംഘടിപ്പിച്ചതിന് ഐക്യരാഷ്ട്രസംഘടന അഭിനന്ദനമർഹിക്കുന്നു. റിയോ എർത്ത് ഉച്ചകോടി (1992), കെയ്റോവിൽ 1994-ൽ നടന്ന ജനസംഖ്യയെയും വികസനത്തെയും സംബന്ധിച്ച സമ്മേളനം, 1995-ൽ കോപ്പൻഹേഗണിൽ നടന്ന ലോകസാമൂഹ്യവികസന ഉച്ചകോടി തുടങ്ങി, സ്ത്രീകളുടെയും കുട്ടികളുടെയും അവകാശങ്ങൾക്ക് മുൻഗണന നൽകിക്കൊണ്ടുള്ള മറ്റു നിരവധി സമ്മേളനങ്ങൾ എന്നിവയെല്ലാം അവയിൽപ്പെടുന്നു. ഈ അടിസ്ഥാന അവകാശങ്ങളെ സംബന്ധിച്ച ആഗോളമുന്നറിയിപ്പുകൾക്കപ്പുറത്ത് സ്ത്രീകളുടെ രാഷ്ട്രീയമായ ശാക്തീകരണത്തിന്റെ വഴിയിൽ തടസ്സമായിക്കിടക്കുന്ന സങ്കീർണമായ ബഹുമുഖപ്രശ്നങ്ങൾക്ക് ഉത്തരം കണ്ടെത്താനുള്ള മാർഗങ്ങളും നാം തേടേണ്ടതുണ്ട്. സ്ത്രീകളിൽ അന്തർലീനമായി കിടക്കുന്ന കഴിവുകളെ തീർച്ചയായും പരിഗണിക്കണം. ഈ കഴിവുകൾ പുറത്തുവരാനനുവദിക്കാത്ത തടസങ്ങളെ കണ്ടെത്തുകയും ഇല്ലാതാക്കുകയും വേണം. അടുത്ത സഹസ്രാബ്ദത്തിലേക്ക് കാലെടുത്തുവയ്ക്കുമ്പോൾ വളരെ വീര്യവത്തും സംക്ഷിപ്തവുമായ ഒരു പദ്ധതി വനിതകൾക്കായി തയാറാക്കപ്പെടണം. അതിനുവേണ്ടി വ്യക്തിതലത്തിലും സംഘടിതമായും ഉൾക്കൊള്ളേണ്ടതായ, സാമൂഹ്യ-രാഷ്ട്രീയ കാര്യപരിപാടികളിൽ മാത്രമല്ല, ചിന്താപ്രക്രിയകളിൽക്കൂടി, ഒരു ഗതിമാറ്റം അത്യാവശ്യമായിരിക്കുന്നു.

ഉപസംഹരിക്കുന്നതിന് മുൻപായി, ഈ സമ്മേളനത്തിന്റെ വിജയത്തിൽ ഞാൻ ബഹുമാന്യനായ സ്പീക്കർക്കും പ്രായോജകന്മാർക്കും സമ്മേളന പ്രതിനിധികൾക്കും അഭിനന്ദനങ്ങൾ അറിയിക്കുന്നു. നമുക്കിടയിലെ സംഭാഷണങ്ങൾക്കുവേണ്ടി തീരുമാനിച്ച പ്രധാനപ്പെട്ട വിഷയത്തെ അധികരിച്ച് എന്റെ ചിന്തകൾ പങ്കുവയ്ക്കുവാനായി ഈ സമ്മേളനത്തിലേക്കു ക്ഷണിച്ച ഇതിന്റെ സംഘാടകന്മാരോടും എന്റെ നന്ദിയും കടപ്പാടും പങ്കുവയ്ക്കുന്നു. പ്രസിഡന്റ്, ആദരണീയരായ പ്രതിനിധികൾ, ബഹുമാന്യരെ, സഹോദരീസഹോദരന്മാരെ, എല്ലാവർക്കും നന്ദി.

ദൈവം അനുഗ്രഹിക്കട്ടെ. ജയ് ബംഗ്ലാ. ജയ് ബംഗബന്ധു ബംഗ്ലാദേശ് നീണാൾ വാഴട്ടെ.

12

ഷേർലെ ചിഷോം

ഷേർലെ സെന്റ് ഹിൽ ചിഷോം 1924 നവംബർ 30-ന് ന്യൂയോർക്കിലെ ബ്രൂക്ക്ലിനിൽ ചാൾസിന്റെയും റൂബി സെന്റ് ഹില്ലിന്റെയും മകളായി ജനിച്ചു. പിതാവ് ബ്രിട്ടീഷ് ഗയാനക്കാരനും മാതാവ് ബാർബഡോസുകാരിയുമായിരുന്നു. അമ്മമ്മയോടൊന്നിച്ച് ജീവിക്കുന്നതിനായി 1927 ൽ ചിഷോമിനെ ബാർബഡോസിലേക്കയച്ചു. ബ്രിട്ടീഷ് സമ്പ്രദായത്തിലുള്ള നല്ല വിദ്യാഭ്യാസം അവർക്കുലഭിച്ചു. പിൽക്കാലത്ത് അവർ നേടിയെടുത്ത പാണ്ഡിത്യത്തിന്റെ പശ്ചാത്തലമായി അതുപരിഗണിക്കപ്പെട്ടു.

1934 ൽ ന്യൂയോർക്കിൽ തിരിച്ചെത്തി മാതാപിതാക്കളോടൊപ്പം ജീവിച്ചു. ബ്രൂക്ക് ലിൻ ഗേൾസ് ഹൈസ്കൂളിൽ വിദ്യാഭ്യാസത്തിൽ ഉന്നതനിലവാരം പുലർത്തിയ ചിഷോം 1942 ൽ അവിടെവച്ചുതന്നെ ബിരുദവും നേടി.

1949 ൽ ഒരു സ്വകാര്യ അന്വേഷകനായി ജോലിചെയ്തുവരികയായിരുന്ന ജമൈക്കക്കാരനായ കൊൺറാഡ് ചിഷോമിനെ ഷേർലെ വിവാഹം കഴിച്ചു. ബെഡ്ഫോഡ് സ്റ്റൈവസന്റ് പൊളിറ്റിക്കൽ ലീഗ് എന്ന സംഘ

ടന രൂപീകരിക്കാൻ സഹായിച്ചുകൊണ്ട് പ്രാദേശിക രാഷ്ട്രീയത്തിൽ ചിഷോം ദമ്പതികൾ പങ്കെടുത്തു. ഇതുകൂടാതെ 1959 വരെ ഡേ കെയർ മേഖലയിലും അവർ പ്രവർത്തിച്ചു. 1960 ൽ യൂണിറ്റി ഡെമോക്രാറ്റിക് ക്ലബ്ബ് ആരംഭിച്ചു. കറുത്തവർഗക്കാരുടെയും മറ്റും വോട്ടുകൾ സംഭരിക്കുന്നതിൽ മുഖ്യ പ്രേരകശക്തിയായി വർത്തിക്കുവാൻ യൂണിറ്റിക്ലബ്ബിന് സാധിച്ചിരുന്നു.

1964 ൽ ചിഷോം പ്രവിശ്യാ അസംബ്ലിയിലേക്ക് മത്സരിച്ചു. വിജയം വരിച്ചതിനെത്തുടർന്ന് 1964 മുതൽ 1968 വരെ ന്യൂയോർക്ക് ജനറൽ അസംബ്ലിയിൽ സേവനം അനുഷ്ഠിച്ചു. ഒട്ടനവധി ബഹുമതികൾ അവർക്ക് ലഭിച്ചിട്ടുണ്ട്. അവയിൽ ചിലതാണ് ബ്രൂക്ക്ലിൻ കോളേജ് നൽകിയ 'അലൂംന ഓഫ് ദി ഇയർ", "കീ വുമൻ ഓഫ് ദി ഇയർ" — ശിശുക്ഷേമത്തിനായുള്ള ശ്രദ്ധേയമായ പ്രവർത്തനങ്ങൾക്കും അതുപോലെ "വുമൻ ഓഫ് അച്ചീവ്മെന്റും." ഷേർലെ ചിഷോം 2005 ജനുവരി ഒന്നിന് ഇഹലോകവാസം വെടിഞ്ഞു.

തുല്യാവകാശം സ്ത്രീകൾക്ക്

വാഷിങ്ടൺ ഡി സിയിലെ അമേരിക്കൻ ജനപ്രതിനിധിസഭയിൽ 1969 മെയ് 21-ന് നടത്തിയ വിഖ്യാതമായ പ്രസംഗം.

മാന്യ സ്പീക്കർ, കോളേജിൽനിന്നു ബിരുദം നേടി ഒരു യുവതി തൊഴിൽ തേടിയിറങ്ങിയാൽ നിരുത്സാഹജനകവും അന്തസില്ലാത്തതുമായ അനുഭവങ്ങളാണ് മുന്നിലുണ്ടാവുക. അഭിമുഖത്തിനായി ഏതെങ്കിലും ഓഫീസിലേക്കു കയറിച്ചെല്ലുമ്പോൾ ആദ്യം കേൾക്കുന്ന ചോദ്യം "ടൈപ്പു ചെയ്യുമോ?" എന്നാവും.

മുൻവിധിയാലെ ഗണിച്ചെടുത്ത ഒരു സമ്പ്രദായം ആ ചോദ്യത്തിൽ പരോക്ഷമായി ഉൾക്കൊള്ളുന്നു. സ്ത്രീകൾക്കെന്തുകൊണ്ടാണ് സെക്രട്ടറി, ലൈബ്രേറിയൻ, അധ്യാപനം തുടങ്ങിയ സ്വീകാര്യവും മാനേജർ, ഭരണകർത്താക്കൾ, ഡോക്ടർമാർ, വക്കീലന്മാർ, പാർലമെന്റ് അംഗങ്ങൾ എന്നിവ അസ്വീകാര്യവും ആകുന്നത്?

സ്ത്രീകൾ വ്യത്യസ്തരാണെന്ന് അധികം പറയപ്പെടാത്തൊരു പരികൽപ്പനയാണ്. അവർക്ക് ഭരണനിർവഹണ ശേഷിയില്ലെന്നതും സുവ്യവസ്ഥിതമായ മനസില്ലെന്നതും സ്ഥിരതയില്ലെന്നതും നേതൃത്വപാടവമില്ലെന്നതും വികാരപ്രേരിതരാണെന്നതും അതുപോലെതന്നെ.

ഇതേ മാനദണ്ഡമനുസരിച്ചായിരുന്നു മുമ്പുകാലത്ത് ഒരു സമൂഹത്തെ—കറുത്തവരെ—ഒന്നടങ്കം മറ്റൊരു സമൂഹത്തിൽനിന്ന് വകതിരിച്ച് നിർത്തിയത്—അവർ വ്യത്യസ്തരാണെന്നും അധഃസ്ഥിതരാണെന്നും പറഞ്ഞത്. സന്തോഷവാനായ കൊച്ചുഗൃഹസ്ഥനും തോട്ടത്തിലെ സംതൃപ്തനായ 'കറുത്ത വൃദ്ധനും' മുൻവിധിയുടെ സൃഷ്ടികളാണ്.

ഒരു കറുത്തവർഗക്കാരിയെന്ന നിലയിൽ ഞാനും വർഗീയമായ മുൻവിധികൾ അനുഭവിക്കാതില്ല. എന്നാൽ രാഷ്ട്രീയരംഗത്ത് എനിക്കേറ്റവും കൂടുതൽ വിവേചനമനുഭവിക്കേണ്ടിവന്നത് ഞാനൊരു കറുത്തവർഗക്കാരിയായതല്ല. മറിച്ച്, ഒരു സ്ത്രീയായതുകൊണ്ടാണെന്നതാണ് സത്യം.

കറുത്തവർഗക്കാർക്കെതിരെയുള്ള മുൻവിധികൾ ഇന്ന് അസ്വീകാര്യമായിക്കൊണ്ടിരിക്കുകയാണ്. തീർത്തും ഇല്ലാതാവാൻ ഇനിയും വർഷങ്ങൾ വേണ്ടിവരുമെങ്കിലും. അത് തീർച്ചയായും പരാജയപ്പെടും. കാരണം വെള്ളക്കാർ അത്തരം വിവേചനമുണ്ടെന്ന് അംഗീകരിച്ചു തുടങ്ങിയിരിക്കുന്നു. എന്നിട്ടും വനിതകൾക്കെതിരായ മുൻവിധികൾ നിലനിൽക്കുകയാണ്. സ്ത്രീക്കും പുരുഷനും വ്യത്യസ്തമായ ശമ്പളസ്കെയിലുകൾ ഉണ്ടാക്കുന്നതും ഏറ്റവും മുന്തിയ തൊഴിലുകൾ പുരുഷനുമാത്രമെന്ന് തരംതിരിക്കുന്നതിനും പിന്നിലുള്ള ധാർമികത എത്ര ചിന്തിച്ചിട്ടും മനസിലാകുന്നില്ല.

ഐക്യനാടുകളിലെ ജനസംഖ്യയുടെ പകുതിയിലധികം സ്ത്രീകളാണ്. ഭരണനിർവഹണവുമായി ബന്ധപ്പെട്ട തൊഴിലുകളിൽ വെറും രണ്ടു ശതമാനമാണ് സ്ത്രീപങ്കാളിത്തം.

സുപ്രീംകോടതിയിലോ എ എഫ് എൽ-സി ഐ ഒ കൗൺസിലിലോ ഒരു വനിതയും ഇരിക്കുന്നില്ല. ക്യാബിനറ്റ് റാങ്ക് നൽകപ്പെട്ട രണ്ടേരണ്ട് വനിതകൾ ഉണ്ടായിരുന്നു, എന്നാലിപ്പോൾ ആരുമില്ല. നയതന്ത്രവൃത്തങ്ങളിൽ അംബാസഡർ റാങ്കുള്ള രണ്ടുവനിതകൾ ഇപ്പോഴുണ്ട്. അമേരിക്കൻ കോൺഗ്രസിലാകട്ടെ സെനറ്റിൽ ഒരംഗവും പത്തുപ്രതിനിധികളുമായി ചുരുക്കപ്പെട്ടിരിക്കുന്നു.

ഐക്യനാടുകളിൽ പുരുഷന്മാരെക്കാൾ 3.5ദശലക്ഷത്തോളം സ്ത്രീകൾ കൂടുതലുണ്ടെന്ന വസ്തുത പരിഗണിക്കുമ്പോൾ ഈ അവസ്ഥ മഹാ അന്യായം തന്നെ.

തങ്ങളുടെ അവകാശങ്ങൾ നേടിയെടുക്കുന്ന കാര്യത്തിൽ സ്ത്രീകൾ അക്രമണോത്സുകരല്ലെന്നുള്ള വസ്തുത ശരിയാണ്. വർഷങ്ങളായി കറുത്തവരുടെ കാര്യവും ഇതുതന്നെ. അടിച്ചമർത്തലുകൾക്ക് സ്വയം സമർപ്പിക്കുകയും അതിനോട് ഒരുവേള സഹകരിക്കുകപോലും ചെയ്യുകയാണ് അവർ. സ്ത്രീകളും അതുതന്നെയാണ് ചെയ്യുന്നത്. പക്ഷേ, ഇന്ന് പ്രത്യേകിച്ചും യുവതലമുറയിൽ ഇക്കാര്യത്തെപ്പറ്റിയുള്ള അവബോധം ഉണ്ടായി വരുന്നുണ്ട്.

കറുത്തവർക്കും സ്പാനിഷ്-അമേരിക്കക്കാർക്കും ഇന്ത്യൻ വംശജർക്കും മറ്റുഗ്രൂപ്പുകൾക്കും തുല്യാവകാശമെന്നതുപോലുള്ള ആഴമേറിയ പ്രശ്നങ്ങൾ ഒറ്റയടിക്ക് നിയമത്തിലൂടെ മാറ്റാൻ കഴിയുന്നതല്ല. എന്നാൽ കൂടുതൽ അവഗണിക്കപ്പെടുന്നവർക്ക് സംരക്ഷണം നൽകുവാനും ഭൂരിപക്ഷത്തിന്റെ വെളിവില്ലാത്ത മനഃസ്ഥിതിയിൽ ക്രമികമായ വികാസത്തിന് തുടക്കമിടാനും അതിന് കഴിയും.

ഇക്കാരണങ്ങളാൽ കഴിഞ്ഞ നാൽപ്പത് വർഷമായി ഓരോ കോൺഗ്രസിന്റെയും മുന്നിൽ ഉണ്ടായിരുന്ന ഒരു നിർദേശം ഇന്ന് ഞാൻ നിങ്ങളെ പരിചയപ്പെടുത്തുകയാണ്. അധികം വൈകാതെയോ അല്ലെങ്കിൽ പിൽക്കാലത്തോ നാടിന്റെ അടിസ്ഥാനനിയമത്തോട് തീർച്ചയായും കൂട്ടിച്ചേർക്കപ്പെടേണ്ട ഒന്നാണത് — തുല്യാവകാശ ഭേദഗതി.

ഈ ഭേദഗതിക്കെതിരായി ഉന്നയിക്കപ്പെട്ടിട്ടുള്ള നിസ്സാരമായ രണ്ടു വാദഗതികളെ സൂചിപ്പിക്കുവാൻ ഞാനാഗ്രഹിക്കുന്നു. ഒന്നാമതായി നിലവിലുള്ള നിയമം തന്നെ സ്ത്രീസംരക്ഷണത്തിന് പര്യാപ്തമാണെന്നിരിക്കെ പുതിയ നിയമം അനാവശ്യമാണെന്നതാണ്. നിലനിൽക്കുന്ന നിയമങ്ങളൊന്നുംതന്നെ സ്ത്രീകൾക്ക് തുല്യത നേടിക്കൊടുക്കുവാൻ പര്യാപ്തമല്ലെന്നുള്ളതാണ് യാഥാർഥ്യം. കുറഞ്ഞ കൂലി, നിലവാരം കുറഞ്ഞ ജോലി, വരുമാനക്കുറവ്, അതുപോലെ ഉന്നതശ്രേണികളിലെ പ്രാതിനിധ്യക്കുറവ് എന്നിവയെല്ലാം ഇതിനു തെളിവാണ്. ഇപ്പോൾത്തന്നെ തുല്യപരിഗണന നൽകുന്നുവെങ്കിൽ എന്തുകൊണ്ടാണ് ഒറ്റ സ്ത്രീയും കോൺഗ്രസിലേക്ക് തെരഞ്ഞെടുക്കപ്പെടാത്തത്?

വിവേചനം നിലനിൽക്കുന്നുവെന്നത് സ്പഷ്ടമാണ്. പുരുഷന് ലഭ്യമാകുന്ന അവസരങ്ങളൊന്നുംതന്നെ സ്ത്രീക്ക് ലഭ്യമല്ല. വ്യവസ്ഥയോട് സമരസപ്പെട്ടുപോകാത്തവരെയും നിലവിലുള്ള നിയന്ത്രണങ്ങളെ പൊട്ടിക്കുവാനാഗ്രഹിക്കുന്നവരെയും 'വിചിത്ര'രായോ 'അസ്ത്രൈണ'രായോ മുദ്രകുത്തപ്പെടുന്നു. എന്നാൽ വസ്തുതയെന്താണ്? ഏതെങ്കിലും ബോർഡുകളുടെ ചെയർമാനോ സഭകളിൽ അംഗമോ ആകാൻ അഭിലഷിക്കുന്ന വനിതയ്ക്കും പുരുഷൻ നിരത്തുന്ന അതേ കാരണങ്ങൾ നിരത്താനുണ്ടാവും. അടിസ്ഥാനപരമായി അവൾക്കു പറയാനുണ്ടാവുക അവളതിനു ശ്രമിക്കുമെന്നും ആ ജോലി ചെയ്യാൻ സാധിക്കുമെന്നുമാണ്.

തുല്യതാഭേദഗതിക്കെതിരെ ഉയർന്നുവന്നിട്ടുള്ള രണ്ടാമത്തെ വാദഗതി പ്രവിശ്യകളും ഫെഡറൽ സർക്കാരും കൊണ്ടുവന്നിട്ടുള്ള സ്ത്രീസംരക്ഷണ നിയമങ്ങളെ അപ്രസക്തരാക്കുമെന്നും അതുവഴി വിവാഹവും വിവാഹമോചനവുമായി ബന്ധപ്പെട്ട നിയമങ്ങളെല്ലാം അലങ്കോലമാകുമെന്നതുമാണ്.

വൈവാഹിക നിയമങ്ങളെപ്പറ്റി പറയുകയാണെങ്കിൽ ആഴമേറിയ മാറ്റങ്ങൾക്കും നിലവിലുള്ളവയെ തുടച്ചുമാറ്റാനുള്ള വിവേകപൂർവമായ ഒരു തുടക്കത്തിനും അത് വഴിതെളിയിച്ചുവെന്നത് സത്യമാണ്. വനിതാ ജോലിക്കാരുടെ പ്രത്യേക സംരക്ഷണനിയമത്തെ സംബന്ധിച്ച്, എന്താണ് അത്തരമൊരു നിയമത്തിന്റെ പ്രത്യേക പ്രസക്തിയെന്ന് എനിക്ക് മനസിലാകുന്നില്ല. പുരുഷന്മാർക്കാവശ്യമില്ലാത്ത ഒരു സംരക്ഷണവും സ്ത്രീക്കാവശ്യമില്ല. നമുക്കാവശ്യം തൊഴിലെടുക്കുന്നവരുടെ സംരക്ഷണമാണ്. മാന്യമായ ശമ്പളമാണ്, സുരക്ഷിതമായ തൊഴിൽ സാഹചര്യങ്ങളാണ്, രോഗപീഡകൾക്കും പിരിച്ചയയ്ക്കലിനുമെതിരായ സംരക്ഷ

ണവും മാന്യവും സുഖകരവുമായ വിരമിക്കലുമാണ്. ഇക്കാര്യത്തിലെല്ലാം പുരുഷനും സ്ത്രീക്കും ഒരേ പരിഗണനയാണാവശ്യം. ഒരു ലിംഗത്തിൽപ്പെട്ടവർക്ക് മറ്റൊരു ലിംഗത്തിൽപ്പെട്ടവരെക്കാൾ സംരക്ഷണം ആവശ്യമുണ്ടെന്നത് ഒരു പുരുഷാധിപത്യ കെട്ടുകഥയാണ്. അത് വെള്ളക്കാരുടെ മേൽക്കോയ്മയ്ക്കുവേണ്ടിയുള്ള കാൽപ്പനിക കഥകളെപ്പോലെതന്നെ പരിഹാസ്യവും സമൂഹം ഇക്കാലത്ത് മറക്കാൻ ശ്രമിക്കുന്നതുമായ ഒന്നാണ്.

13

ഇലീനർ റൂസ്‌വെൽട്ട്

ന്യൂയോർക്കിൽ 1884 ഒക്ടോബർ പതിനൊന്നാം തീയതി സ്നേഹമയിയായ അന്നഹളിന്റെയും തിയോഡറിന്റെ ഇളയസഹോദരൻ ഇലിയറ്റ് റൂസ്‌വെൽറ്റിന്റെയും പുത്രിയായി ജനിച്ചു. 1892-ൽ അമ്മ മരിച്ചതിനെത്തുടർന്ന് കുട്ടികളെല്ലാം മുത്തശ്ശി ഹള്ളിനോടൊപ്പം താമസിക്കാൻ തുടങ്ങി. രണ്ടുവർഷം മാത്രം കഴിയും മുമ്പെ അവരുടെ പ്രിയപ്പെട്ട പിതാവും ഇഹലോകവാസം വെടിഞ്ഞു. മറ്റുപെൺകുട്ടികൾക്കിടയിൽ ആത്മവിശ്വാസം വികസിപ്പിക്കുവാനുള്ള ഒരവസരം, പതിനഞ്ചാം വയസിൽ ഇംഗ്ലണ്ടിലെ പേരുകേട്ടൊരു വിദ്യാലയത്തിൽവച്ച് അവർക്കു ലഭിച്ചു. നീണ്ട്, മെലിഞ്ഞ്, സുഭഗയായ ആകാരം പക്ഷേ, ഒരു പൂച്ചെടിപോലെ ഭയചകിതയായി അരങ്ങത്തുനിന്നും തിരിച്ചുപോന്നു.

ആൽബനിയിൽ, 1910മുതൽ 1913വരെ ഫ്രാങ്ക്ലിൻ സംസ്ഥാന സെനറ്റിൽ സേവനമനുഷ്ഠിച്ച വേളയിൽ രാഷ്ട്രീയത്തിലെ ഒരു സഹായിയായി ഇലീനർ തന്റെ നീണ്ട ജീവിതചര്യ ആരംഭിച്ചു. നാവിക വിഭാഗത്തിന്റെ അസിസ്റ്റന്റ് സെക്രട്ടറിയായി അദ്ദേഹം സേവനമനുഷ്ഠിക്കുന്ന അവസരത്തിൽ വാഷിങ്ടൺ നഗരത്തെയും അതിന്റെ വഴികളെയും അവർ

മന:പാഠമാക്കി. രാഷ്ട്രീയത്തിൽ ഫ്രാങ്ക്ലിന്റെ താൽപ്പര്യം സജീവമായി നിലനിർത്തുന്നതിനായി അവർ സംസ്ഥാന ഡെമോക്രാറ്റിക് കമ്മിറ്റിയിലെ വനിതാ വിഭാഗത്തിൽ സജീവമായി പ്രവർത്തിച്ചു. 1928-ൽ വിജയം അനുകൂലമായ ഗവർണർ സ്ഥാനത്തേക്കുള്ള മത്സരത്തിന്റെ പ്രചാരണ പ്രവർത്തനങ്ങൾ മുതൽ മരണംവരെ അദ്ദേഹത്തിനുവേണ്ടി അവർ സ്വയമർപ്പിച്ചു.

പ്രസിഡന്റിന്റെ മരണത്തെത്തുടർന്ന് 1945-ൽ ഇലീനർ ഹൈഡ് പാർക്ക് എസ്റ്റേറ്റിലെ തന്റെ കുടിലിലേക്ക് തിരിച്ചുപോന്നു. അന്ന് പത്രക്കാരോട് അവർ പറഞ്ഞു “ആ കഥയവസാനിച്ചു.” ഒരുവർഷത്തിനുള്ളിൽ, പക്ഷേ ഐക്യരാഷ്ട്രസഭയിലെ അമേരിക്കൻ വക്താവായി അവർ സേവനമാരംഭിച്ചു. 1962-ൽ, ആരോഗ്യം ക്ഷയിക്കുന്നതുവരെ തന്റെ ജോലി ഊർജസ്വലയായി നിർവഹിച്ചു. അതേ വർഷം നവംബറിൽ ന്യൂയോർക്കിൽ അന്തരിച്ച അവരെ ഹൈഡ് പാർക്കിൽ ഭർത്താവിന്റെ സംസ്കാര സ്ഥലത്തിനടുത്തു തന്നെ അടക്കം ചെയ്തു.

ലൈബ്രറികളും രാഷ്ട്രവും

കൊളംബിയ ജില്ലാ ലൈബ്രറി അസോസിയേഷൻ ഡിന്നറിൽ 1936 ഏപ്രിൽ ഒന്നിനു ചെയ്ത വിഖ്യാതമായ പ്രസംഗം

ജില്ലയിലെ ലൈബ്രറികളെ സംബന്ധിച്ചും മറ്റുസ്ഥലങ്ങളിലെ ലൈബ്രറികളെപ്പറ്റി പൊതുവായും അതുപോലെ, ലൈബ്രേറിയന്മാരെക്കുറിച്ചും - ലൈബ്രേറിയന്മാരില്ലെങ്കിൽ ലൈബ്രറികളെക്കൊണ്ട് വലിയ പ്രയോജനമുണ്ടാവില്ലെന്ന് ഞാൻ കരുതുന്നു - മനസിലാക്കുന്നതിനു വേണ്ടി ഈ സായന്തനത്തിൽ ഇവിടെ എത്തിച്ചേരാൻ സാധിച്ചതിൽ എനിക്ക് അതിയായ സന്തോഷമുണ്ട്. പക്ഷേ, ഇവിടെയിരിക്കുമ്പോഴും ഐക്യനാടുകളിലെ പല സ്ഥലങ്ങളിലും ലൈബ്രറികൾ പ്രവർത്തിക്കുന്നില്ലെന്നും പുസ്തകം കിട്ടാൻ യാതൊരു മാർഗവുമില്ലെന്നുള്ള വസ്തുത എന്നെ വല്ലാതെ ഭയപ്പെടുത്തുന്നു.

രാഷ്ട്രത്തിന് ലൈബ്രറികൾ കൊണ്ടെന്താണ് പ്രയോജനമെന്ന് നമുക്ക്, പ്രത്യേകിച്ചും ഈ സന്ധ്യയിൽ ഇവിടെ സംഗമിച്ച എല്ലാവർക്കും നന്നായി മനസിലായിട്ടുണ്ട്. ലൈബ്രറികളും വിദ്യാഭ്യാസവുമില്ലെങ്കിൽ- അതിന്റെ ശരിയായ അടിസ്ഥാനം ലൈബ്രറികളാണ് - നമ്മുടെ ഭരണ സംവിധാനം ഫലപ്രദമായി നടത്തിക്കൊണ്ടുപോകാൻ കെൽപ്പുള്ള വിദ്യാസമ്പന്നരുണ്ടാവില്ല. നേടിയെടുത്തിട്ടില്ലാത്ത കാര്യങ്ങൾ നേടിയെന്ന് രാഷ്ട്രത്തെ തെറ്റിദ്ധരിപ്പിക്കുന്നതിലും അതിന്മേൽ സ്വയം അഭിമാനം കൊള്ളുന്നതിലുമാണ് നമ്മുടെ ശുഷ്കാന്തിയെന്നെനിക്കു തോന്നുന്നു. അയച്ചുതന്ന ഭൂപടങ്ങൾ ഞാൻ സൂക്ഷ്മമായി നിരീക്ഷിച്ചു. അവ അൽപ്പം കൂടി വലുതാക്കി രാഷ്ട്രത്തിന്റെ പല ഭാഗങ്ങളിലേക്കും അയച്ചുകൊടുക്കേണ്ടതുണ്ട്. കാരണം പല ആളുകൾക്കുമറിയില്ല, കുറെയധികം സംസ്ഥാ

നങ്ങളിൽ പ്രതിശീർഷവരുമാനത്തിൽ പത്തുകാശുപോലും ലൈബ്രറികൾക്കു വേണ്ടി ചെലവിടാറില്ലെന്ന്. അതുപോലെ വലിയ സംസ്ഥാനങ്ങളിൽ ഗ്രാമപ്രദേശങ്ങളിലൊരിടത്തുപോലും ജനങ്ങൾക്ക് പുസ്തകങ്ങൾ ലഭിക്കാറില്ലെന്നും.

സാമ്പത്തിക മാന്ദ്യകാലത്ത് എനിക്ക് പ്രത്യേകിച്ചും ആഹ്ലാദകരമായി തോന്നിയ സംഗതികളിലൊന്ന് നാം മുമ്പൊരിക്കലും കേട്ടറിഞ്ഞിട്ടുപോലുമില്ലാത്ത പല കാര്യങ്ങളും പുതുതായി കണ്ടെത്തുവാൻ സാധിച്ചുവെന്നതാണ് - തീർച്ചയായും, ഞാൻ വിശ്വസിക്കുന്നു, സാമ്പത്തിക മാന്ദ്യം ദുഃഖകരമായൊരു സംഭവമായിരുന്നു, ആഹ്ലാദിക്കേണ്ട ചിലതുണ്ടെങ്കിലും. ഈ പുതിയ അറിവുകൾ പലരുടെയും ശ്രദ്ധയിൽ പതിഞ്ഞു. ഇക്കാര്യങ്ങളെപ്പറ്റി അവരൊരിക്കലും ശ്രദ്ധ ചെലുത്തുകയോ ചിന്തിച്ചുനോക്കുകയോ ചെയ്തിരുന്നില്ല. കാരണം അതൊക്കെ നാം ഒളിപ്പിച്ചുവെച്ച വസ്തുതകളായിരുന്നു. ലൈബ്രറികളുടെ സേവനം ഒരു വിധത്തിലും ലഭ്യമല്ലാത്ത പ്രദേശങ്ങൾ ഐക്യനാടുകളിലുണ്ടെന്നുള്ളതായിരുന്നു അവയിലൊന്ന്. ലൈബ്രറികളില്ലാത്ത പ്രദേശങ്ങളിലെ കുട്ടികൾക്കും മുതിർന്നവർക്കും വേണ്ട പുസ്തകങ്ങൾ നിറച്ച ഗ്രന്ഥശേഖരം കുതിരപ്പുറത്തുവച്ച് യാത്ര ചെയ്യുന്ന പെൺകുട്ടികളുടെ ചിത്രം ഞാൻ കണ്ടിട്ടുണ്ട്. മിസ്സിസ് ബ്രക്കിൻ റിഡ്ജ് കെന്റുക്കിയിൽ ചെയ്ത ആതുരസേവനത്തെ പറ്റി നാമേറെ കേട്ടിട്ടുണ്ട് എന്നാൽ അവരുടെ നഴ്സുമാർ പോകുന്നതുപോലെ കുതിരപ്പുറത്ത് സഞ്ചരിക്കുന്ന ലൈബ്രറികളെപ്പറ്റി നാം തീരെ കേട്ടിട്ടുപോലുമില്ല.

ജീവിതത്തിലൊരു വലിയകാലം ഞാൻ ചെലവിട്ടത് വിദ്യാഭ്യാസത്തിന് ധാരാളം പണം ചെലവഴിക്കുന്നുവെന്നഭിമാനം കൊള്ളുന്നൊരു രാഷ്ട്രത്തിലാണ്, സംസ്ഥാനത്തിലാണ്. വിദ്യാഭ്യാസത്തിന് യാതൊരു കുറവുമില്ലെന്നും ലൈബ്രറി സൗകര്യങ്ങൾക്കും യാതൊരു കുറവുമില്ലെന്നും വിശ്വസിക്കുന്ന കുറെയാളുകൾ ഉണ്ടെന്നും എനിക്ക് അറിയാം. എന്നാൽ വളരെ പിന്നോക്കം നിൽക്കുന്ന ന്യൂയോർക്ക് സംസ്ഥാനത്തിൽ തന്നെയുള്ള ചില ജില്ലകൾ ആളുകളെ കാണിച്ചുകൊടുക്കണമെന്ന് തീവ്രമായി ആഗ്രഹിച്ചുപോയിട്ടുണ്ട്. സംസ്ഥാനത്തിന്റെ ഉത്തരഭാഗത്ത്, വേനൽക്കാലത്ത് കുറച്ചുകാലം തങ്ങുകയും ഒരുവിദ്യാലയത്തിൽ ചെന്ന് അധ്യാപകരോടു സംസാരിക്കുകയും ചെയ്ത ഒരു സ്ഥലം ഓർമയുണ്ട്. സ്കൂൾ പുസ്തകങ്ങൾ ഒരുകുട്ടിയിൽ നിന്നും മറ്റൊരു കുട്ടിയിലേക്ക് കൈമാറ്റം ചെയ്യപ്പെടുകയാണ് അവിടെ ചെയ്യുന്നത്. ടെക്സ്റ്റ്ബുക്കുകളല്ലാത്ത മറ്റൊരു പുസ്തകവും അവിടെ ലഭ്യമല്ല. ഈ ജില്ലയിലെ കുട്ടികൾ വളരെ ദരിദ്രരും, അവരിൽ ചിലരുടെ സ്ഥിതി വളരെ ദയനീയവുമാണ്. മനസിനെ തീറ്റിപ്പോറ്റുന്നതിനെക്കുറിച്ച് ചിന്തിക്കുന്നതിനെക്കാൾ ജീവിക്കാനുള്ള സമരത്തിലാണവരെന്ന് ഞാൻ ഊഹിക്കുന്നു. എനിക്ക് ശരിക്കും തോന്നിയിട്ടുണ്ട്; രാഷ്ട്രത്തിലെ വലുതും സമ്പന്നവുമായ ഈ സംസ്ഥാ

നത്തിൽത്തന്നെയാണ്, കുട്ടികളുടെ വിദ്യാഭ്യാസത്തിനായി വിദ്യാലയങ്ങളിൽ പുസ്തകങ്ങളും ഗ്രന്ഥാലയങ്ങളും ആവശ്യമായിട്ടുള്ളതെന്നും മനസറിഞ്ഞ് ജീവിക്കാൻ ജനതയെ പ്രാപ്തരാക്കേണ്ടതെന്നും.

വീടുകളിൽ എങ്ങനെ ജീവിക്കണമെന്നും ഭൗതിക ജീവിതനിലവാരം എങ്ങനെ മെച്ചപ്പെടുത്താമെന്നും ജനങ്ങളെ പഠിപ്പിക്കാൻ വേണ്ടിയുള്ള ഗൃഹനിർവഹണ കലാലയങ്ങൾക്കായി വലിയ സമ്പത്താണ് നാം മുടക്കിക്കൊണ്ടിരിക്കുന്നത്. എന്നാൽ മനഃശക്തിയോടുകൂടി ജീവിക്കുവാനും ഉന്നതനിലവാരത്തിലെത്തുവാനും അവരെ സഹായിക്കുന്നതിനെപ്പറ്റിയാണ് നാം ചിന്തിക്കുന്നതെങ്കിൽ, അത് കുട്ടികളിലൂടെയാണ് എളുപ്പം സാധ്യമാകുക. അവരിൽ നിന്നാണ് തുടങ്ങേണ്ടത്, അസ്ഥിവാരം പടുത്തുയർത്തേണ്ടത്, പക്ഷേ അളവില്ലാത്ത പണം നാം പ്രായമുള്ളവർക്കു വേണ്ടിയാണ് ചെലവിടുന്നത്.

ഇന്നലെ എനിക്കൊരു മനസലിയിക്കുന്ന കത്തുകിട്ടി. എഴുപത്തിനാലു വയസായെന്നു പറഞ്ഞ ഒരുപുരുഷന്റേതായിരുന്നു അത്. അതിൽ അയാൾ എന്നോട് അവരുടെ പ്രത്യേക സമുദായത്തിനുള്ള വയോജന ക്ലാസുകൾ നിർത്തലാക്കാതെ നോക്കണമെന്നും, വായിക്കാൻ പഠിക്കുന്നതിന് ആ ക്ലാസുകൾ വളരെയേറെ സഹായിച്ചിട്ടുണ്ടെന്നും എഴുതിയിരുന്നു. അച്ചടിച്ചതാളിൽ നിന്ന് ഒരിക്കലും ഒരുവാക്കുപോലും വായിക്കാൻ കഴിയില്ലായിരുന്നുവെന്നാണ് താനുദ്ദേശിച്ചതെന്ന് എനിക്ക് മനസിലായിട്ടുണ്ടാവുമെന്ന് അയാൾ ചിന്തിച്ചിരിക്കില്ല. അയാൾ പറഞ്ഞു: "ഞാൻ ഒരേഒരാൾ മാത്രമല്ല, ഏറ്റവും അടുത്ത അയൽക്കാരന് എൺപത്തിഒന്നു വയസായി. അയാൾ വായിക്കാൻ പഠിച്ചത് കഴിഞ്ഞ ശീതകാലത്താണ്. അത് ഞങ്ങളെയെല്ലാം ജീവിക്കാൻ പ്രേരിപ്പിക്കുന്നു." ഇത് നിങ്ങളെ ബോധ്യപ്പെടുത്തുന്നത് ഇവിടെ വൻതോതിൽ വിദ്യാഭ്യാസം നടക്കുന്നില്ലെന്നാണ്, മറ്റെല്ലാം നടക്കുന്നുണ്ടെങ്കിലും.

നമ്മൾ വളരെ ദൂരം പിന്നിട്ടുകഴിഞ്ഞു. വളരെ കാര്യങ്ങൾ ചെയ്തുകഴിഞ്ഞു. എന്നാൽ നമ്മുടെ വിദ്യാഭ്യാസസമ്പ്രദായം മെച്ചപ്പെടുത്താൻ ഇനിയുമേറെ ചെയ്യാനുണ്ട്, ലൈബ്രറികൾക്കായി വളരെ കൂടുതൽ ചെലവഴിക്കാനുണ്ട്. ലൈബ്രറികളെ നമ്മുടെ ബോധമണ്ഡലത്തിനകത്തെ പുതുനാമ്പുകൾ അങ്കുരിക്കുവാനുള്ള കേന്ദ്രമാക്കി മാറ്റിയെടുക്കണം, കാരണം, തങ്ങളുടെ ബോധശക്തിയെ ഉപയോഗപ്പെടുത്തുവാൻ മനുഷ്യൻ ദാഹിക്കുകയാണ്.

പുതുയുഗം മുന്നിൽ

സംസ്കാരത്തിൽ നാം വലിയ മാറ്റങ്ങളെ അഭിമുഖീകരിച്ചു കൊണ്ടിരിക്കുകയാണ്. അപ്പോൾ ഒഴിവുസമയങ്ങൾ ബുദ്ധിപരമായ താൽപ്പര്യങ്ങൾ ഉള്ളവർ എങ്ങനെ ഉപയോഗപ്പെടുത്തുമെന്നത് ഒരു വലിയ ഉത്തരവാദിത്വമുള്ള കാര്യമാണെന്ന് ഞാൻ വിചാരിക്കുന്നു. ആരോ എന്നോടു പറഞ്ഞു: "ഞാൻ ഇത്ര ചിന്താകുലപ്പെടുമായിരുന്നില്ല, വളരെ കുറച്ചു മണി

ക്കൂറുകളെ ജോലി ചെയ്യുന്നുള്ളുവെന്ന വസ്തുത ചിന്തിക്കുകപോലും ചെയ്യുമായിരുന്നില്ല, അവരുടെ ഒഴിവുവേളകൾ ആളുകൾ എങ്ങനെ ചെലവഴിക്കുന്നുവെന്നു മാത്രം അറിഞ്ഞിരുന്നുവെങ്കിൽ. എനിക്കറിയുമായിരുന്നില്ല. ആറുമണിക്കൂർ മാത്രമേ ഒരുദിവസം ജോലി ചെയ്യേണ്ടിയിരുന്നുള്ളൂവെങ്കിൽ ഞാൻ എന്തുചെയ്യുമായിരുന്നുവെന്ന്."

ഇതൊരു വെല്ലുവിളിയാണ്. നാം ഈ രാഷ്ട്രത്തിനുള്ളിൽ, ഒഴിവുസമയം കിട്ടുമെങ്കിൽ എന്തുചെയ്യണമെന്നറിയാൻ ബാധ്യതപ്പെട്ടവരാണ്. നമുക്കത് കിട്ടാൻ പോകുന്നുണ്ടോ എന്നെനിക്കറിയില്ല. എന്നാൽ ഒഴിവുസമയം കിട്ടുന്നുവെങ്കിൽ, ലൈബ്രറിയാണ്, ലൈബ്രറിയിൽ ജീവിക്കുകയും ലൈബ്രറിയിൽ പ്രവർത്തിക്കുകയും ചെയ്യുന്നവരാണ് മറ്റുള്ളവരെ വഴിനടത്തേണ്ടത്, അവർക്ക് ഉപയോഗപ്രദമായ, ആനന്ദദായകമായ, വിനോദിപ്പിക്കുന്ന കാര്യങ്ങളെ സംബന്ധിച്ച ജിജ്ഞാസയും വീക്ഷണവും പ്രദാനം ചെയ്യാൻ ജോലി ചെയ്യേണ്ടതില്ലാത്ത സമയങ്ങളിലെ പ്രവർത്തനങ്ങളിലൂടെ സാധ്യമാക്കേണ്ടത്. അത് വളരെ മഹത്തരമായൊരു ഉത്തരവാദിത്വമാണ്, വളരെ മഹത്തരമായൊരു പ്രതിപത്തിയും കൂടിയാണ്.

എനിക്കു നന്നായറിയാവുന്ന ഗ്രാമീണ ജില്ലകളിലേതു പോലുള്ള പ്രശ്നങ്ങളല്ല വാഷിങ്ടൺ തുടങ്ങിയ ഏതാണ്ടെല്ലാ നഗരങ്ങളിലുമുള്ളതെന്നാണ് എന്റെ വിശ്വാസം. അവിടെ സൗകര്യങ്ങൾ ധാരാളമാണ്. അതുകൊണ്ടുതന്നെ ധാരാളം ചുണയുള്ളവർ പ്രശ്നങ്ങൾ പരിഹരിക്കുന്നതിൽ മുന്നിലുണ്ടാവുകയും ചെയ്യും. എന്നാൽ ഗ്രാമീണ അമേരിക്കയ്ക്ക് ഒരു മഹത്തായ, വളരെ മഹത്തായ ആവശ്യമാണുള്ളത്. അവർക്ക് ലഭ്യമായ ലൈബ്രറി സൗകര്യങ്ങൾ പ്രയോജനപ്പെടുത്തുവാനായി പ്രായം ചെന്നവരുടെയും യുവജനങ്ങളുടെയും താൽപ്പര്യത്തെ ഉദ്ദീപിപ്പിക്കാനുള്ള മാർഗങ്ങളെ സംബന്ധിച്ച ഭാവനയുടെതാണത്. ആ ഭാവന, കൂടുതൽ സൗകര്യങ്ങൾ നേടിയെടുക്കുവാനും അതിനുവേണ്ടി പണം മുടക്കാനും അവരെ പ്രേരിപ്പിക്കാനുതകണം. കാരണം, അവർക്കാവശ്യമുള്ള ചിലതൊക്കെ അതിൽനിന്നു ലഭിക്കും.

ഈ പ്രശ്നത്തെപ്പറ്റി ഞാനെത്ര കൂടുതൽ ചിന്തിച്ചുവോ, അത്ര കൂടുതലെനിക്ക് തോന്നിയത് പുസ്തകങ്ങളോട് പ്രതിപത്തിയുണ്ടാക്കാനുള്ള അവസരങ്ങളെ നാം ഉപയോഗപ്പെടുത്തുന്നില്ലെന്നാണ്. ഇക്കാലത്ത് ജനങ്ങൾക്ക് ഏറെ താൽപ്പര്യമുള്ള റേഡിയോ, സിനിമ തുടങ്ങിയവയെല്ലാം ശരിയായി പ്രയോജനപ്പെടുത്തുകയാണെങ്കിൽ പുസ്തകങ്ങളെ ഉപയോഗപ്പെടുത്താൻ അത് വഴിയൊരുക്കും. ഉദാഹരണത്തിന്, പാസ്റ്ററുടെ ജീവിതവുമായി ബന്ധപ്പെടുത്തി താരതമ്യേന നല്ലൊരു സിനിമ ഉണ്ടാവുകയാണെങ്കിൽ, എനിക്കു തോന്നുന്നു, പാസ്റ്ററുടെ ജീവിതത്തെപ്പറ്റിയും പ്രവർത്തനങ്ങളെപ്പറ്റിയും സഹചാരികളെയും അക്കാലത്തുണ്ടായ മറ്റു കണ്ടുപിടിത്തങ്ങളെപ്പറ്റിയുമൊക്കെ മനസിലാക്കാൻ ജനങ്ങൾ ഗ്രാമീണ വിദ്യാലയങ്ങളും ഗ്രാമീണലൈബ്രറികളും ഉപയോഗപ്പെടുത്തുമെന്നാണ്. നാം മനസുകൊടുക്കുകയാണെങ്കിൽ പൗരാണികവും ഏറ്റവും രസകര

വുമായ വിനോദോപാധിയായ വായന പ്രേരിപ്പിക്കപ്പെടുന്ന നിരവധി അവസരങ്ങൾ രാജ്യത്തുടനീളമുള്ള മനുഷ്യരുടെ ജീവിതത്തിൽ ഒരുക്കാനാവുന്നതാണ്.

അതിന് നിങ്ങൾ തീർച്ചയായും പുസ്തകങ്ങളെ സ്നേഹിക്കാൻ പഠിക്കണം, തീർച്ചയായും എങ്ങനെ വായിക്കണമെന്ന് പഠിക്കണം, തീർച്ചയായും പുസ്തകങ്ങൾ ഒരു സ്നേഹിതനാണെന്ന് പഠിക്കണം. ഇവയെല്ലാം പല മാർഗങ്ങളിലൂടെ സാധിച്ചെടുക്കാം. വില കൂടുതലില്ലാത്ത ഒരേ പുസ്തകത്തിന്റെ നിരവധി പ്രതികൾ ലൈബ്രറികളിൽ ശേഖരിച്ചാൽ കുറേ വ്യക്തികൾ ഒരേ പുസ്തകം വായിക്കുവാനും കൂട്ടായ ചർച്ചയ്ക്ക് അവസരമുണ്ടാക്കുവാനും സാധിക്കും.

എനിക്കറിയാം, കുടുംബത്തിൽപ്പോലും ഒരുസമയം ഒരുപുസ്തകം മാത്രമാണ് വായിക്കാൻ ലഭ്യമായിട്ടുണ്ടാവുക, അതു വായിക്കാൻ കിട്ടിയില്ലെങ്കിൽ ആളുകൾ തമ്മിൽ പരസ്പരം കടിച്ചുകീറുന്ന അവസ്ഥയാണ് ഉണ്ടാവുക. അതുകൊണ്ടെനിക്കു തോന്നുന്നു, കുടുംബങ്ങളിലും ആളുകൾക്കിടയിലും വായനയെ പ്രോത്സാഹിപ്പിക്കാനുള്ള മാർഗങ്ങളെപ്പറ്റി നാം ചിന്തിക്കേണ്ടിയിരിക്കുന്നു. സി സി സിയാണ് ഈ ചിന്തയിലേക്ക് എന്നെ നയിച്ചത്. ഒരു കുട്ടി എന്നോടുപറഞ്ഞു: “ആ പുസ്തത്തെപ്പറ്റി താങ്കൾക്കറിയാമോ? അതിനെപ്പറ്റി സംസാരിക്കുവാൻ എനിക്കു വലിയ ഇഷ്ടമാണ്... നിങ്ങളറിയണം ആ പുസ്തകം എല്ലായിടത്തുമെത്താൻ ഇനിയും കാലം കഴിയും.” അപ്പോൾ, ആ പുസ്തകത്തിന്റെ ഒരുഡസനോ, അല്ലെങ്കിൽ കുറച്ചധികമോ കോപ്പികൾ ഉണ്ടായിരുന്നെങ്കിൽ ഒരുകൂട്ടം ആളുകൾക്ക് അതു വായിച്ച് ചർച്ചചെയ്യാൻ അവസരം ലഭിക്കുമായിരുന്നു. മൂല്യവത്തായ ഒരുനേട്ടമായി അതുമാറുമായിരുന്നു. ആളുകളുടെ ബൗദ്ധിക മനോഭാവത്തെ അത് ഉത്തേജിപ്പിക്കുമായിരുന്നു.

ലൈബ്രറികളുടെ സംരക്ഷണം, പുസ്തകങ്ങളുടെ പ്രയോജനം, പുസ്തകങ്ങളെക്കുറിച്ചുള്ള അറിവ് എന്നിവയെല്ലാം മർമപ്രധാനമായകാര്യങ്ങളാണെന്ന് എനിക്ക് തോന്നുന്നു. അതുപോലെ പുസ്തകങ്ങളുമായി ബന്ധമുള്ള, പുസ്തകങ്ങളെ സ്നേഹിക്കുന്ന ഈ രാജ്യത്ത്, മറ്റെവിടേക്കാളുമുപരിയായി ചില സുപ്രധാന കാര്യങ്ങൾ നടപ്പിലാക്കാനുള്ള വലിയ സാധ്യതകളാണുള്ളത്. കാരണം നമുക്കാണ് ജനാധിപത്യത്തെ യഥാർഥ ജനാധിപത്യമാക്കിത്തീർക്കാനുള്ള അവസരമുള്ളത്, അതാകട്ടെ സെനറ്റർകിങ് നമുക്ക് ദർശനത്തിന്റെ സഫലീകരണവുമാകും. നമ്മുടെ ഭാഗത്തുനിന്നുള്ള ഭാവനയ്ക്കും ക്ഷമയ്ക്കും, താൽപ്പര്യത്തിനും അനുസരിച്ചാകും അത്. പക്ഷേ, നാമങ്ങനെ ചെയ്യുന്നുവെങ്കിൽ, ഞാൻ വിചാരിക്കുന്നു, നമുക്ക് കാണാൻ കഴിയും, പുസ്തകങ്ങളോടുള്ള നമ്മുടെ ആസക്തി, രാജ്യത്തിന്റെ ഏതുഭാഗത്തു പോയാലും സ്ഥിരമായി വർധിച്ചു വരുന്ന ശ്രോതാക്കളെയും പുതിയ ബന്ധങ്ങളെയും സൃഷ്ടിച്ചെടുക്കുവാൻ സാധിക്കും.

www.ingramcontent.com/pod-product-compliance
Lightning Source LLC
LaVergne TN
LVHW040759051026
849519LV00007BA/2568
* 9 7 8 9 3 8 5 0 1 8 9 6 1 *